Một Đời Nhìn Lại

Ngọc Sách
Hàng Thị xuất bản
2022

Copyright © 2022 Tran, S.N.
All Rights Reserved

Title: Một Đời Nhìn Lại
Author: Ngọc Sách
First edition: 2022

ISBN-13: 978-1-949875-18-8
ISBN-10: 1-949875-18-0

Printed and bound in the United States of America

Published by
Hàng Thị
Henrico, Virginia, USA
www.hangthi.com

Edited and annotated by N.K. Tran
Cover designed by André Tran

Vào Đây Sẽ Gặp

Đôi Lời Nói Đầu viii
Đời Tui Ở Nước Tui... 1
   Những Ngôi Nhà Ngày Ấy 3
      Bà Chiểu 3
      Hòa Hưng 4
      Phú Nhuận 5
   Quanh Nhà Bà Chiểu 7
      Từ Lúc Mới Sinh Ra 7
      Con Nhà Tông 8
      Ngày Xửa Ngày Xưa.. 9
      Mối Tình Đầu 10
      Bác Sĩ Dương Và Thầy Sáu 12
      Cây Vú Sữa 13
      Hoa Trái Trước Sân 14
      Cây Trái Vườn Sau 16
      Lại Chuyện Hoa Trái Vườn Xưa 17
      Có Con Rắn… 19
      Có Phước Hay Có Tội? 20
      Địa Lý, Phong Thủy, Dị Đoan 21
      Con Ma Cây Thị 22
      Ăn Cướp Đánh Nhà 25
   Quanh Nhà Hòa Hưng 26
      Một Vòng Trong Lối Xóm 26
      Đi Học Bằng Xe Xích Lô 26
      Rồi Bao Nhiêu Năm Sau… 28
   Quanh Nhà Phú Nhuận 28
      Cô Hàng Xóm 28
      Trên Google Maps... 29
      Thời Tối Tăm 30

Đời Tui Ở Xứ Người 31
Lòng Vòng Toronto 33
Nỗi Lo Ngày Mới Đến 33
Nhớ Ngày Xuất Cảnh...33
Ngày Đầu Ở Xứ Người 35
May Mắn Bất Ngờ 37
Quyết Tâm Làm Lại Cuộc Đời 38
Sinh Nhựt 70 40
Tiếng Mưa Trên Mái Tôn 40
Vài Suy Nghĩ Trước Khi Di Cư 41
Có Nên Đi San Jose Định Cư? 43

Lòng Vòng San Jose 43
Hoài Niệm Đêm Giáng Sinh 43
Hoài Niệm Cuối Năm 44
Sinh Nhựt Cháu 46
Sinh Nhựt Tui, Nhớ Bạn 47
Lai Rai Chuyện Phiếm 48
Gặp Lại Bạn Thời Trung Học 50
Hài Lòng 51
Nhớ Mưa Đà Lạt 52
Nghe Nhạc Nhớ Nhà Xưa 52
Tui Đã Quen 53
Lễ Tạ Ơn 53
Nhớ Về Sài Gòn 54
Mấy Lượt Đổi Màu Cờ 55

Gia Đình Tui Ngày Đó 57
Chuyện Ba Tui 59
Ba Tui Với Họ Hàng 59
Tình Phụ Tử 59
Vài Câu Hát Vui 61
Con Gà Nòi 62
Kỷ Niệm Về Nhạc Và Thơ 63
Lời Ba Dạy 66
Tình Thương Của Ba Tui 68
Cô Láng Giềng 69

  Ba Tui Cố Gắng Làm Ăn 70
  Đất Bình Chánh 71
  Đất Thủ Đức 72
  Lễ Cha 72
  Lại Kể Về Ba 73
  Nhớ Đến Đâu Viết Đến Đó 74

Chuyện Má Tui 76
  Ký Ức Về Má Tui 76
  Lòng Yêu Nước 78
  Tình Họ Hàng 80
  Nuôi Dạy Con Cháu 80
  Lời Mẹ Dạy 81
  Người Già Và Nhà Dưỡng Lão 83
  Viện Dưỡng Lão Việt Và Canada 84
  Má Tui Vào Viện 86

Chuyện Anh Hai Tui 87
  Sơ Lược Về Anh 87
  Ký Ức Của Anh Hai Tui 88
  Cuộc Đời Anh 90
  Những Lời Anh Dạy 94

Gia Đình Tui Bây Giờ 97
Vợ Và Các Con 99
  Hai Người Đi Qua Đời Tui 99
  Từ Con Đến Cháu 100
  Ở Với Con Để Được Gần Cháu 101
  Nói Với Con Dâu 102

Các Cháu Nội 103
  Dạy Cháu Hát Bài Ca Thiếu Nhi 103
  Chuyện Con Cháu Lung Tung Xèng 104
  Nỗi Buồn Hoa Phượng 105
  Có Rầu Râu Mới Rụng 105
  Vui Là Chính 105
  Dắt Cháu Đi Chơi 107
  Kể Chuyện Đời Xưa 109

Tiếp Tục Kể Chuyện	110
Chuyện Trái Thị	111
Cây Cột Sống	112
Chuyện Con Nít	113
Làm Gương	113

Chuyện Học Đường **115**
Tui Đi Học **117**
Trường Cô Sáu	117
Tui Học Mẫu Giáo	120
Tui Học Tiểu Học	122
Ngày Đầu Đi Học Ai Cũng Vậy	122
Lớp Học Trẻ Con	124
Đưa Cháu Đi Học Lại Nhớ	126
Tiếng Mưa Rơi Và Bài Luận Văn	129
Chai Dầu Nhị Thiên Đường	130
Ông Frère Quân Đội	131
Frère Bernard Bường	133
Thứ Ba Học Trò	133
Bạn Cũ Thầy Xưa Trên Xứ Người	134

Tui Dạy Học **135**
Mất Mát	135
Nhớ Về Đà Lạt	136

Chuyện Làm Việc **139**
Trong Chủ Nghĩa Xã Hội **141**
Bước Đầu Mưu Sinh	141
Dầu Hỏa Miền Duyên Hải	141
Khoáng Sản Miền Nam	143
Tài Nguyên Thuộc Về Ai	145
Hạ Lào	145
Nhớ Nước Non Xứ Lào	147
Chậu Lu Hũ Khạp	148
Kỹ Thuật Tiên Tiến	150
Một Niềm Vui Nhỏ	151
Đời Tui Có Bốn Lần Ngu	154

Trong Chủ Nghĩa Tư Bản 155
Kéo Cày Lần Đầu 155
Kế Hoạch Làm Lại Cuộc Đời 156
Đọc Báo Và Nhìn Đời Để Học Hỏi 158
Lên Đời Làm Thợ Tiện 159
Vừa Làm Vừa Học - Học Nữa 160
Phỏng Vấn Việc Làm Mới, Nghỉ Việc Cũ 161
Học Chăm Sóc Người Già 163
Điều Khiển Máy Tiện 164
So Sánh Các Việc Làm 164

Chuyện Rong Chơi 167

Đi Từ Sài Gòn 169
Nếp Sống Và Con Người 169
Hà Hồi Quê Vợ 171
Nhớ Về Hà Nội 172

Đi Từ Toronto 173
Về Quê Lần Đầu 173
Du Khảo San Jose 175

Đi Từ San Jose 176
Về Thăm Toronto 176
Ngày Đó Mưa Không Còn... 177

Chuyện Lan Man 179

Kinh Nghiệm Sống 181
Chọn Ngành Học 181
Địa Chất Coi Vậy Mà Hấp Dẫn 181
Học Đi Đôi Với Hành 183
Gương Hiếu Học 185
Vài Phong Tục Xứ Người 187
Chọn Một Con Đường 188
Trai Nam Lấy Vợ Bắc 190
Đam Mê 192
May Mắn 193
Huy Chương Vàng Olympic 194

Dung Hòa Lý Với Tình	194
Giải Pháp Thứ Ba	195
Sống Hạnh Phúc	196
Ở Đâu Vui Thú Hơn Cả	196
Cảnh Nhà Đầm Ấm	197
Hiểu Con Không Ai Bằng Mẹ	197
Bảo Vệ Tâm Lý Trẻ Em	197
Học Trò Nhớ Ơn Thầy	198
Học Mãi Để Cầu Tiến	199
Tương Lai Và Cuộc Đời Của Con Cái	199
Chọn Trường Học Cho Con	201
Lo Cho Tương Lai, Dạy Dỗ Con Cháu	202
Chọn Bạn Cho Con Cháu	204

Chợt Nhớ 206
- Chuyện Trên Trời Dưới Đất 206
- Ngồi Quán Uống Ly Café 207
- Thích Nghe Nhạc Buồn 208
- Có Một Bài Không Tên 209
- Khi Người Bạn Đời Không Còn Nữa 211

Chuyện Văn Học 213
Về Văn Chương 215
- Hai Nhà Văn Nam Kỳ Xưa 215
- Công Của Học Giả Phạm Quỳnh 216

Về Lịch Sử 217
- Khai Thác Khoáng Sản Ngày Xưa 217
- Tinh Thần Nô Lệ 217
- Hai Chữ Tự Do 218
- Thăm Mả Cũ Bên Đường 218

Về Xã Hơi 219
- Cười Chút Chơi 219
- Làm Sao Để Sống Hạnh Phúc 220
- Chuyện Con Gà 221
- Luân Hồi 222

Tui Làm Thơ 223
Thơ Viết Cho Vợ 225
- Kỷ Niệm 40 Năm Đám Cưới 225
- Bài Thơ Gởi Vợ 226

Thơ Viết Cho Con Cháu 227
- Mừng Con Thi Đậu 227
- Đề Ảnh Cháu Nội 228
- Bài Thứ 2 Viết Cho Con 228
- Dạy Con 229
- Mừng Sinh Nhựt Con 231
- Sinh Nhựt Con Dâu 232
- Thơ Viết Cho Con 232

Thơ Viết Cho Đời 233
- Niềm Vui Không Nói Được 233
- Cây Mận Ngày Xưa 235
- Đi Thi Quốc Tịch 235
- Sinh Nhựt thứ 77 236

Những Lời Bình... 237

Đôi Lời Nói Đầu

Nhân có chút thì giờ nhàn rỗi nên tui có ý định ghi lại những gì tui còn nhớ từ khi có trí khôn đến giờ, về những căn nhà tôi đã từng ở, sân vườn tui đã từng chạy chơi, trường học tui đã từng học đánh vần, cả những người thân của tui đã qua đời cũng như còn sống, họ hàng, bạn bè, ghi lại những công việc tui đã từng làm qua, kể lại những kinh nghiệm sống, những chuyện vui, buồn, vinh, nhục... có thể coi là hồi ký của một đời người, mà em út tui đặt cho cái tựa là *Một Đời Nhìn Lại*. Vì chỉ dựa vào ký ức cho nên có thể tôi nhớ không đầy đủ, không chính xác lắm, vậy nếu có gì sai sót xin mọi người lượng thứ.

Những bài viết ở đây đều đã đăng lên Facebook, nay gom góp lại, phân loại, sắp xếp theo đề mục cho gọn, lược bớt những phần trùng lặp, sửa những lỗi chính tả dễ thấy, nhưng nói chung là giữ đúng tinh thần đã đăng từ trước. Khi viết trên Facebook, nhiều anh em bà con và bạn bè, ngoài việc góp lời bình luận và hết lòng khuyến khích, có khi đã cho biết thêm những chi tiết rất quý báu mà tui không nhớ rõ, tui đều có ghi nhận và sửa đổi, bổ túc cho đầy đủ.

Nói cho cùng, tui rất yêu quí thời gian ở Việt Nam, thương mến những gương mặt bà con, con cháu, thương từ gốc cây, gốc cỏ, thương mùi sình ở cái mương trước trường cô Sáu, chị Nhàn, các người đã qua đời như ông bà Ngoại tui, các cậu mợ tui, cũng có người nghèo, người giàu, mà ai cũng rất hiền từ, thương các con cháu... Nhớ đến không cầm được nước mắt vì trước kia còn quá non kém, chưa hiểu được cuộc đời, cũng như các bạn bè... Tình bạn rất quí giá mà nay không còn nữa...

San Jose, mùa xuân 2022
Ngọc Sách

Đời Tui Ở Nước Tui

Những Ngôi Nhà Ngày Ấy

Bà Chiểu

Tui được sinh ra tại nhà bảo sanh Ông Khải và lớn lên ở nhà số 40 đường Hàng Thị, thuộc về Bà Chiểu, mà tụi tui hay nói là Bà Chiểu lấy (Giồng) Ông Tố đẻ ra Thị Nghè! Sau này khi Ba tui làm Phó Tỉnh Gia Định thì đổi tên đường Hàng Thị lại thành Đại Lộ Bạch Đằng, rồi về sau nữa số nhà đổi lại thành 294. Còn nhà bảo sanh Ông Khải, tên đầy đủ là Dưỡng Đường Nguyễn Văn Khải, nằm bên phải chợ Bà Chiểu, đối diện hơi xéo trường trung học Hồ Ngọc Cẩn. Đây là nhà bảo sanh tư, hình như 4 anh em tôi đều được sinh ra ở đây. Khi đứa em út sinh ra thì ông Khải đã mất, người rể ông Khải là bác sĩ Phan Ngọc Dương trông coi nhà bảo sanh này.

Hồi đó đường Hàng Thị chia ra 3 lằn đường, chỉ có phần giữa là mặt đường có tráng nhựa đen để cho xe hơi, mô tô chạy tới lui 2 chiều, 2 bên trồng 2 hàng cây thị, phía ngoài thì là đường đất đỏ để cho xe xích lô, xe thổ mộ, xe bò, xe đạp... và người đi bộ đi lên đi xuống. Phía đối diện bên kia con đường nhà ông Ngoại tui là bót sen đầm, tức đồn Bảo An, trong đó có lính Tây và Việt Nam. Mỗi buổi sáng tui hay thức sớm và đi lòng vòng dưới gốc cây thị và nhặt những trái thị chín vàng rất thơm, do các con dơi làm rớt. Không khí mỗi sáng sớm rất trong lành, sạch sẽ và mát dịu vì ít xe cộ qua lại. Trước nhà là một cái mương nhỏ để khi mưa thì nước lưu thông. Vì vậy trước ngõ người ta đặt các ống cống, trên làm

bằng phẳng để xe và người đi vô nhà, hai bên xây bục xi măng dài để ra ngồi ngó xe cộ qua lại. Sau phần này là cổng nhà làm bằng gỗ và có hai cánh cổng.

Đúng ra đây là nhà của ông bà Ngoại tui, có đất rất rộng, chung quanh là hàng rào khá cao bằng cây trà rừng, được cắt gọt ngay thẳng. Trên mặt hàng rào thường có dây tơ hồng màu vàng mà tụi tôi hay bứt xuống coi như là mì những lúc chơi trò nấu ăn. Tiền sảnh thì có 3 tủ bàn thờ, mặt trước khảm xa cừ diễn các tích trong truyện Tàu, như bàn đào kết nghĩa 3 anh em Lưu, Quan, Trương trong Tam Quốc, Lữ Bố hí Điêu Thuyền...

Hòa Hưng

Sau đó, gia đình tui dọn về ở cư xá công chức Hòa Hưng, gần khám lớn Chí Hòa. Tui còn nhớ khu này trước kia là một nghĩa địa chôn đủ thứ người. Sở dĩ tui được biết như vậy là vì khi gia đình tui dọn đến thì chỉ có vài chục căn nhà song lập, còn phần đất chưa xây nhà thì người ta tiếp tục đào lấy cốt của những ngôi mộ còn lại. Nhà tui ở số 10, lộ 50, lúc đó chưa có tên đường. Nhà số 8 đối diện nhà tui là nhà thầy Hai Hộ có 3 người con là Tấn, Bạch Lan, và Hưng. Vợ chồng thầy Hai đã mất trước 1985. Nhà số 9 bên kia vườn bông là nhà thầy Năm Tu (các con là Hương, Hội, Hòa, Hưng và Bạch Vân). Hai nhà này rất thân với nhà tui. Nhà 14 là nhà Thầy Bi... Nhà số 12 dính nhà tui số 10 là nhà thầy Châu, có anh Đạt. Dính với nhà thầy Hai Hộ là nhà của Ông Huyện Thơm, số 11. Khi ông Huyện mất thì bà Huyện vô chùa tu ở Gò Vấp.

Khu này gọi là Cư Xá Công Chức Chí Hòa, được chính phủ cấp cho các công chức. Hồi đó, Ba tui làm ở Bộ Kinh Tế nên cũng được cấp nhà. Khu cư xá xây trên nghĩa địa cũ, khi đào người ta gặp nhiều ngôi mộ lính Nhựt (có cả nón sắt, gươm) và được chính phủ Nhựt mang về nước chôn. Lúc đó là thời của các bản nhạc *Trăng Mờ Bên Suối, Dư Âm, Nhạc Rừng Khuya*... Hồi đó Ba tui trúng số độc đắc Tombola được một chiếc Renault 4 cheveaux (4 mã lực), số xe là NBC 473, có anh Ngọc làm tài xế.

Phú Nhuận

Sau này Ba tui mua lại nhà đất của ông Chong ở Nguyễn Huệ, gần ngã ba Chi Lăng - Nguyễn Huệ, còn gọi là ngã ba Cầu Cống. Nhà này trước đó 1 năm bán đến 3 lần, ông Tư Hô và thợ khi phá xuống có nói nhà bị ếm. Lúc ông Chong ăn tư gia thì lư hương bốc cháy, sợ quá nên bán. Khi mua căn nhà này thì Ba tui có xin phép cất lại một cái nhà vững chắc để ở được nhiều năm. Xin phép cất mà không được, không hiểu vì lý do gì. Năm 1964 (sau đảo chánh Tổng Thống Diệm) thì bản vẽ mới được chấp nhận.

Khi nhà cất xong thì tui mới biết lý do vì nhà này là nhà có 1 tầng lầu, đứng ở ban công trên lầu thì nhìn thấy hết miếng đất bên kia đường trước mặt, nghe nói là khu để nghỉ ngơi cho gia đình bà Ngô Đình Nhu (có vườn mãng cầu, hồ bơi...) Tui không tin dị đoan song năm đó cây quỳnh hoa trước nhà bỗng nở ra 12 bông thật đẹp. Cây hoa này theo như lối xóm cho biết là trồng đã lâu mà chưa bao giờ có hoa. Có người đoán là gia đình tui chỉ ở được 12 năm mà thôi. Thực ra ở được từ 1964 đến 1978 thì nhà bị cộng sản tịch thu. Ba tui cất nhà này rất chắc chắn, sàn và nóc nhà đổ bê tông mà trên còn lợp gạch hourdis (một loại gạch rỗng lòng) để chống tiếng động và hơi nóng. Mất căn nhà này Má tui buồn lắm. Tui có an ủi và hứa là sau này cố gắng có 1 căn nhà như vậy cho Má tui yên lòng.

Nhớ ngày xưa khi dỡ bỏ căn nhà cũ thì được người xây nhà cho biết căn nhà cũ này bị ếm. Theo chú thợ hồ nói cứ xây 5-10 căn nhà thì họ phải ếm 1 căn. Họ đưa cho Ba tui các giấy bùa rất cũ vẽ chi chít trên giấy đỏ mà họ gỡ trên cây đòn dông (cây cột chính, nằm dài theo chiều dọc trên đỉnh nóc nhà.) Điều này làm cho Ba tui nhớ lại trong 2 năm qua căn nhà này đổi chủ 3 lần, người chủ cuối bán nhà cho Ba tui cho biết khi cúng ăn tân gia thì bàn thờ bị bốc cháy... Chú thợ hồ xin được phép phá các bùa ếm và sau đó treo trước nhà tui một cái kính hình bát giác phía sau có đặt một lá bùa Lỗ Ban (chắc là tổ của ngành xây dựng.) Chú cho biết căn nhà đối diện bên kia đường, cây đòn dông của nhà này đâm thẳng vào cửa chính nhà Ba tui. Tui thì bán tín bán nghi chuyện bùa phép song sau khi nhà cất xong khoảng 1 năm thì anh em nhà đối diện gây gổ nhau kịch liệt và kết quả là phải bán nhà dọn đi nơi Xóm Gà, cũng ở Phú Nhuận. Họ cho biết là họ có thấy cái kính chiếu yêu của nhà Ba tui song họ không tin chuyện bùa phép này.

Sau đó, một hôm có một ông thầy bói mù đi ngang nhà và Ba tui mời vô nhờ xem bói, khi hỏi tuổi tác và một số câu hỏi khác ông này nói nếu ông nói đúng 4 câu chuyện đã có thì sẽ nói đến chuyện về sau và mới lấy tiền, còn sai thì ông ra đi. Bốn câu ông nói tương đối chính xác như Ba tui có 4 đứa con trai, Ba tui người uy nghi, là người ở quê lên không phải dân ở đây, và làm việc cho nhà nước. Sau đó ông đoán là Ba tui sẽ trụ căn nhà này khoảng 10-12 năm mà thôi và chết ở một nơi xa xa lắm khi đó chỉ có vợ và 2 người con bên cạnh. Ông nói muốn ghi chép thì ghi để xem coi có ứng nghiệm hay không? Sau này tui kiểm lại thấy bói khá đúng vì từ lúc xây căn nhà này và khi bị cộng sản tịch thu là đúng 14 năm! Khi Ba tui bịnh nặng thì bên cạnh Ba tui có Má tui và 2 người con là anh tui và em út tui. Em kế tui từ Pháp qua thăm Ba tui song hết ngày nghỉ nên trở về Pháp trước khi Ba tui mất. Má tui kể hôm em tui về Pháp thì Ba tui khóc, chắc Ba tui biết là sắp chết và không gặp đứa con này nữa. Như vậy khi Ba tui ra đi thì chỉ có Má tui, anh tui và đứa em út bên cạnh mà thôi.

Quanh Nhà Bà Chiểu

Từ Lúc Mới Sinh Ra

Sinh ra năm Quý Mùi, tuổi con dê núi, nhưng chữ Quý thì tốt nếu là con gái, còn con trai thì phải là chữ Nhâm, vì vậy theo tử vi đẩu số thì tui có số thong dong nhưng không được huy hoàng lắm. Có điều theo ngày giờ sinh thì có các sao về cung nô bộc, tức là những đệ tử rất tốt, bạn bè cũng thương mến... Ông thầy tướng số nói nhiều lắm (người ta nói ông này già mồm), Má tui hổng nhớ hết, đại loại nam mà sinh lọt cung Quý nữ thì sau này ắt có dợ đẹp, dợ giỏi phù trợ (thật ra là dợ chỉ huy - nói cho có văn vẻ vậy thôi.) Tui thì chẳng tin vào mấy ông thầy tướng này, song nghĩ là sẽ có dợ đẹp thì trong lòng cũng khoái lắm (ai mà không khoái?)

Lúc sinh ra ở nhà bảo sanh Ông Khải, ai ở khu Bà Chiểu thì biết nhà bảo sanh này hà, vì chỉ có cái nhà bảo sanh này thôi, hồi thời xưa đó. Nó nằm ở phía đối diện với chợ Bà Chiểu, vào thời đó nhà bảo sanh này như vậy là lớn rồi mặc dù thật ra nó chỉ là 4 căn phố ghép lại. Tui lớn lên thì ông bác sĩ Khải đã chết rồi, người tui biết là bác sĩ Dương, (toàn tên họ là Phan Ngọc Dương), rể của bác sĩ Khải, là người hậu duệ phụ trách nhà thương này. Ông bác sĩ Dương này đi tu nghiệp về sốt rét, cho nên ai bị bịnh đi khám, ông đều nói là bị muỗi cắn mà sinh bịnh (hơi tếu đó.) Nhà bảo sanh tui sinh ra ở cách nhà Ông Ngoại tui độ 500-600 mét thôi, nói theo kiểu bây giờ là 3 blocks). Bốn anh em tui đều được chào đời ở nhà bảo sanh này. Nghe đâu các cậu tui cũng vậy, tức là cũng được sinh ra ở đây. Tường nhà bảo sanh thì quét vôi màu trắng, nền lót gạch tàu đỏ, cũng sạch sẽ tương đối thôi.

Năm tui sinh ra, Pháp còn đô hộ miền Nam. Đến năm 45 thì gia đình phải đi tản cư ở nơi gọi là Gò Công Trao Trảo, vùng này nhà quê, hình như ở miệt Thủ Đức. Hồi tản cư thì miền quê này xài nước múc dưới sông lên, đánh phèn để lóng cặn dùng để nấu ăn và uống. Má tui kể hồi nhỏ tui thích ăn cơm với cải xá bấu (củ cải mặn) mà sau đó tui bị tướt, tức là đi tiêu chảy dữ lắm. Má tui đôi khi múc nước nấu ăn thấy rất dơ, có cục gì nổi lềnh bềnh trên mặt nước trong lu, Má tui sợ quá vì khi lấy chồng Má tui đang học năm thứ 4 ở trường Gia Long, còn gọi là trường áo tím hay trường các cô gái trẻ - École des Jeune Filles - nên cũng có chút hiểu biết về vệ sinh, và quyết định trở về nhà ông Ngoại tui mà không tản cư nữa, và đưa tui đi trị bịnh. Hồi đi về thì đi bằng xuồng tức là cái ghe nhỏ mà Ba tui thì nhát lắm, hễ thấy cái thuyền tròng trành là ông cần nhằn, nói biểu ở lại không chịu, nếu có chết thì chết một đứa thôi chớ mà ghe chìm thì ngủm hết cả nhà. Má tui thì lo tui chết nên nhứt định quay về. Đường thì là đường đất, thường trải một lớp đá tổ ong và đất sét, chưa có tráng nhựa như các con đường bây giờ đâu. Má tui kể, khi về nhà ông Ngoại thì tui tự nhiên hết bịnh, có lẽ do nước giếng sạch hơn nước sông.

Nhắc lại hồi còn nhỏ tui ở nhà được người khác gọi là cậu Ba. Tui thì ai gọi thẳng Sách hay cậu Ba cũng được vì tánh tui lè phè, sao cũng được. Tui có biết câu vè chế giễu chức cậu của những người được gọi là cậu như sau: "Cậu lậu một sườn, té xuống giường thấy... mẹ cậu." Cái chữ "thấy... mẹ" cậu chắc là người ta chửi mình đó, cũng khó hiểu một chút à nha. Tui thì nhớ một câu thơ của Tôn Thọ Tường khi bị người ta chửi như sau:

Trâu chó dù kêu chi cũng chịu
Thân còn chẳng kể, kể chi danh.

Con Nhà Tông

Tui sinh ra vốn dòng... thích viết văn, đó là cái gen di truyền vì tui kêu nhà văn, nhà báo tiên phong Nguyễn Chánh Sắt là ông cố Ngoại. (Ông cố Ngoại tui lại lừng danh về chuyện Chăng Cà Mum[1], thời đó người ta mê đọc chuyện này lắm và gọi ông Cố tui là ông Chăng Cà Mum.) Ông Cố và bà Cố sinh ra bà Ngoại tui và rồi đến Má tui (biệt hiệu là Thu Hồng) và Má tui sinh ra tui. Hồi nhỏ Má tui hay đọc thơ cho tui nghe lắm còn Ba tui thì chép những bài thơ hay thành một tập, tui hay lấy ra đọc khi lớn lên, nói chung thơ văn đã thấm vào máu tui hồi còn nhỏ, mà sau này thì lại học về khoa học mới kỳ cục. Thời kỳ từ sinh ra đến đi học tui sống rất hạnh phúc (*ngày trước biết gì, ăn với ngủ* - thơ Tú Xương).

---

[1] Ai thích đọc truyện này hay lắm thì tìm cuốn *Nghĩa Hiệp Kỳ Duyên* của Nguyễn Chánh Sắt do nhà xuất bản Hàng Thị tái bản năm 2021.

Tui ghét nhứt có bốn cái: thứ nhứt là hớt tóc, cây tông đơ mà lụt thì nó giựt tóc đau thấy... má luôn. Mấy ông thợ hớt tóc lại cạo mặt, cạo quanh lỗ tai, sau ót, mà cạo làm sao về nhà tắm nó rát thấy ông bà ông vải. Thứ hai là đi nhổ răng. Tui kể chuyện đi nhổ răng như sau. Hồi đó vì ăn kẹo kéo nhiều nên răng bị sâu mà là răng sữa nên Má tui dẫn tui đi nhổ răng. Ba tui mặc dù học Tây học, trông thì giống quan huyện lắm (Ba tui là quan huyện thật chớ không chỉ giống mà thôi), vậy mà nhát lắm. Ba tui không đồng ý cho tui đi nhổ răng vì con của bạn Ba tui hổng biết đi nhổ răng làm sao mà chết queo nên Ba tui sợ tui nhổ răng rồi... chết queo. Tui cũng sợ chết lắm chứ. Tui còn nhớ khi ngồi lên ghế để nha sĩ nhổ răng, tên ông nha sĩ là ông Ngô Quang Phát (có người em là Ngô Quang Doãn, hai anh em đều học bên Tây về.) Tui nói tui không muốn nhổ răng mà muốn ông nha sĩ bắt giùm tui con sâu trong răng nó làm tui bị nhức răng quá. Người ta hay nói sâu răng thì phải có con sâu chớ. Mà bắt con sâu thì lấy tay mà bắt nha, hễ mà lấy kềm, búa là tui cắn nha. Ông nha sĩ nói chỉ bắt con sâu thôi và biểu tui hả miệng ra. Tui liếc thì thấy ông ta giấu cây kềm sau đít ông ta và khi đưa tay cầm cây kềm vào miệng tui, tui bèn cắn một phát như tui đã nói trước... cắn như người ta cắn miếng thịt, thế là ông nha sĩ đâu có ngờ tui cắn, la lên một tiếng như ai cắt cổ vậy và la lên: "Bà ơi, thằng chó này nó cắn tui thiệt!" Tui tức cười, cắn là cắn thiệt (10 thành công lực) chứ có ai cắn giả đâu. Nhưng cuối cùng ông nha sĩ cũng nhổ được cái răng của tui.

Cái thứ ba mà tui ghét nhứt là chích thuốc. Nghĩ tới mũi kim nhọn mà đâm vào mông đít mình làm tui thấy đau thấu trời. Vì vậy khi bị bịnh cần chích thuốc là tui lỉnh đi mất, báo hại Má tui đi tìm lôi về chích thuốc. Cái thứ tư mà tui ghét thâm căn cố đế là mang giày mới. Thời đó mấy thợ đóng giày làm giày bằng loại da quá cứng, cho nên khi mang giày mới là bị phồng chưn do da chưn cọ vào giày có da cứng đó, rồi chỗ của chưn phồng lên đau thấy mồ tổ.

Ngày Xửa Ngày Xưa...

Theo thông lệ thì khi viết chuyện gì thì bắt đầu bằng lời Mở Đầu, văn vẻ hơn là lời Bạt, lời Phi Lộ... Bây giờ tui xin bắt đầu...

Rằng ngày xửa, ngày xưa, tại số 40 đường Hàng Thị có một gia đình kia sinh ra một cậu bé nặng 3 ký rưỡi, mặt mũi trông cũng khôi ngô tuấn tú và người ta đặt tên là Sách vì đứa đầu lòng tên là Điển (tự điển), ngày mà 2 vợ chồng sinh cháu bé này là tháng 6 ngày 10, năm 43, ngày đó là một ngày đẹp trời, nắng ráo, năm đó là Quí Mùi, tướng tinh cậu bé là con dê núi, sinh vào ban ngày nên con dê này có cỏ ăn đều đều, số không vất vả lắm song có 4 điều đại kỵ đã nói ở một bài trước. Tướng tinh là dê núi nên ngoài việc nhai so đũa thì cũng quậy phá thầy chạy luôn.

Ở cách nhà độ 3-400 mét có một trường học mẫu giáo, cô giáo là cô Sáu và chị Nhàn. Chị Nhàn coi cũng hiền từ, giọng nói hơi khàn đục song rất ấm. Chị không phải là con của cô Sáu song sống với nhau như mẹ con. Ngoài ra sau này có thêm cô Hai Trong và Cô Sáu Lành, dạy lớp Tư và lớp Ba. (Toàn là cô giáo không, nghe nói thì hình như chồng các cô đều đi tập kết ngoài Bắc hay vô Bưng gì đó.) Tui thì học cô Sáu và chị Nhàn, sau này thằng Khoa con của tui cũng cho đi học với chị Nhàn vì cô Sáu lúc đó đã qua đời. Đi học thì dùng viết có ngòi viết và chấm vào bình mực có dạng như trái mận để ở một cái lỗ phía trước bàn học. Học thì học vần xuôi như i thì đi học, đờ i đi... u thì đánh đu, đờ u đu... rồi đến vần ngược như chữ xưa thì đọc ư a ưa, xờ ưa xưa... Cả lớp cùng đọc râm ran vậy mà một năm thì đọc được. Phương pháp dạy cũng khá hay và có kết quả. Bốn anh em tui đều phải qua cái trường này cả. Hồi đó dọc đường có cái mương để nước chảy khi trời mưa. Khi đi học về thì đám con trai hay thách nhau coi đứa nào đứng bên nầy mà đái qua bờ bên kia. Mấy thằng cu thì bậm môi ráng hết sức bình sinh mà đái song chỉ có một thằng tên là thằng Bền là đái qua được bờ bên kia mà thôi.

Mối Tình Đầu

Hồi nhỏ đi học Má tui cho tui ăn mặc rất lịch sự, áo sơ mi trắng ủi thẳng nếp, bỏ vô quần sọt vải kaki màu xanh nước biển, trong túi lúc nào Má tui cũng nhét vào túi một khăn mù soa trắng, góc có thêu chữ S bằng chỉ đỏ, chân mang giày sandal, đầu hớt cao, tóc chải đường ngôi, rẽ tóc bên trái ít, bên phải nhiều. Tôi cũng hiểu chắc mình trông sạch sẽ, dễ thương và nổi bật vì trong lớp các bạn tui có vẻ lam lũ lắm. Con trai có đứa đi cẳng không, con gái có đứa mặc quần dài đen mốc thích, đi guốc xuồng, có đứa mặc áo vá nhiều chỗ, còn đầu tóc thì bù xù, có đứa có con chí bò lung tung trên tóc nữa. Có mấy đứa bạn chắc vì ở dơ không tắm hoặc tắm mà không có xà bông nên có mùi hôi, tập vở cũng lôi thôi, các tờ giấy tập bị xếp góc trông thê thảm lắm, dính đầy mực và mùi đồ ăn, vậy mà khi tập đọc tụi nó hả miệng đọc lớn lắm, giữa trưa hè nóng bức, dưới căn nhà lợp tôn vang vang giọng cô Sáu (mặt cô Sáu đầy nếp nhăn, nụ cười rất hiền từ lộ ra 1, 2 cái răng sún, nhớ đến cô Sáu tui rất thương và yêu mến lắm.) Cô Sáu đọc trước và nhịp nhàng lặp lại sau đó là tiếng của đám học trò con nít, một âm điệu tui không bao giờ quên được dù cho thời gian đã quá xa rồi, thời gian xóa đi cái gì chớ cái âm điệu ê a của đám học trò không xóa nổi trong tim tui.

Tui còn nhớ rõ cô Sáu cho tui ngồi bàn nhứt dù tui cũng hơi cao trong lúc vài đứa lùn hơn thì lại ngồi bàn sau (bất công à nha!) Tui biết là tui cũng dễ thương, mặt mày sáng sủa trong đám bạn học nên cô Sáu, chị Nhàn (cũng là cô giáo tui, song không biết tại sao kêu là chị) cũng hay vò đầu, bẹo má tui lắm và không gọi tên tui mà gọi tui là cưng: "Cưng đánh vần chữ này cho cô nghe..." Mấy đứa con gái trong lớp hay ở lớp bên cũng để ý đến tui nha, tui thấy khi tui ra sân giờ chơi, có đứa đứng gần tui thì đứa khác xô con nhỏ này vào tui. Có đứa đi gần tui rồi giả bộ quẹt tui một cái, tui cũng làm bộ không biết... Chớ thấy... cũng được, vì mình là con trai ngon mà. Sau này khi lớn lên thì tui nghĩ ra, chỉ là tụi con gái muốn quen biết với tui thôi (còn nhỏ xíu thì chắc không có tình yêu trai gái gì hết đâu.) Khi tui trưởng thành tình cờ gặp lại vài đứa vì nhà tụi nó cũng ở đâu gần đó thì tui cũng nhớ mặt vài đứa rồi cùng nhắc lại chuyện cũ hồi học ở trường mẫu giáo cũng vui vui. Như khi gặp con Phượng (con nhỏ hay hát bài *Nhà Việt Nam*), là họa sĩ khá nổi tiếng thời đó ở phòng triển lãm tranh ở đường Catinat (đổi tên ra đường Tự Do rồi đổi là Đồng Khởi sau này.) Khi gặp lại thì con Phượng đã có chồng và có một cháu bé (con gái đẹp thì người ta rước đi sớm), nhắc chuyện xưa rất là bùi ngùi xúc động lắm. Cái thuở học trò đó trên 60 năm mà tui vẫn thấy thương làm sao ấy. Cái cảm giác có lần về Sài Gòn, khi ngửi cái mùi hôi hôi của sình, cái mùi đó làm nức nở, làm lòng tui xao xuyến vô cùng vì nó làm tui nhớ lại thời thơ ấu, ngày đó tui có bạn bè, anh em và Ba Má tui, một khung trời ấm áp vô cùng, mà không cầm giọt lệ. Hôm nay viết lại không biết làm sao diễn tả cho được hết nỗi niềm thương nhớ này vậy.

Bác Sĩ Dương Và Thầy Sáu

Hơn 1 tuần tui bị ho cảm nên lấy hẹn đi khám bác sĩ xem cái Medi-Cal đang có nó như thế nào so với cái OHIP của bên quê nhà. Thật ra thì cũng gần như nhau song hệ thống của San Jose thì đa phần vô online lấy hẹn trước thì không phải chờ đợi dù rất đông người đi khám bịnh, thử máu... Lần đi khám bịnh thì bác sĩ nói bịnh mắc dịch này của tui không cần uống thuốc, vài ngày sẽ khỏi song cũng ra toa thuốc ho và trụ sinh. Tui thấy người Việt mình thường khoái uống trụ sinh, có lẽ người ta thích có thêm như chữ trụ (là cây cột trụ) cho sự sống. Lần đi khám bịnh làm tui nhớ hồi nhỏ Má tui dắt đi bác sĩ khi tui bị ho, sốt hay sổ mũi ở nhà thương (không phải nhà ghét nha) ông Khải. Hồi tui có trí khôn thì ông Khải đã qua đời nhường nhà thương cho con rể là bác sĩ Dương.

Thầy y tá là thầy Sáu, người nhỏ và ốm. Khi đi khám bịnh thì bác sĩ Dương biên thuốc vào một cuốn sổ to, thầy Sáu coi theo đó pha thuốc và chích cho bịnh nhân. Bác sĩ tên là Phan Ngọc Dương, người to cao, mập mập, trông giống bác sĩ, mặt ít cười (lạnh lùng), trên môi lúc nào cũng phì phà một điếu thuốc vấn (thuốc lá tự vấn - không phải là thuốc gói làm sẵn) và từ đó người ta gọi là nhà thương ông Dương. Hôm đó tui bị ho nên Má tui đưa tui đi khám ở đây. Phòng khám khá rộng, tường quét vôi trắng, nền lót gạch tàu màu đỏ, trong phòng chờ khám đầy người, mặt mày ai nấy đều xuôi xị, buồn xo, thỉnh thoảng sụt sịt mũi, hay ho. Thời đó thì ho thả cửa, ho hết tốc độ như muốn tống hết vi trùng trong người ra ngoài trời vậy, không như bây giờ ho thì lấy cánh tay che miệng như giữ vi trùng trong tay áo. Bác sĩ Dương vẫn ngậm thuốc vấn, bịnh nhơn khai tên họ, ông đặt ống nghe phía trước ngực , sau lưng và bắt thè lưỡi ra, ông ngó vô đó, vậy là xong. Ai bị nóng thì cặp thủy (nhiệt kế) ở nách. Trước khi cặp vô nách thì bác sĩ rẩy rẩy cái cặp thủy vài ba cái, sau đó bác sĩ lấy ra, đọc và ghi ghi chép chép. Đôi khi ông nhíu mày, rít một hơi thuốc và tui thấy ông coi bộ đã lắm. Bác sĩ Dương biên thuốc vào một cuốn sổ to, thầy Sáu coi theo đó pha thuốc và chích cho bịnh nhân.

Trái với ông bác sĩ, thầy Sáu ốm nhom, người nhỏ con, tóc hoa râm, trên cằm lún phún mấy cọng râu, có sợi bạc trắng, sợi còn đen thui. Trông thầy Sáu thấy rất tương phản với xếp bác sĩ. Thầy chạy đến bàn ông bác sĩ, đọc trong cuốn sổ của bác sĩ ghi, rồi đi lấy thuốc. Tui thấy thầy 6 lấy 5-

6 chai thuốc nhỏ, trong có chất bột, rồi chích vào mỗi chai đó một chất lỏng, tay cầm ống chích, tay cầm chai thuốc lắc qua lắc lại chắc là để trộn cho tan đều. Sau đó thầy Sáu cũng làm như vậy với 4-5 chai nữa, sau đó mỗi chai dùng ống chích rút một chút. Rồi thầy đọc tên, thầy Sáu kêu tên ai nấy dạ rồi vô chiếc bàn bên trong nằm cho thầy Sáu chích. Tui thấy khi chích, ai nấy đều nhăn mặt có vẻ đau lắm, xong thì để một miếng bông gòn và lấy tay xoa xoa chỗ chích. Tui cũng như mấy thằng bé khác sợ xanh cả mặt, có đứa chưa chích đã la khóc om xòm làm không khí rất là ảm đạm ghê sợ rùng rợn. Tui nắm tay Má tui thật chặt, cố gắng nén khóc mà người cứ run lên bần bật. Rồi thì sổ "phong thần" cũng đến lượt tui, Má tui dắt tui mà như là lôi tui đi và thầy Sáu phát cho tui một mũi chích vào mông đít, phải nói là đau thấy ông bà ông vải. Thầy Sáu còn dặn, vì là thuốc dầu, rất đau, thầy bơm chậm chậm, về nhà thì lấy chai nước nóng lăn qua lăn lại cho cháu cho thuốc mau tan. Chỗ chích của tui nó u một cục bằng trái chanh, cả tháng nó mới tan. Má tui hỏi thuốc gì mà pha 5-6 ống và ai cũng chích giống nhau. Thì thầy Sáu nói cái thời tiết này thì ai cũng bịnh như nhau, không ho thì sổ mũi, nghẹt mũi, nóng sốt, đau cổ họng, chảy nước mắt, nước mũi, nên bác sĩ pha đủ thứ, chích một phát trị đủ bịnh vì vậy phải pha 5-6 thứ thuốc là vậy.

Bây giờ nhớ lại tui cũng rùng mình mà cũng nhờ chích thuốc bá bịnh này mà tui còn sống đến ngày nay để mà ghi lại dây. Sau này em út tui có dịp hỏi bác sĩ Dương, thì ông cho biết tất cả đều là sinh tố C. Đi khám bác sĩ mà không được chích thì người mình chê bác sĩ dỏm, nên ai bị cảm cúm gì, dù không có thuốc trị, cũng phải chích cho một mũi, và dùng sinh tố C cho lành.

Cây Vú Sữa

Cây vú sữa nhà ông Ngoại tôi rất tuyệt vời. Những cây vú sữa vườn ông Cai, sau nhà ông giáo Ngãi và sát vách nhà cậu mợ Tư Đăng, trái vú sữa màu hồng nhung, trái nhỏ, cơm ít hột nhiều ăn dở ẹc. Người ta nói cây cối không có tình cảm, song đối với tui, tui thấy tui rất thương cây vú sữa này, trái to, vỏ mỏng, nạo ra rồi thêm nước đá, ăn lúc trưa hè, khát nước thì vô cùng tuyệt cú mèo. Ăn trái nhớ kẻ trồng cây, nhớ từng nhánh, từng dáng cây và nhớ những người chơi với mình hồi nhỏ, nhớ cả ông bà cha mẹ, ai bảo cây không có tình cảm... Như khi xưa, bạn ngồi cùng anh em, hoặc người yêu, dưới gốc cây vú sữa, cây mận... Khi bạn có dịp nhớ lại, nhìn lại tấm ảnh cũ, hoặc như trở lại vườn xưa sau bao năm sống xa... Những người muôn năm cũ, giờ ở đâu?

Hoa Trái Trước Sân

Nhà Hàng Thị ngày xưa có trồng nhiều loại cây rất quí. Tui không biết ai trồng cây hồng quân, trái to cỡ trái cau, thân cây cao lớn (đại mộc), hồi nhỏ tui hay trèo lên cao để nhìn ngắm các dãy núi Bà Rịa, Vũng Tàu hiện ra mờ mờ xa tít. Trái hồng quân lúc nhỏ màu xanh, trái rất tròn, lớn hơn 3 lần trái nho, ăn chát ngắt, khi chín thì màu đỏ hồng, giòn và rất ngọt, ăn cũng tạm được song không ngon lắm. Sau này tui không có dịp gặp lại cây hồng quân yêu dấu nữa. Hôm đi Hawaii ở đảo Maui, tui có đi lên khu trồng cây cố ý tìm cây hồng quân mà không thấy.

Cây quí tiếp theo là cây bòn bon, trái mọc ở thân và nhánh thành từng chùm như trái sung, song màu vàng, ăn rất tuyệt vời, thường thì nuốt luôn hột. Ít có ai trồng được cây bòn bon à nha.

Cây rất quí nữa là cây cà ri, mọc ở bên trái nhà nếu đứng ở cổng nhìn vào nhà. Cây này không biết trồng bao lâu mà cũng khá cao, hơn 2 mét, lá như lá cây chùm ruột, chà nát có mùi thơm và cay như cà ri vậy. Trái thì mọc thành chùm như chùm nho song nhỏ hơn nhiều, lúc trẻ màu xanh, khi già thì màu đen, trái có ít thịt và trong thì có hột. Anh Điền tui hay nhớ đến cây cà ri này, (không biết anh tui có duyên tình với cô Chà Và nào không), khi tui về Sài Gòn, anh không hỏi cây gì khác mà chỉ hỏi tui cây cà ri còn không, bây giờ nó bao cao, tui nói nó mất tiêu rồi!

Trước sân nhà có hai cây ngâu, cũng là cây quí nha, người ta hay đến xin mua bông ngâu rất thơm về ướp trà. Đến mùa thì bông ngâu mọc rất nhiều, nhỏ và tròn như trứng cá lóc màu vàng, vàng rực cả cây ngâu. Người mua trải tấm nylon dưới gốc rồi rung cho bông ngâu rớt xuống và gom lại, có vẻ trân quí lắm lắm, đem về ướp trà, họ nói là *dách lầu mậu pho* (thơm hết biết.)

Bên cạnh cái giếng là một cây cổ thụ vú sữa, gọi là cổ thụ vì cây vú sữa này to lắm, dưới gốc chia làm 2 nhánh mà mỗi nhánh to ôm không hết vòng tay. Trái vú sữa thì tròn như cái chén, khi chín thì phía dưới đít trái có ửng màu hồng nhạt, vỏ mỏng như giấy và ngon tuyệt vời. Tui thường hái vô, bóp bóp cho trái mềm, bẻ ra, mùi thơm nức mũi, một dòng nước đục như sữa chảy ra, và múc phần cơm màu trắng sữa, cho nước đá nhỏ vào ăn, ôi thôi ngọt lịm, mát cả ruột, tới giờ tưởng nhớ lại vẫn còn thấy thèm. Gần nhà có cậu Tường (con

bà Phó Khai, mà em là dược sĩ Mỹ Hạnh cũng ở San Jose này với chồng là anh dược sĩ Bảy mở nhà thuốc tây tên là Bay Pharmacy), hay lấy súng hơi (loại bắn chim), đạn là hột đậu xanh để hái những trái ở cao và khó hái. Nghe đâu trên cây này là có một ông Thần cư ngụ (vì cây quá to, cao và rậm rạp) và tụi tui gọi là ông Thần Cùi vì có người thấy ông đi cà thọt và cụt một chưn. Có lần vào lúc chạng vạng tối ông Ngoại tui thấy một ông già đứng ngoài cửa sổ nhìn vào trong nhà và ông Ngoại tui nói: "Giờ này mà còn đi xin ăn, tối rồi, thôi đi đi mai sáng mới có cơm..." Lúc đó có tui ở gần, tui không thấy mà hỏi thì ông Ngoại tui chỉ nói như vậy. Bà Ngoại tui thường mua các tĩn nước mắm hình oval trên có nắp đậy bằng đất nung màu gạch và để nhiều tĩn như vậy sau nhà bếp. Có một tên ăn trộm ban đêm vào xách hai tĩn nước mắm, khi ra đến cửa thì bị ông Thần xách gậy đập bể tĩn nước mắm, chuyện này bà Ngoại tui kể lại.

Tui ăn nhiều loại vú sữa trắng, vú sữa hồng nhung bán ở chợ ở Sài Gòn, ở Úc, ở Hawaii, ở Cali, ở Brasil... những nơi tui đã có dịp ghé qua, song chưa bao giờ thấy ngon tuyệt vời như trái vú sữa nhà ông Ngoại tui. Tui không có nói xạo đâu.

Các cây mai vàng mọc ở bên mé nhà thầy giáo Bảo, chắc lâu năm, cây to lớn tui hay trèo đánh đu, tới gần Tết thì lặt hết lá sau đó nhánh cây trổ đầy hoa rất đẹp, thường được cắt đem vô nhà chưng ở bàn thờ. Ở Toronto có người bạn cho một cây mai mà họ tưng tiu quí lắm, mùa hè bưng ra sân, mùa đông mang vô nhà (chăm sóc cực xịt máu), trồng hơn 5 năm mà cao chừng nửa thước, tui quí lắm song một hôm trời lạnh, quên mang vô nhà là cây mai chết queo, tiếc ui là tiếc quá chừng.

Cây Trái Vườn Sau

Nhà ở Bà Chiểu hồi đó nhiều cây ăn trái lắm, đất rất tốt, cây nào cũng xanh tươi, trái rất ngon, như cây mận trắng, mận đỏ, cây đào, sapôchê, cây ổi, cây nhãn, đu đủ... Giờ thì không còn nữa.

Phía sân sau nhà ông Ngoại tui có cây khế chua (bên hông nhà cậu Mười Hai và trước nhà cậu Tư), cây to lắm, đất tốt cành lá xum xuê, thân to bằng hai tay ôm, trái to hơn cái tô, lúc nhỏ màu xanh, chín thì màu vàng hơi hồng, các múi khía mọng đầy nước, ăn vô chua té đái, nhưng gọt ra từng múi, chấm với mắm ruốc sống hoặc mắm ruốc xào (với sả bằm, thịt bằm, ớt...) thì ăn tuyệt vời mệt nghỉ. Cậu Út tui hay chơi bạo lắm, cậu hay trèo lên cây khế này, ngồi ở chảng ba, hái trái khế chín, đập dẹp ra. Bây giờ ra các chợ Á Đông ở Toronto thấy trái khế được trân quí vô cùng, còn được kính trọng đặt cho cái tên mỹ miều là star fruit (tên nghe oai ghê), thực ra hồi đó mình không trân quí, coi thường nó, bây giờ muốn ăn để nhớ lại cái mùi quê hương thì xem giá là $5.99/lb thì hết dám mua ăn. Thế mới biết không phải con người mới lên voi xuống chó mà trái cây cũng có lúc lên ngôi là vậy. Than ôi, thế sự đổi thay vô thường quá.

Cây khế ngọt trồng trước nhà Xuân Mỹ thì nhỏ hơn mà trái chín ăn rất ngọt, lúc nhỏ tui hay làm chút muối tiêu sau khi ăn cơm và leo lên hái khế ăn tráng miệng.

Phía sau nhà tui ở, bây giờ là nhà gia đình Mai Hiên, thì có một cây me to vô cùng và gần bên nhà tắm của ông Ngoại tui là một cây vú sữa hồng nhung. Mặc dù lấy giống từ cây vú sữa trước sân, song không biết làm sao lại ra cái trái vú sữa rất lạ kỳ, bởi vì nó giống y chang cái vú của các cô, các bà, ở cuối có một cái núm hồng hồng, ai thấy cũng tức cười hết. Cây vú sữa này do tui trồng chắc không coi ngày nên mới ra như vậy. Cây me thì Ba tui trồng hồi mới lấy Má tui. Vì hồi đó đất không có phân ranh rõ nên cả hai cây đều nằm trong đất của bà Phó Khai. Đất ở nhà ông Ngoại tui thì rất tốt, thuộc loại đất cát, trùn dế làm hang ổ rất nhiều nên đất rất xốp, cây trồng vài năm ở đây cao lớn bằng hai các cây trồng nơi khác.

Phía gần cái giếng thì có cây lý, lá rất nhiều, che rợp một phần sân. Trái thì trông vô cùng đẹp mắt, to bằng trái cam, bẻ ra mùi thơm lừng nức mũi mà ăn thì tui thấy không ngon bằng trái mận.

Ngang hông nhà ông Ngoại, trong sân trước nhà mợ Tư, trước đây xây một cái nhà để xe của cậu Mười Hai tui, sau xây thành nhà cho Xuân Phan, có một cây cũng lừng danh là cây quí, đó là cây likima, trái cũng to bằng nắm tay, lúc nhỏ màu xanh, khi chín thì màu vàng. Cây này nhiều mủ, trắng đục như vú sữa - các cây nhiều mủ thì dễ tử ẻo khi tiếp xúc với thuốc khai quang. Thường thì trái vừa chín tui hái vô nhà bỏ vô một cái hũ sành, thắp một cây nhang và đậy kín lại. Hôm sau mở ra các trái mới hôm qua hơi hườm hườm, hôm nay chín vàng tươi, da nứt ra, cơm màu vàng rực rỡ, cơm ăn như có chất bột, thơm lắm, song Má tui không cho ăn nhiều, có lẽ trái cây hơi độc.

Trước cây likima là cây chùm ruột, trái mọc đầy thân. Trái cũng khá to, ăn hơi chua, song chấm với mắm ruốc, muối ớt thì ăn quên thôi. Phía hàng rào chỗ nhà Ba Cảnh là cây xoài tượng, cây cao mút chỉ mà trái không to bằng trái cây xoài ở nhà mợ Năm Mai. Song hái xuống ngâm nước cam thảo, ăn với mắm ruốc sống, kèm một khoanh ớt thì ngon trời biết.

Ngoài các cây trái quí (sau này đốn hết để xây cất nhà) còn nhiều cây trái khác như cây điệp vàng (trái như trái đậu cô-ve), lúc trái già ăn cũng chát chát (*buồn miệng nhai nhai nhổ nhổ*) cũng vui. Cây sê-ri, trái nhỏ ăn chua, không lấy gì ngon lắm. Các cây chuối sứ, chuối cau, chuối hột cũng có trong sân vì bà Ngoại tui trồng để lấy lá chuối gói bánh tét, bánh ú.

Lại Chuyện Hoa Trái Vườn Xưa

Nhà ở Hàng Thị được bao bọc bởi một hàng rào bằng cây xanh và lâu lâu phải nhờ người ta cắt xén giùm. Hàng rào này là cây gì vậy? Thực ra là trồng loại trà rừng, hơi khác giống trà trồng ở Bảo Lộc, Lâm Đồng, tuy nhiên vẫn là loại cây trà cho nên hồi nhỏ thì tui hay hái lá non phơi khô, pha nước sôi thì uống như trà mua ở ngoài chợ. Trên mặt cây trà thỉnh thoảng có một loại dây màu vàng óng, tui đã có kể rồi là anh chị em hay hái xuống và chơi nấu nướng như nấu mì vậy đó. Cây dây đó gọi là dây tơ hồng, đúng là *dây tơ hồng không trồng mà mọc...*

Kế đến là cái giếng mà gia đình dùng dây cột thùng nước mà kéo lên bằng tay, hay quay cho dây cuốn vào trục nằm ngang. Giếng khá to, như cái ống, phần trên xây bằng gạch, phần dưới thì nở rộng ra không có xây gạch. Hầu như trước khi có nước máy thì mọi người đều dùng để tắm, nấu ăn... Tui rất thích ra giếng tắm vì khi chà xà bông thì nước giếng xả rất sạch và mau hơn xả bằng nước máy, có lẽ là do nước giếng còn pha chút đất sét chăng?

Nhà ông Ngoại tui còn có nhiều cây lạ và quí lắm mà tiếc quá con cháu chặt, chặt hết. Hồi Ba tui mới cưới Má tui Ba tui hay trồng cây lắm. Cây me rất to ở bên cạnh nhà tui bây giờ gia đình anh An ở là Ba tui trồng đó. Hồi đó ranh đất không rõ nên Ba tui trồng sang đất của bà Phó Khai. Sau này cây to lắm và thuộc về nhà người ta. Khi Ba tui lớn tuổi ông nói bây giờ chặt một cây cũng không dám vì đâu còn giờ để chờ cây có hoa, trái. Hồi dời nhà về Cư Xá Công Chức ở Hòa Hưng thì Ba tui trồng một vườn mãng cầu ta, giống lấy ở nhà ông Ngoại tui, trái to và ăn ngọt mà dai, thịt nhiều, hột ít. Mỗi lần sau cơn mưa thì trái mãng cầu nở gai ra và chín, nhưng ăn liền thì hổng ngon mà để vài hôm thì ăn tuyệt vời.

Ngoài ra còn có mấy cây mai vàng to lắm, tôi hay trèo lên ngồi trên cây chơi. Mỗi khi gần Tết thì tụi tui hay leo lặt lá, sau đó thì cậu Năm tui ở Ngã Tư Bình Hòa đến và cắt một số cành để chưng bàn thờ. Bông mai vàng to và đẹp lắm. Trong nhà có 3 bàn thờ, một ở giữa nhà và 2 tủ bàn thờ 2 bên. Phía trên thờ Phật Thích Ca Mâu Ni, phía dưới thì tui thấy thờ ông Địa, mỗi tối thì ông Ngoại tui ra lấy dùi đánh chuông và thắp nhang, ông Ngoại tui không quên ngày nào cả. Tui thì hay phá nên đôi khi lấy dùi đánh lung tung, ông Ngoại tui không la rầy, mà chỉ nói con không nên làm vậy vì mỗi lần đánh chuông là Phật, Ông Bà tụ về, nên tui không phá nữa. Nhiều lần bà Ngoại tui cúng xoài, chuối, bánh rất ngon.

Có Con Rắn...

Nhà Bà Chiểu, 40 Hàng Thị, là một ngôi biệt thự xây cất rất xưa, thuở đó chưa có xi măng nên người ta dùng một loại keo gọi là ô dước trộn với vôi bột để làm chất kết dính như xi măng bây giờ. Keo đó là nhựa cây ô dước hay ô dược, người ta nói ở miền Nam mọc rất nhiều, cây to, cao, nhựa trộn với vôi, cát làm hồ để xây nhà, hồ này không chắc chắn như xi măng bây giờ. Khi bước vào bậc tam cấp bằng xi măng thì có một hành lang rộng. Phần nền dùng đá xanh Biên Hòa để làm nền móng cho nhà, vì vậy có nhiều lỗ hang trong đó. Một hôm tui đi bắt dế, thấy một cái lỗ dưới nền nhà ông Ngoại tui, tui nhìn vào thì thấy có một con gì nhúc nhích trong đó, không chắc là ổ dế. Tui bèn rủ anh Ba Cảnh Hù lấy nước đổ vào hang thì một hồi con vật trong đó bị ngộp nên bò ra. Đó là một con rắn hổ lửa có 3 cái đầu, 1 đầu lớn ở giữa và 2 đầu nhỏ ở 2 bên. (Sau này khi đi học ở trường Taberd Sài Gòn tui lại gặp 1 con rắn hổ nữa cũng có 3 cái đầu như vậy.) Nó bò chậm vì chắc uống nước quá nhiều. Tui và anh Ba Cảnh sợ tá hỏa tam tinh, chạy la um sùm và tìm cây đập chết con rắn. Ai nấy đều hết hồn vì chỗ hang rắn là nơi các anh chị em tui hay đến chơi, may mà không ai bị con rắn 3 đầu nó cắn. Con rắn dài hơn nửa thước, đầu hình tam giác màu vàng đỏ, vảy rất mịn như con lươn. Hú hồn hú vía.

Nhà ông Ngoại tui lúc đó có nhiều cây cối rậm rạp, cành lá vươn ra rất sát mái nhà. Có một hôm tui nằm ở bộ ván gỗ mun giữa nhà, gần giường ông Ngoại tui, tui bỗng ngó lên phía xà nhà nơi đó các cây đòn ngang, dọc của mái nhà (nhà không có đóng trần nhà, kiểu các nhà xưa) thì tui thấy có 2 con rắn lục xanh lè nằm cuộn khoanh trên đó. Cậu Út tui đi kêu bạn nối khố là cậu Tường đem súng hơi qua bắn. Ba tui thì lấy cây tre dài (dùng để hái trái vú sữa) ra phục kích đón phía ngoài vì Ba tui đoán là nếu bắn hụt thì 2 con rắn sẽ bò ra ngoài và theo nhánh cây gần nhà mà rút lui chạy trốn. Thật Ba tui tiên đoán như Khổng Minh (Vua phục kích và lui binh), súng bắn nghe phịch, phịch... làm bể cả mấy miếng ngói mà không trúng con rắn nào cả. Hai con rắn tỉnh giấc, sợ quá trườn theo đòn ngang và chui ra qua nhánh cây mà Ba tui đã hờm sẵn. Thế là như Lữ Bố múa cây Phương Thiên Họa Kích (tam chiến Lữ Bố của 3 anh em Lưu Quan Trương trong chuyện Tam Quốc Chí), Ba tui quơ cây tre dài đập lia đập lịa làm 2 con rắn rơi xuống đất chết queo. Ai nấy đều reo vui và nể phục Tám Phùng (Ba tui) lắm. Ba tui nói Tám Phùng trên đời này chỉ ngán bà

Phùng Há hát cải lương, vì trên thế gian này chỉ có bà vừa phùng vừa há được mà thôi (nói tiếu lâm chơi), còn Ba tui chỉ có phùng được thôi. Thật ra Ba tui hồi nhỏ ở quê Bạc Liêu nên rành mấy cái vụ bắt chuột, rắn lắm.

Có Phước Hay Có Tội?

Tui xin nói sơ qua nhà ông Ngoại tui có 4 tên bị té cây. Má tui hay nói cha mẹ *có phước có con biết lội mà có tội có con biết trèo* (cây).

Thứ nhứt là cậu Út tui. Tên là Sơn mà vì hay bịnh nên có thêm tên ngoài sổ bộ là Mạnh. Cũng vì vậy nên ít ai biết tên thiệt của cậu Út là Sơn. Cho nên dì Hai Điền khi sinh con trai thì cũng đặt tên là Sơn. Cậu Út tui có lần nói giỡn như sau: "Tui biết Chị Hai ghét tui nên đặt tên con là thằng Sơn để kêu tên tui la rầy cho bỏ ghét." Vì là con út nên Cậu này được cưng nên phá lắm. Có lần cậu trèo cây vú sữa và với tay hái sao đó mà rơi xuống đất, nghe nói là rơi khoảng 5 mét từ trên cao đó, mà không sao, lớn lên còn cao nhứt nhà, cỡ 1 mét 8.

Người thứ 2 té cây vú sữa là anh Ba Cảnh mà tui hay gọi là anh Cảnh Hù ("củ hành"). Anh này cũng té cây vú sữa mà may phước rơi xuống hàng rào kẽm gai nên thoát chết, chỉ bị kẽm gai làm rách một đường dài phía bắp vế chưn, để lại một cái sẹo dài. Người thứ 3 là anh Năm Chiếu, trèo cây ổi phía trước bên nhà của Cậu Tư (Ba của anh Năm Chiếu), với tay hái ổi và rơi xuống đất, phải đưa vô nhà thương cấp cứu. Người thứ 4 là tui. Hôm đó tui leo cây ổi này với gói muối tiêu, đang ngồi trên một nhánh và thưởng thức 1 trái ổi bỗng bị bật ngửa rơi xuống đất, may là nhánh gần đất nên tui chỉ bị tức ngực một chút mà thôi.

Nhà có cây trái nhiều cũng lắm tai nạn.

Địa Lý, Phong Thủy, Dị Đoan

Nếu từ ngoài đi qua cổng nhà thì bên phía trái cổng có một cái gò mối. Thật không phải là một gò mối thường mà nó khá cao, gần 1 mét và có dạng như một cái gò đất nhỏ. Mỗi khi cần đất sét để nhào nắn các xe hơi, xe tăng hay vò viên rồi nướng cho cứng làm đạn để bắn chim, cắc ké, trái cây, thì tui ra gò mối này đào một lon đất. Đất sét ở đây rất mịn và tốt hơn ở gần bờ giếng, có lẽ người ta đào giếng gặp lớp đất sét và đổ lên quanh miệng giếng. Đất sét giếng này có lẫn nhiều đá đỏ nên không mịn. Cứ như nhìn xuống giếng thì thấy lớp đất mặt ở nhà ông Ngoại tui khá dầy trên 2-3 mét, sau đó tới lớp đất sét này. Có lẽ nhờ lớp đất mặt khá dày và màu mỡ nên các cây trồng hết sức to, cao và cho nhiều trái. Lại nhờ lớp đất sét không thấm nước mưa xuống mất đi nên cây cối rất xanh tươi. Còn một điều nữa là ngoài hàng rào trước nhà có rất nhiều cây mắc cỡ, một loại cây mà sau này đi học tui mới biết là làm cho đất thêm màu mỡ. Cây mắc cỡ là một cây độc nhứt vô nhị, có lá có thể cử động được khi bị đụng hay rờ đến. Cây này cũng như cây thơm ổi là những cây khi nhìn thấy lòng tui lại nao nao nhớ đến những kỷ niệm thời ấu thơ của tui.

Có lần tui đang chơi ở trước cổng nhà thì có một nhà sư già đi ngang qua và ông này ngó vào nhà ông Ngoại tui. Ông nhìn tui rồi cười cười chỉ cái gò mối và nói nhiều câu với tui mà tui chỉ nhớ lỏm bỏm là phước ông hà để khu đất cho con cháu, sau này có nơi sinh sống. Ông này nói nhiều lắm song với đầu óc non nớt của tui thì không hiểu thấu và không nhớ nhiều. Về sau tui hiểu là có lẽ ông sư này là người hiểu về địa lý, phong thủy gì đó mà nói về nhà ông Ngoại tui.

Phía sau nhà ông Ngoại tui là xóm nhà lá nằm xen kẽ với các ngôi mộ đắp bằng đất. Phía đầu ngôi mộ thường có dựng một tấm đá xanh đục tên người chết và ngày tháng qua đời. Có lần tui đi dạo qua các ngôi mộ này và tui hay tò mò xem ngôi mộ đó của người nào, chết cách nay bao lâu, thực ra tò mò chớ tui còn nhỏ làm sao biết ai là người nằm dưới mộ. Có lần tui đi thăm một thằng bạn mà nhà nó là chủ trại hòm Tobia, thằng bạn tui nói "Hòm của nhà tao bán là tốt hết xẩy vì Má tao nói có người nào chôn vào hòm của nhà tao mà chê là hòm xấu đâu?" Tui cũng công nhận là thằng này nói đúng vì tui thấy hòm Tobia bán chạy như tôm tươi vậy.

Về đêm có người ở xóm nhà lá này nói con ma nằm dưới mộ hay leo lên tấm bia mộ mà ngồi, có khi con ma nó cười nghe rợn tóc gáy mà có khi nó khóc nghe ghê lắm. Vậy mà khi tui biểu họ tả con ma ra làm sao thì họ nói là tối quá nên nhìn không thấy rõ được, chỉ biết đó là con ma thôi. Khi trời tối thì có ai cho vàng tui hổng dám bén mảng đến đây. Thực ra tui rất sợ ma, mặc dù chưa gặp nó lần nào và lại hay hát nghêu ngao:

Ò e Ma Da đánh đu, Tạc Dăng nhảy dù Zorro bắn súng.
Chết cha con ma nào đây làm tao hết hồn thần lằn cụt đuôi.

Đến bây giờ tui vẫn nhớ bài hát này và cũng không hiểu bài hát nó nói cái gì mà hầu hết mấy thằng bạn tui đều thuộc bài hát này ráo trọi.

Về sau này, thằng em họ tui là Thuận còn hát bài Tiểu Đoàn 307 như sau:

Ai đã từng đi qua bãi tha ma, bãi tha ma có nhiều ma lắm
Ai đã từng nghe tiếng ma cười, tiếng ma cười nghe rợn tóc gáy...

Mấy gia đình ở xóm nhà lá tui biết hết vì mỗi lần đi với bà ngoại tui đến nhà họ để lấy tiền nợ, thì phía sau nhà là bà Hai An, kế là nhà của mợ Ba Cân, mỗi ngày gánh bán đủ thứ bánh mà tui thích nhứt là bánh có hình một khoanh tròn, màu cam và có rắc mè đen, cắn vào giòn rụm ngon lắm. Kế bên là nhà ông Chín Ốm (vì ông ốm nhom.) Ông này sống bằng nghề bán vé số và đánh số đề, tui không hiểu số đề là gì mà cứ mỗi sáng khi thức dậy bà Ngoại tui hay hỏi tối con nằm mơ thấy con gì? Tui chỉ biết nếu nói tui thấy con dê là bà Ngoại và nhiều người đánh số 35. Có khi tui thấy con thỏ, bà Ngoại tui nói đó là số 8. Vì có lần tui nói mà họ đánh trúng nên hay hỏi tui lắm. Cả xóm hay bàn bạc về số đề lắm.

Con Ma Cây Thị

Ngày Lễ Halloween, các cửa hàng ở San Jose chưng bày nhiều hình ma quỷ và đồng thời với nhiều trái bí rợ màu vàng rực. Nhân đó tui xin kể về chuyện ma, con ma mà hồi nhỏ tui rất sợ. Bạn có thể nào không sợ ban đêm, khi tối thui mà bước xuống giường và có một bàn tay lông lá và lạnh ngắt dưới gầm giường nắm lấy chưn của bạn không? Tui chắc bạn dù chỉ tưởng tượng cũng hết hồn hết vía đến nổi da gà, rợn tóc gáy phải không?

Hồi đó (khoảng 1949-50), khu Bà Chiểu còn vắng lắm. Từ nhà ông Ngoại tui đi đến trường cô Sáu (sau này cô Sáu đặt tên là trường Huỳnh Thị Sao, không biết là tên của ai nha) phải qua một bãi đất trống mà sau này là cư xá Phú Hữu, nơi có nhà của Thành Được và Út Bạch Lan. Nhưng ngày xưa khu đất này đầy cỏ rậm rạp và ở đó có nhiều cây thị to, cao và đầy vẻ âm u huyền bí rất dễ sợ, nhứt là lúc trời sụp tối. Ban ngày tui và bạn bè anh em hay ra đây đá banh, song chiều về thì không đứa nào dám ra đó. Mấy con dơi hay đáp vào các cây thị để ăn trái thị chín và hay làm rớt xuống đất, vì vậy mỗi sáng tụi tui hay ra sớm để lượm. Cây to cao lắm nên không thể dùng cây sào hay dùng ná thun để hái hay bắn được. Hồi đó mỗi sáng tui hay chạy ra để lượm một vài trái thị to bằng cái chén, màu vàng lườm và đem về nhà thì thơm nức mũi luôn.

Một hôm tui nghe bà Tư Tèo (vợ của ông thợ may Tư Tèo ở xóm nhà lá sau nhà ông Ngoại tui) kể chuyện là có một bà bạn đi bán hàng về khuya, khi đi qua khu này thì nghe cái bộp, bà tưởng trái thị rớt nên chạy lại tính lượm thì bà tá hỏa tam tinh, bà thấy một cái đầu lâu chớ không phải trái thị, rồi lại nghe lộp bộp thì hóa ra các khúc xương trắng hếu rơi xuống nữa và bà bỏ chạy thì các khúc xương này ráp lại thành bộ xương người rượt theo, bà này chạy trối chết quăng thúng, quăng đòn gánh, vừa chạy vừa la bài hải là "Ma, trời ơi Ma nó rượt tui!" Tui nghe xong sợ lắm nha nên tối tui kể lại cho ông Ngoại tui, ông nói chuyện bá láp, tuy nhiên dù ông Ngoại tui không tin song đối với tui thì mỗi lần đi ngang qua đám cây thị này tui thấy rờn rợn sao ấy, tui dòm trước dòm sau mà nếu nghe cái gì rớt cái bộp là dông liền, tui sợ lắm. Ông Ngoại tui nói cái gia đình Tư Tèo này kể chuyện tầm bậy tầm bạ hù cho con nít nó sợ, làm gì có ma, khó tin lắm. Ông Ngoại tui còn nói vợ chồng Tư Tèo đẻ đứa con gái đầu lòng đặt tên là con Si vì hồi đẻ bà này nằm chiêm bao thấy con chó Si. Đứa thứ 2 thì suýt chút nữa là đẻ rớt, không đi nhà thương kịp nên đặt tên là thằng Rớt. Kế tiếp đẻ con gái đặt tên là con Lượm... Ông Ngoại tui hay nói thiếu gì tên đẹp như tên các bông hoa mà đặt tên cho con như vậy, lớn lên nó oán cho mà coi.

Và mỗi khi đi học về qua khu đất này tui và các bạn hay hát bài hát này, hát to lên cho đỡ sợ. Tụi tui hát:

Chiều ơi lúc chiều về bà vãi đi tu,
Ông thầy chùa ngồi khóc hu hu, hỡi chiều.

Rồi cả đám ù té chạy về nhà.

Sau đó, một hôm vào trời chạng vạng tối, mưa lất phất lâm râm, có một bà già chạy ù vào nhà ông Ngoại tui, vừa thở vừa run và nói lắp bắp: "Làm ơn cứu tui... Nó rượt theo tui sợ quá, cứu tui..." Lúc đó tui đang nghe ông Ngoại tui kể chuyện về ông Ngoại tui thấy con ma ở cây vú sữa trước nhà, nên bà này làm tui hoảng quá, chạy lại ôm ông Ngoại tui. Ông Ngoại tui nói: "Bà ơi, chuyện đâu còn có đó, bình tỉnh lại đi bà." Song bà già mặt mày tái xanh, chưn trần vì chắc quăng đôi guốc ở đâu đó mà chạy cho lẹ vừa thở hổn hển vừa lắp bắp: "Ông ơi, đóng cửa lại, cứu tui, nó rượt tui sắp tới rồi đó." Ông Ngoại tui ra đóng cửa cho bà này yên tâm rồi mới chờ bà này bớt sợ, vặn thêm đèn cho sáng làm cho bà bình tĩnh mà kể lại tại sao bà lo sợ như vậy.

Bà nói: "Tui đi xe ngựa từ Đất Hộ (Đa Kao) về họ cho tui xuống chợ Bà Chiểu trước Tiệm Cầm Đồ Hứa Phước Mỹ xéo xéo với Nhà Thương Ông Khải và tui cầm giỏ đồ ăn mới mua và tui đi bộ về nhà tui ở xóm Lò Heo Cũ. Trời khá tối và mưa lai rai nên đường vắng tanh, tui thấy hơi sợ nên rảo bước về nhà. Khi đi qua khu đất đầy cỏ dại, các lùm cây mọc um tùm kế bên mấy cây thị to lớn, tui vừa đi vừa niệm Phật... *Nam mô đại từ đại bi cứu khổ cứu nạn Quan Thế Âm Bồ Tát...* Tui niệm Phật liên tu nhiều lần, vừa cắm đầu đi rảo bước khi qua khu đất này. Bỗng tui nghe hình như có ai rảo bước theo sau lưng tui đó ông. Tui vừa niệm Phật lớn hơn vừa đi lẹ hơn, tui không dám ngoái đầu nhìn lại song chưn tui như quíu lại, tui bỏ guốc và từ từ nhìn lại... Ôi trời ui, tui thấy một con ma cụt đầu đang ở sau lưng tui. Tui quăng giỏ đồ ăn, chạy thục mạng , vừa chạy vừa niệm Phật vừa la song la không được hình như có ai bịt miệng tui lại... Kế là tui lủi đại vô nhà ông vì tui thấy còn mở cửa. Ông ơi ghê quá bây giờ ai mướn tui tối mà đi qua chỗ này, cho vàng tui cũng không dám đi đó ông."

Sau đó ông Ngoại tui biểu cậu Út tui cầm đèn pin đi lượm giỏ đồ ăn và đôi guốc về cho bà này. Ông Ngoại tui nói có lẽ bà này lo sợ nên bị ảo giác và mời bà uống một chén trà nóng cho ấm bụng và bớt sợ. Ông Ngoại tui lúc đó mới nói có ma thực chớ không phải không có đâu. Song ma thường xuất hiện nhất những người yếu bóng vía và những nơi hoang vắng vào ban đêm, nên ít có ai thấy ma, và mỗi người tả con ma mỗi cách khác nhau nên không biết hình con ma ra sao cả.

Ăn Cướp Đánh Nhà

Lâu lắm rồi, hồi đó còn đồn Bảo An của Pháp nằm đối diện với nhà thầy giáo Bảo (Ba của cậu Nhi và em là Mẫn mập.) Hồi đó cậu Mười Hai Quang còn sống và cậu Út Mạnh hay ban đêm thả bộ lang thang qua xóm nhà lá phía sau nhà ông Ngoại tui. Trước đó ông bà Ngoại tui có mướn một người làm tên là anh Quảng, có lẽ cùng quê ở Châu Đốc lên Sài Gòn kiếm sống. Tướng tá Quảng bậm trợn, to con và rất khỏe mạnh. Một hôm trời nắng tốt bà Ngoại tui mới đem đồ trang sức ra rửa và phơi. Không dè tên Quảng này ngó thấy nên động lòng tham. Sau đó nó xin nghỉ việc. Không ai ngờ là một buổi tối kia bất ngờ nó đột nhập vô nhà bằng cửa trước. Lúc đó trời mới chạng vạng tối nên 3 cặp cánh cửa còn mở. Phía trước nhà ông bà Ngoại tui thì phải đi vô bậc tam cấp và có 3 cặp cửa sau hành lang trước nhà. Ba cặp cửa này ngoài các chốt còn được cẩn thận cài mỗi cửa một cây song hồng (thanh gỗ cứng gài ngang qua cửa.) Ông Ngoại tui ra thắp nhang bàn thờ giữa (bàn thờ giữa thì thờ Phật, bàn thờ 2 bên thì thờ Ông Bà Cha Mẹ), đang gióng chuông và cầm bó nhang cháy nghi ngút thì thằng Quảng đi đến và định khống chế ông Ngoại tui. Ông Ngoại tui rất gan dạ và can đảm, mặt dù thằng Quảng rất khỏe, ông Ngoại tui lấy chùm nhang chích vào mặt tên cướp, nó đau quá nên lấy tay phủi và vì vậy cái khăn bịt mặt bị rơi xuống. Ông Ngoại tui nói: "Tưởng là thằng nào chớ mày là thằng Quảng, sao mày lại đi ăn cướp?" Thằng Quảng ôm và vật ông Ngoại tui định khống chế để khảo của. Ông Ngoại tui la lớn: "Ăn cướp, ăn cướp! Bớ làng xóm, ăn cướp!" Cậu Mười Hai tui đang ở dưới nhà vội vã chạy lên cứu ông Ngoại tui. Thằng Quảng bỏ ông Ngoại tui nhảy ra oánh nhau với cậu Mười Hai tui. Cậu Mười Hai tui xuống tấn tay tả, tay phải tấn công kịch liệt, nó chống đỡ đến sút đôi giày ra. Cậu tui đấu với nó dăm ba hiệp, biết mình không oánh lại nó nên phóng ra cửa trước và chạy. Thằng Quảng phi thân đuổi theo. Cậu Mười Hai tui chạy thục mạng, co giò phi thân qua cửa cổng. Cửa cổng lúc đó đóng, cao khoảng gần một thước ở phần giữa. Cao như vậy mà cậu Mười Hai tui (vốn người mảnh khảnh và hơi thấp) chạy thục mạng và phi thân qua cái rụp, chạy thẳng vô bót Bảo An cầu cứu. Nay nói về cậu Út Mạnh tui, hễ buổi chiều khi cơm nước no nê thì đi qua cổng sau nhà để đến xóm nhà lá tìm bạn vui chơi. Lúc bấy giờ thì còn ít người nên cậu Út hay đem theo cái còi tu hít, nghe la cướp cướp thì cậu Út lấy cái còi ra rồi lấy hơi thổi nghe rét rét... Khi thằng Quảng rượt theo cậu Mười Hai thì nó nghe tiếng còi rét rét, nó bở vía nên vọt ra cổng tẩu thoát. Cả nhà hết hồn hết vía và khi lính đến thì mọi việc đã xong rồi, chỉ còn đôi giày thằng Quảng bỏ lại. Ông Ngoại tui phải khui rượu sâm banh đãi tụi lính một chầu gọi là tạ ơn đã chịu khó đến cứu. Lúc đó cậu Út tui mới về nhà còn hỏi: "Ăn cướp nhà nào vậy? Tui nghe cướp cướp nên rút còi thổi te te, rét rét..." Thật là tếu, nhà mình bị ăn cướp mà cũng không biết.

Quanh Nhà Hòa Hưng

Một Vòng Trong Lối Xóm

Trước mỗi nhà ở Hòa Hưng đều có treo một cái thau bằng nhôm và một cây sắt, mục đích là để báo động khi nhà bị cướp. Có hôm bà cô Bảy của tui, lúc đó ở chung với gia đình tui, không biết thấy cái gì mà gõ um lên khiến cả xóm vác gậy chạy tới cứu, cuối cùng không có gì cả. Khu nhà này trước là khu nghĩa địa, chôn đủ thứ người. Có lần tui lén đi xem người ta bốc mộ thì là ngôi mộ của một binh sĩ người Nhựt vì chỉ có cái đầu còn đội nón đựng trong một cái hộp gỗ còn tốt và cái đầu còn nguyên vẹn được ướp một chất bột trắng mà người ta nói đó là đường cát. Sau này đọc sách thêm tui mới biết khi một sĩ quan Nhựt Bổn bị tử trận thì người ta cắt đầu, bỏ vô hộp bằng gỗ, ướp đường cát trắng, chôn theo một thanh gươm cong kiểu của Nhựt. Chắc chờ đến xong chiến tranh thì đào lên mang về Nhựt song vì bị thua trận nên người chiến sĩ này bị bỏ lại.

Đi Học Bằng Xe Xích Lô

Ngày xưa ở Hoà Hưng, 3 anh em tui đi học bằng xe xích lô, chú Bảy gần nhà đưa đi và đón về. Chú Bảy rất ngán cái lối chơi phá phách của tui. Chú hay nói "cậu Ba (tui là con trai thứ 2 mà trong Sài Gòn thì gọi bằng thứ, là thứ Ba, ít khi gọi bằng tên) phá phách thầy chạy luôn". Lý do là mỗi lần chở 3 thằng tui đi học thì anh tui và em tui ngồi phía trên nệm xe còn tui thích và xung phong ngồi ở dưới chỗ để chân, ở đó thì mỗi bên có một càng xe tui 2 tay nắm cái càng và tưởng tượng như mình đang lái một chiếc máy bay chiến đấu hay xe tăng ầm ầm sắp xung phong vào mặt trận. Hồi đó xe xích lô thường chạy 2 phía đường đất ở 2 bên, đường chính giữa thì để cho xe hơi chạy. Đường đất cho nên thỉnh thoảng có chỗ lồi chỗ lõm mà khi mưa xuống thì nước đọng lại các chỗ lõm đó. Chú Bảy chạy xe cố tránh những chỗ lõm, còn tui thì tui khoái cho xe chạy vào chỗ lõm vì tui thích nước văng tung tóe tùm lum, còn xe lảo đảo nhô lên sụp xuống như máy bay bị trúng đạn. Chú Bảy ngồi phía sau cố lách các vũng nước còn tui thì ngược lại cố giữ càng xe đi vào các chỗ đó. Mỗi lần đi về sau cơn mưa thì tui thấy chú Bảy mặt mày đỏ ké như say rượu và có vẻ bực dọc lắm, luôn miệng nói "Tui xin cậu Ba đừng phá, đừng bẻ lái nữa." Chú Bảy càng nói, tui càng cố lái dữ hơn, có một lần tui bẻ lái vào một vũng nước khá rộng, lỗ này khá sâu nên xe xích lô bị sụp xuống, phần đầu xe chúi xuống còn phía chú Bảy là phần đuôi xe, có 1 bánh mà chú Bảy ngồi cao ngất ngưỡng - càng cao càng té đau - phần đuôi này thì chổng lên trời. Ba anh em tui thiếu điều bị văng xuống đường còn chú Bảy thì bay nhào xuống như Tạc Dăng lông rông xuống sông, may mà không bị thương tích gì. Tui hết hồn hết vía, nhìn thấy chú Bảy mặt cũng xanh như tàu lá, tay run bây bẩy, anh tui và em tui thì cũng sợ xanh cả mặt. Buổi tối hôm đó tui bị Ba tui phạt, cho ăn 5 cán chổi lông gà. Cây chổi lông gà thường phân nửa bện bằng lông gà, phần này để quét bụi, phần còn lại để cầm mà quét dọn. Ba tui hay dùng chổi lông gà đánh đòn anh em tui khi có lỗi, phần tay cầm là cây mây, đánh đau thấy ông bà ông vải. Tui biết thế nào chú Bảy cũng méc Ba tui nên sau khi ăn cơm chiều, tui mặc 3 cái quần để bảo vệ cái đít gồm một quần sọt bằng vải ka ki dầy, chồng phía ngoài một quần tây dài và sau cùng ngụy trang bằng 1 cái quần pyjama. Sau khi nghe kể tội tui đã làm hồi chiều, tui lết ra bộ ván gỗ nằm úp mặt xuống chờ bị phạt. Úp mặt xuống và tự nhủ rồi thì mọi chuyện sẽ qua, cố không khóc, khóc là hèn, có sức chơi thì có sức chịu. Ba tui sạt 3 chổi đầu tiên nghe bộp bộp thì tui nghe Ba tui cười gằn, tui nghe lõm bõm ông lầm bầm "Trứng mà khôn hơn rận, tưởng gạt được thằng cha mày, đồ cái thằng phá như quỷ..." và ông dện 2 roi còn lại vào bắp đùi của tui làm tui đau thấu tim mà nghĩ ra cũng đáng tội chơi rắn mắt của tui. Sau đó thằng bạn bên nhà tui là thằng Tấn, nay ở bên Tây, nó nói mày lấy muối pha chút nước đắp vào 2 cái lằn roi ở bắp chuối một lát thì tan máu bầm chớ để như vậy ngày mai đi học tui bạn nó cười cho mà xấu hổ. Tui làm theo nó, quả thật sau đó chỉ còn mờ mờ 2 lằn roi đó.

Sau vụ chơi này tui còn bị anh tui nói khích "thấy mầy gan quá, đố mầy dám phi thân xuống lúc xích lô chú Bảy đang chạy..." Tui liền nhảy đại khi xe đang chạy, báo hại tui té lăn xuống đất, quần áo lấm lem, đầu gối trầy chảy máu. Về nhà lại ăn một trận đòn roi mây vì tội ngu. Tui đau quá khóc hu hu, Ba tui nói "Anh Hai xúi mầy ăn c..., mầy có ăn không?"

Rồi Bao Nhiêu Năm Sau...

Sau ngày 30/4, lúc về ở Nam Kỳ Khởi Nghĩa thì anh Tấn có đưa Má anh đến thăm và cho biết sẽ đi Pháp theo diện bảo lãnh. Sau đó tui có chở thằng con út đi khám răng ở phòng nha sĩ Bạch Lan ở Lê Thánh Tôn, nên được biết Bạch Lan có chồng cũng là nha sĩ. Hồi mới qua Toronto ở nhà số 3 đường Brad thì Bạch Vân có đưa bác Năm Tu (Má của Hương, Hội...) đến thăm. Bác Năm Tu làm bánh rất giỏi, bác kể là Mẹ mất sớm, Ba của bác muốn sau này biết nấu ăn, làm bánh giúp gia đình chồng con nên cho bác đi học nấu ăn làm bánh. Các thư bác gởi cho vợ tui, có chỉ cách nấu các món ngon, dễ làm. Những người bạn cũ của gia đình tui hồi ở Hòa Hưng rất là tốt. Bà Huyện Thơm khi đã đi tu cũng có ghé thăm Má tui ở Nam Kỳ Khởi Nghĩa. Sau này khi về lại Sài Gòn, tui có về thăm Hòa Hưng thì người ta cất nhà đầy hết cái vườn bông, căn nhà số 10 vẫn còn, thấy cây vú sữa Ba tui trồng nay đã là một cây cổ thụ. Xin vào thăm, thấy cái hồ đựng nước trước nhà bếp, hồi trước muốn trèo vô phải bắc ghế, mà giờ đây sao mà nó nhỏ quá... Cái sân trước kia em kế tui hay cỡi con heo Má tui nuôi, nay nhìn cũng có chút téo. Cũng ở cái sân này tui còn nhớ Ba tui ở trần, mặc quần xà lỏn đen ngồi chặt củi đước để chụm bếp. Nhớ lại mà không khỏi ngậm ngùi.

Quanh Nhà Phú Nhuận

Cô Hàng Xóm

Số là lúc đó tui còn là sinh viên và có đi dạy thêm để có tiền túi xài. Cách nhà phía sau trong hẻm có nhà một ông sĩ quan, gặp tui ông hay chào hỏi chắc vì tình lối xóm. Nhà ông này lại có một cô con gái cỡ tuổi tui hay nhỏ hơn một chút. Một hôm Ba tui hỏi tui hình như cô này có quen với tui, vì khi Ba tui lái xe đi làm về cô này đi trước hay ẹo ẹo làm sao đó, như cô tưởng là tui lái xe. Cả nhà cười ầm lên mà cười to nhứt là ông anh tui. Tui đỏ mặt thực ra oan quá - tui đâu có quen. Vài tuần sau tui có nhận 1 lá thư cô gởi cho tui, viết tên tui sai song âm đọc thì đúng, có lẽ cô hỏi cháu gái tui. Thư viết là cô biết tui muốn làm quen với cô nên hay chào hỏi Ba của cô. Thú thực lúc đó chưa có ý định này nha. Tuy câu chuyện không ra sao hết mà tui cũng được an ủi là ít ra cũng có 1 cô gái để ý đến mình.

Trên Google Maps

Mấy hôm nay thấy đứa em út tui cho biết qua email nó có đánh dấu trên Google Maps căn nhà gia đình tui đã sống chung rất hạnh phúc và đứa cháu gái con Anh tôi cho biết đã có lần về thăm lại ngôi nhà đó. Ba Má tui đã bỏ công sức trên 40 năm mới xây được căn nhà này và ở chưa được 20 năm thì bị mất. Đây là căn nhà nhiều kỷ niệm của gia đình 4 anh em tui sống yên vui đầm ấm với Ba Má tui, và vì Anh tui cùng tui đều lấy vợ cũng ở ngôi nhà này, các cháu sinh ra và lớn lên cũng ở đây, chúng tui quen thân từng gốc, từng nhánh cây vú sữa, cây me, cây nhãn, cây khế ngọt, cây mít đầy trái... và mỗi khi đi chợ siêu thị gặp lại những trái cây này làm tui bỗng lặng người với một nỗi buồn vô cùng tận như bất chợt gặp lại hình bóng cũ và gợi nhớ lại những kỷ niệm ngày xưa đã qua. Thằng em út tui còn nhắc về cây nhãn ở sân sau nhà tui rất sai trái, nhãn to, hột nhỏ xíu "*dày cơm mỏng vỏ hột nhỏ nước nhiều*" mà bỏ vô miệng cắn nghe cái bụp thì nước mật trào ra ngọt lịm luôn. Cũng như cây chuối xiêm trồng sau nhà, trái chuối xiêm mập tròn, vỏ mỏng dính, cắn vào một miếng mới biết ruột chuối hồng đào, chỗ mặt vết cắn của trái chuối mật tươm ra, ôi thật là tuyệt vời.

Một hôm tình cờ nghe ca sĩ Chung Tử Lưu hát bài Ngoại Ô Buồn của nhạc sĩ Anh Bằng với đoạn cuối làm tui nhớ thương muốn đứt ruột:

Chạnh lòng thấy u hoài. Khi xưa mình ở đây, với tình yêu vơi đầy. Khóm hoa hàng giậu thưa, lối xóm mình còn kia, mà sao quá âm thầm. Sương rơi miên man, khơi nhiều nhung nhớ cho những ngày vui đã qua, tôi quay gót ra đi, không mang theo gì hơn, nhìn đêm khuya vắng vẻ càng thấy thương ngoại ô buồn.

Thời Tối Tăm

Kể từ năm 1975, gia đình tui đầy những lo âu, lo vì tánh mạng của mỗi người trong gia đình, lo về làm sao, làm gì để kiếm gạo nuôi gia đình, lo thuốc men, lo bịnh tật, tức là sau tháng 4-1975 nhà có trăm sự lo, ngàn chuyện buồn và tương lai thì... mù mịt tối thui. Ai nói gì thì nói mà lo lắng nhiều quá thì không thể nào dzui được. Gia đình ly tán, cải tạo làm gia đình mất đi người lao động và đã khó khăn càng khó khăn thêm. Ai nấy đều ốm nhom, mặt đầy những ưu phiền. Cuộc sống lây lất như vậy đến 4 năm sau, mỗi bữa cơm gồm bo bo , thứ gọi là lúa nuôi ngựa, nay nuôi người. Hai thằng con lên bàn ăn thì cứ khóc vì chẳng có thịt thà mà toàn là rau càng cua - hái sau hè...

Đời Tui Ở Xứ Người

Lòng Vòng Toronto

Nỗi Lo Ngày Mới Đến

18 tháng 4 là ngày tui và gia đình bước vào một cuộc sống mới tại thành phố Toronto, Ontario, Canada. Ra đón tại phi trường Má tui nói Ba con đã mất rồi, nếu còn thì chắc là mừng lắm vì gia đình thằng con cuối cùng đã đến. Mừng vui vì gặp lại anh em song lòng tui lo lắm, bắt đầu như thế nào đây. Hôm sau tui đi xin văn bằng tương đương vì Pháp khác Canada, song dù Đại Học Toronto công nhận song phía dưới thêm câu... "Không dùng để xin việc làm." Tui vào Đại Học Toronto và có một buổi duyệt xét mọi thứ đều được tốt song kết quả vì tui học xong từ 1970 (20 năm rồi) nên cần phải bổ túc thêm về computer và tiếng Anh. Thời gian học thì khoảng 18 tháng với học bổng chỉ đủ cho tui sống với chi phí học, và như vậy làm sao nuôi con và gia đình? Tui nghĩ sau khi học xong thì đã gần 50 tuổi và còn phải lo cho gia đình. Tui suy nghĩ cả đêm và cuối cùng quyết định đi làm. Người bạn giúp tui làm résumé, cũng như đứa em tui, đều cho quyết định này là sai, không khôn ngoan. Nhưng làm sao tui an tâm học khi trong túi gia đình chỉ có $30? Học thì tui KHÔNG sợ đâu, và dù Anh tui cho 6 tháng tiền nhà, song cả nhà là 5 người, cái ly uống nước còn không có thì làm sao?

Nhớ Ngày Xuất Cảnh

Ngày tui ra đi xuất cảnh sang Canada ngày 16-4-1990 có người bạn khuyên tui anh ra đi lúc này là quá trễ rồi đó, anh có biết câu người ta hay nói là *trâu chậm uống nước đục* không? Tôi chỉ biết cười trước nhận xét đó. Khi sang được Thái Lan phải ngủ tạm trong trại tù (dành cho người nước ngoài của Thái Lan tại Bangkok để chờ chuyến bay kế tiếp sáng mai), tui phải bán một chiếc nhẫn mà tui định bụng là sẽ tặng cho ngày cưới vợ của đứa em út của tui, lúc mua ở Sài Gòn khoảng 100 đô US mà tụi lính cai tù Thái Lan chỉ mua nửa giá, tui đành phải bán vì làm sao có tiền mua mì gói cho 2 thằng cu nhà tui và vợ chồng tui ăn đỡ đói vì từ sáng đến giờ máy bay Việt Nam không cho ăn uống gì mà khi ra đi họ (chánh quyền cộng sản) còn lấy nhà, lột sạch không cho mang theo một xu ten nào cả. Gia đình còn 30$ US rồi nằm ngủ dưới đất như ở tù vậy, đa phần người ra đi là nhịn đói và uống nước ở phông tên, sáng ra vội vã lấy hành lý để ra phi trường đi tiếp không được rửa mặt, đánh răng gì hết, lôi thôi lếch thếch mà tiếp tục cuộc hành trình khắp thế giới. Sau này khi trả nợ vé máy bay cho chính phủ Canada tui mới biết họ (chánh quyền cộng sản) lấy giá máy bay cắt cổ mà mua vé máy bay rẻ mạt, cho nên tui được đi Thái Lan, Ấn Độ..., rồi đến London (Anh Quốc), Montréal (Canada) rồi mới đến Toronto (Canada), tính ra từ Sài Gòn đi Toronto mất 2 ngày (48 giờ máy bay)

và 2 đêm nên khi đến Toronto, 2 đứa con tui (15-17 tuổi) và bà xã tui như tử như cái mền rách.

Còn tui thì từ khi rời Thái Lan tui có nhận giúp đẩy wheelchair cho 1 bà cụ già ra đi một mình với một tờ giấy ghi địa chỉ của con bà ở Canada. (Đem bà già bỏ chợ tàn nhẫn, ghê thật.) Sau khi đến phi trường Toronto, làm thủ tục nhập cư xong, tôi một tay lo cho vợ con (ngất ngư gần chết) và 1 tay lo cho bà cụ này để giao cho con bà. Bà này khỏe thiệt chỉ đòi uống nước, không ăn gì trừ ăn trầu, và khi gặp người con tui mới biết anh ta là một bác sĩ ở Calgary chỉ có một mẹ một con và sau đó khi về nhà anh ta có gởi cho tui một tấm card cám ơn nồng hậu. Người ta (chánh quyền cộng sản) đối xử với nhau tệ như vậy, tất cả tài sản, tù tội, nhà cửa gia đình tui hầu như họ lột sạch bách, nghĩ lại chưa chết là nhờ ơn Trên phò hộ. Đây là lần thứ 3 trong đời tui và vợ tui làm lại cuộc đời từ 2 khối óc và 2 bàn tay trắng.

Ngày Đầu Ở Xứ Người

Rồi thì mọi việc đến sẽ đến và khi được phỏng vấn đi Canada thì qua dễ dàng vì đi theo diện bảo lãnh gia đình và được chấp thuận trước bởi chính phủ Canada. Sau khi chia mọi thứ cho gia đình 3 người em vợ (gia đình tui đã qua hết ở Canada) và các thủ tục để lên đường, gia đình tui không được đem tiền theo trừ quần áo. Có 1 chuyện làm tui cũng hết hồn là trước khi đi vài tuần thì lính Phường Đội có giấy mời con trai lớn đi khám sức khỏe để đi nghĩa vụ quân sự. Thực sự chỉ để làm tiền vì họ biết gia đình tui được cấp visa rồi. Làm cho thằng nhỏ sợ hết hồn hết vía. Nhà cửa thì không được bán mà phải giao lại cho Sở Nhà Đất quận. Có nghĩa là ra đi với hai bàn tay trắng. Các thủ tục như giao nhà, chứng tỏ trong bank không có tiền, khám sức khỏe, v.v., kể cả ngày có vé đi cũng nhờ xì tiền mà qua hết, không thì ít ra 5-6 tháng mới có vé máy bay.

Nhắc lại khi đến Toronto sau 2 ngày đi vòng vo khắp thế giới Thái Lan, Ấn Độ, Anh Quốc, kể cả 1 đêm ngủ trong trại tù ở Bangkok, 2 thằng con và vợ tui như cái mền rách, đáng lẽ xuống London (Ontario, Canada) thì tui xuống thành phố Toronto (lớn nhứt nhì Canada) và ở ké với đứa em út vừa tốt nghiệp đại học và làm việc ở Ontario Hydro (Nhà Đèn). 6 người chui vô 1 phòng ở tầng hầm (basement), vì Má tui đi rước gia đình tui rồi ở với gia đình tui luôn, không muốn về London nữa vì ở đó buồn lắm. Sau đó thì chủ nhà (người Hồng Kông) mời em tui nói hết tháng dọn đi vì ở đông quá. Khổ hơn nữa vì cái vali đề nơi đến là London, Ontario mà họ đọc xớn xác là London (Anh Quốc) nên vali đi lạc đến 3 hôm sau tui mới có quần áo mặc. Những ngày đầu ở Canada phải nói là vô cùng khó khăn may là Anh tui cho 6 tháng tiền thuê nhà, em tui và Má tui chỉ thêm về nhiều thứ như đường xá, trường học cho 2 thằng con tui, cách đi xe bus, subway nên cũng đỡ chớ thực ra một cái ly uống nước cũng không có.

Những ngày đầu thì ngày nào vợ tui cũng khóc thầm vì nhớ nhà, nhớ cuộc sống ổn định ở Sài Gòn, việc làm quá mệt mỏi vì làm không ngừng, họ trả tiền cho mình mỗi giờ, không tà tà được. Tui thì cũng mệt mỏi song cố gắng tỏ ra bình thản chớ trong lòng tui cũng lo lắng lắm.

Thời gian tựa cánh chim bay, qua dần những tháng cùng ngày, còn đâu mùa cũ yên vui, nhớ thương biết bao giờ nguôi (Hoài Cảm, Cung Tiến)

Tui nghe bản nhạc này mà lòng mình chùng xuống. Trong những tháng ngày đầu ở Toronto tui không dám nghe những bản nhạc như vầy vì muốn giữ vững tinh thần mà vượt qua các khó khăn. Tui đi chợ cho gia đình (đến nay gần 30 năm) và mỗi thứ 7 đều đi 3-4 lượt đi về vì đi cho cả tuần (mua nhiều thứ lắm) mà không thể kéo bằng xe vì phải leo lên leo xuống xe Bus hay Metro (subway), còn thì Walking (đi bộ), gọi là đi BMW. Đi làm thì mất ít nhứt là hơn 5 giờ vì chờ xe bus cộng thêm 8 giờ làm rất vất vả khi chưa có xe. Cho nên buổi sáng khi thi đậu bằng lái là tui đi mua xe liền (vừa đúng 1 năm). Sống ở Canada mà không có xe, vào mùa hè đi làm thì không khó mà mùa đông thì nhiều khi phải lội trong tuyết cao đến đầu gối, vì hãng tui làm nằm xa trạm xe bus, vừa bước đi vừa tự nhủ phải cố gắng vượt qua những khó khăn này để xây dựng lại gia đình.

Hãng tui làm có chủ người Đức, sau này tui mới hiểu ông từng là một thợ tiện nhưng rất thông minh và đã chế ra một loại máy sản xuất các ống nhựa dợn sóng đặc biệt có đường kính từ nhỏ đến gần 2 mét để dẫn nước thải, dẫn dầu. Loại ống này rất cứng, vững chắc, khi lắp các đường ống thì xe chở máy này tới và làm các ống ngay tại chỗ và lắp đặt luôn không cần phải tồn kho các ống nhựa này.

Có lần người Tàu mua 1 máy này về tháo ra để bắt chước song họ không ráp lại được vì theo tui biết kỹ thuật lắp ráp của hãng này cao siêu lắm, trình độ người Tàu chưa đạt đến.

Nói về 2 thằng con tui khi đến Canada 2 chữ Yes, No cũng không thông, khi làm thủ tục vào trường học phải nhờ một bạn Việt làm thông dịch. Tui mua cho 2 cu cậu mỗi đứa một cuốn tự điển loại bỏ túi và 2 anh em học cùng lớp 10. Hồi đó chương trình trung học là 4 năm (đến lớp 13) song học luôn cả mùa hè, thành ra đến năm 1993 thì cả 2 tốt nghiệp trung học.

Hai đứa chịu khó học, 2 quyển tự điển tra quá nên te tua tan nát. Tụi nó nói học ở đây sướng thiệt, không biết thì cứ hỏi. Cô Thầy đều trả lời và tụi con không sợ gì hết mà Cô Thầy còn chỉ sách đọc thêm. Sau 3 năm trung học 2 thằng con tui được nhận vào Đại Học Toronto và Đại Học

Waterloo. Đứa lớn học ngành sinh học sau đổi qua ngành Kỹ Sư computer, đứa nhỏ học ngành Kỹ Sư Điện. Sau 3 năm chiến đấu việc làm của vợ chồng tui và việc học hành của 2 đứa con mới bắt đầu ổn định.

Phần tui, tui nghĩ mình là cột trụ gia đình, phải làm gương cho các con nên cố gắng vừa đi làm tui vừa đi học ngành CNC ở Humber College. Ở Toronto có 4 trường dạy nghề là George Brown, Centennial, Sheridan, và Humber College. Tuy theo học ở Humber song tui cũng mượn các text books của 3 trường kia để tham khảo học thêm, nhờ vậy tui hiểu được khá sâu về ngành này, mỗi trường họ có cách dạy riêng của họ để hướng dẫn học viên vào nghề và cách nào cũng rất hay và rất thực tế.

Đến năm 1995 sau khi để dành đủ tiền tôi làm một chuyến về thăm Ba vợ của tui (ông Ngoại 2 cháu) và gia đình 2 đứa em vợ trong 2 tuần lễ.

May Mắn Bất Ngờ

Sau khi quyết định làm một chuyến đi để thăm gia đình bên vợ và bà con bên Ba Má tui, ngồi nghĩ lại Ơn Trên đã ban ơn giúp tui rất nhiều, nếu nói không sai là quá nhiều. Làm sao mới qua Canada vừa 1 năm thì tui có đủ tiền mua 1 xe Honda Civics mới toanh 12k và với gia đình là 5 người? Số là như sau:

Trong năm đầu cuộc sống vô cùng vất vả vì dù có đủ tiền trả tiền nhà song còn phải lo tiền ăn, tiền quần áo vì quần áo đem từ VN qua vừa không thích hợp với khí hậu ở đây (quá lạnh, nhiệt độ có khi -35 độ C có thể nói còn lạnh hơn ngồi trong tủ đá của tủ lạnh), hơn nữa không hợp với thời trang ở Toronto, người lớn không nói làm gì mà tội nghiệp cho 2 thằng con trai. Ngoài ra còn tiền mua giường, nệm, mền, bàn ghế và mọi vật dụng trong nhà như chén, bát, dao, muỗng và nhiều thứ lặt vặt khác. Nhiều khi tui nghĩ là mình giống như anh chàng Robinson Crusoe trên hoang đảo vậy.

May mắn là hồi còn ở Việt Nam, nghe tin Ba tui bị bịnh tui đã chuyển phụ cho anh em 3k lo thuốc men cho Ba tui. Tuy nhiên Ba tui không dùng đến (ở xứ này chính phủ lo) và sau đó em út tui trả lại cho tui. Tiếp theo là số tiền tui ứng ra cho em gái út của vợ tui đi vượt biên đã hoàn trả lại cho tui sau đó (tuy khi ra đi, tui có nói nếu đi thoát được và nếu không trả lại được thì cũng không sao) và còn một chuyện này nữa.

Số là khi Việt Cộng vào miền Nam lấy cớ là đánh tư sản (thực ra là ăn cướp của người dân giàu miền Nam), một người bạn với gia đình tui một hôm đến nhà gởi cho vợ chồng tui 2 cái hộp khá lớn, dán lại cẩn thận nhờ giữ giùm. Anh bạn này là giáo sư Anh Văn, hiệu trưởng một trường tư dạy Anh Văn và có 1 tiệm băng nhạc sang trọng ở Trung Tâm Sài Gòn. Người vợ đánh đàn piano rất giỏi, 2 vợ chồng đều có máu văn nghệ. Bẳng sau 1 thời gian khá lâu khi dịch đánh tư sản qua rồi, anh đến nhà tui xin lại 2 hộp đó. Tui đi lấy ở 1 cái tủ có 2 đáy để giấu tiền của và trao lại. Anh hỏi tui có biết 2 hộp đựng gì ở trong và có mở ra coi không? Tui trả lời tui biết đựng gì ở trỏng vì rất nặng và anh nhờ giữ giùm thì tui giữ giùm thôi. Anh cảm ơn và sau đó mang đến tặng cho tui một dàn máy Akai khá mới. Máy này rất mắc tiền khi đó (trị giá khoảng 2 lượng vàng.) Khi tui sang Toronto thì anh này có về Sài Gòn tìm và khi biết gia đình tui đã định cư ở Canada, lúc đó gia đình anh đang ở Los Angeles (LA) và buôn bán rất khá, anh gởi cho tui mấy ngàn USD và dặn nếu cần anh sẽ gởi thêm. Thật quá bất ngờ. Sau này khi sang LA chơi, lúc đó đứa con lớn cần 1 laptop để học, tui có tìm anh và khi biết lúc đó laptop rất mắc, nên vợ chồng tui không đủ tiền mua. Lúc lên phi trường về lại Canada, thực là quá bất ngờ và cảm động anh đến gặp và tặng cho thằng con 1 máy laptop Toshiba mới nguyên, song Anh đánh vào đó vài bài như là laptop đã xài, khi qua thuế quan sẽ không bị đánh thuế. Anh nói nhờ 2 cái hộp đó mà gia đình Anh mới có ngày hôm nay. Lạ không?

Như vậy nhờ có những may mắn đó nên tui mới có đủ tiền mua xe. Sau khi xem lại tài chánh và Má và Dì tui không muốn đi lý do là ngồi máy bay lâu quá nên chân tê không chịu nổi, vì vậy gia đình tui 4 người chuẩn bị hành lý và mua vé máy bay chờ ngày lên đường.

Quyết Tâm Làm Lại Cuộc Đời

Chiều nay mưa rơi, mưa buồn về thành phố thấm ướt vai mềm,
Người đi bâng khuâng dừng chân nơi quán gió, nhắp ly cà phê đắng.

Nghe Ban Sao Băng hát bài Quán Gió Chiều Mưa của Nguyễn Hữu Sáng tui thấy buồn đứt ruột muốn chết nhứt là trong mùa cấm trại của con Covid-

19. Ngoài trời lạnh, lá vàng rơi ngập sân làm tui nhớ lại dữ lắm những ngày tháng cũ sống ở thành phố Toronto, Canada. Từ ngày rời Sài Gòn qua Thái Lan, ngủ ở Trại Tù Băng Cốc 1 đêm không giường chiếu, không có 1 ly nước uống tui mới thấm thía sao lòng người nó ác đến như vậy.

Gác chuyện bất nhơn qua 1 bên trong đầu tui đang nghĩ đến sẽ làm gì để mưu sinh thoát hiểm. Nhìn qua vợ con bị say sóng máy bay người nào người nấy như cái mền rách và tui còn nhận giúp cưu mang 1 bà cụ già ngồi xe lăn ra đi không có ai giúp chỉ vỏn vẹn có địa chỉ đến cùng nơi với tui đeo trước ngực và tờ 20 đô la. Mọi chuyện đều trải qua vui vẻ khi gia đình gặp lại Má tui và anh em tui, các cháu gặp lại bà Nội và bác Hai và chú Út, và giao lại bà Cụ cho người con của bà Cụ là 1 bác sĩ ở Calgary.

Trong đầu vợ chồng tui tự hỏi làm sao để có tiền mà sống đây ?

Mọi chuyện theo thời gian đều dần dần ổn định theo những đống tuyết tan chảy trên đường. Hôm đưa 2 con đi học gặp cô giáo dạy học cô này nói lời an ủi là cô cũng định cư ở đây hơn 15 năm rồi, chồng cô trước khi cộng sản chiếm Đông Đức cũng là giáo sư đại học bây giờ làm thợ điện cho 1 công ty, cuộc sống cũng bình yên lắm. Cô khuyên nên can đảm làm lại từ đầu. Phải, tui đã làm lại từ đầu rồi cô giáo ơi, từ hồi ăn lúa ngựa (bo bo) thay gạo, cùi thơm, mì vụn, lương 1 tháng không đủ cho gia đình ăn sáng, tù tội vượt biên nên đã quen rồi nha. Tui đã từng đạp xe đạp hơn 10 cây số mua gà ở chợ Phú Lâm về bán cho vài tiệm cơm kiếm thêm tiền song có khi bị họ giựt nên phải bỏ nghề. Mỗi lần khổ như vậy tui vẫn nhớ câu Ngọc Cẩm Nguyễn Hữu Thiết hát: "Ta có bàn tay, một tình yêu này, một đời sum vầy thì đâu khó chi lấp biển vá trời." Bài thơ *Nếu* (*If*) của Rudyard Kipling có câu

Nếu con thấy cơ đồ sụp đổ,
Mà thản nhiên lao khổ đắp xây,
Hay bạc tiền một phút trắng tay
Không than thở cau mày thê thảm...

thì ngọn lửa trong lòng tui bốc cháy lại mãnh liệt hơn nữa.

Tui tự nhủ phải đi bằng bàn chơn mình và thở bằng lỗ mũi mình mới được. Sự quyết tâm và ý chí của tui là ngọn lửa cháy bùng lan đến tinh thần vợ và 2 đứa con trai tui. Tui tự an ủi là "*Muốn đại thụ phải dìm cho lúng túng*" (Cao Bá Quát) là vậy.

Trong tim tôi ghi khắc lời nguyền "phải xây lại căn nhà của Ba tui bị cướp, tương lai tui bị tước đoạt, bằng một căn nhà đẹp như vậy, tương lai phải sáng sủa rực rỡ hơn trước kia." Với lòng quyết tâm như vậy cả gia đình tui mạnh mẽ bước lên đường.

Sinh Nhựt 70

Năm nay tôi được 70 tuổi,
Tôi không chơi bời lêu lổng như những năm còn trẻ.
Sáng nay, một buổi sáng giữa mùa Xuân,
Cây cỏ hoa lá lại xum xuê tưng bừng sức sống,
Trời đất reo vui như vừa bước qua mùa đông ảm đạm, thê lương...

Lòng tôi lại nao nao nhớ ra là tháng 6 mình có 2 ngày sinh nhựt, 1 của tôi và 1 của vợ tôi. Lòng tôi lại xôn xao, rộn rã. Hôm nay là sinh nhựt 70 tuổi của tôi. Buổi chiều hôm nay, một buổi chiều đầy nắng ấm, vợ tôi và vợ chồng 2 thằng con tôi dắt tôi đi ăn buffet. Tiệm ăn này tôi cũng có đến vài lần, hôm nay thì tôi thấy lạ hoắc. Mọi người bạn bè thân hữu đến chung vui với tôi, ai nấy nhìn tôi bỗng nhiên tôi cảm thấy mình già thật. Hôm nay tôi đã 70 tuổi.

Tiếng Mưa Trên Mái Tôn

Có những cái rất tầm thường mà rồi bỗng trở thành vô cùng quí giá. Như tiếng mưa rơi lộp bộp khi trời mưa lên mái tôn nhà mình. Ngày mới lấy vợ, vợ chồng tui ở một căn nhà gạch lợp tôn. Mưa ở Sài Gòn thì rất ào ạt và đôi lúc ầm ĩ. Tui còn nhớ ngay lúc còn bé sống với Ba Má và anh em tui cũng dưới mái nhà này. Tiếng mưa rơi trên mái tôn nghe lộp bộp, rào rào không như tiếng mưa trên mái ngói hay mái lá. Bên Canada này thì ít khi mưa như ở Sài Gòn, mưa mau và mau tạnh. Nhà thì lợp bằng gỗ, trên đóng bằng đinh thêm một lớp bằng các tấm giấy tẩm dầu hắc, thông thường thì bền bĩ khoảng từ 10, 15 năm mới phải thay, dưới mái là trần nhà đóng bằng một lớp ván gồm bột thạch cao và bột giấy ép rất cứng, phía trên trần còn phủ một lớp bông bằng sợi thủy tinh (trông như bông gòn) vì vậy mưa hay tuyết rơi thì trong nhà không nghe gì hết. Ở đây mọi người thích sự yên tịnh lắm, thành ra trong một chiếc xe hơi, cái kèn (cái còi xe) là cái rất ít xài, khác với Sài Gòn, nói theo giọng Bắc thì *còi to cho vượt* (bóp kèn qua mặt.) Khi về Sài Gòn đi uống cà phê với bạn bè dưới một cái quán lợp tôn, bỗng gặp một cơn mưa, nghe tiếng mưa lộp bộp rơi trên mái tôn làm tui như chết đứng, sững người, tiếng mưa như tiếng của thời gian kéo tui về thời thơ ấu bên cha bên mẹ, bên anh em, và lúc mới cưới vợ về, biết bao nhiêu kỷ niệm tuôn tràn về trong tâm hồn tui, trong lòng tui, khiến tui bồi hồi nhớ lại mà rưng rưng nước mắt. Các hình ảnh ấy hiện ra trong trí tui rất gần và rất thật và cũng rất êm đềm... Tui lại nhớ đến các bài hát Trở Về Mái Nhà Xưa, Tiếng Thời Gian, cũng như bài Nửa Hồn Thương Đau *"nhắm mắt cho tôi tìm một thoáng hương xưa..."* Có những cái rất tầm thường, rất đơn sơ vậy mà trong giây phút nào đó trở nên những nỗi niềm không diễn tả được, không nói ra được...

Vài Suy Nghĩ Trước Khi Di Cư

Chỉ còn chưa tới 10 ngày là vợ chồng tui lên đường sang định cư tại thành phố San Jose. Tui đã qua đây nhiều lần từ năm 1995 (tính đi để lập nghiệp vì ở Toronto sự nghiệp rất chậm) cho đến tháng 12 năm 2000 thì Minh Đức tiền phương sang SJ cắm dùi và sau đó Khoa lên đường đi San Jose lập nghiệp. Như vậy gia đình tui đã cắm được 2 cái dùi. Gia đình Khôi cũng đã sang Mỹ (anh chàng này hồi đó ai nói sang Mỹ sống là ch...ửi... thế mà sau đó thì đi... êm r...e...) Nói đi Mỹ, trước đây bà con cũng cho là mình vong ơn bội nghĩa, đặng chim bẻ ná, đặng cá quăng nơm... Thú thật tận trong tim gan, phèo phổi tui không muốn đi đâu vì ở Canada cuộc sống vợ chồng tui rất ư là... phẻ phẻ...

Tuy nhiên khi có đứa cháu nội đầu tiên vợ chồng tui sang thăm cháu thì thấy tía thằng cháu nội lo cho con quá đâm ra quá cực, vợ chồng đều đi làm nên phải nhờ người chăm sóc con giùm ban ngày, thằng tía thì đi làm khá xa, công ty SAP ở Paolo Alto cách nhà khoảng 30 miles, mới có 1 thằng cu mà đầu tóc đà chớm bạc, mỗi đêm sau 11 giờ đêm mới mở sách nghiên cứu học thêm. Nuôi con bằng đồ toàn organic... Tháng 9 này lại có thêm một đứa nữa... Thằng cháu nội thì rất lề mề, tía nó sợ Má vì nó mà sửa soạn không kịp đến bịnh viện sẽ đẻ trên xe... Ngoài ra không có giờ chăm sóc nhà cửa, tưới cây cắt cỏ, còn phải lo cho căn nhà cho mướn, hễ hư chút gì thì người mướn gọi ơi ới tới sửa... Bốn bề thọ địch, tình cảnh như ngàn cân treo sợi chỉ mục, gia cảnh rối ren như chuyện Ba Tàu ở Biển Đông... Lại thêm thằng con lớn của vợ chồng tui cũng mới có con trai đầu lòng nữa, gia cảnh có khá hơn một chút vì không nuôi con theo sách vở và xúi dại của bác sĩ (nhìn đâu cũng thấy virus!) như thằng con út. Song lại kẹt thằng tía thì làm cho công ty Apple đi công tác luôn, may mắn mỗi lần tía vắng nhà thì có Mẹ vợ nó sang phụ lo cho cháu ngoại, cũng đỡ. Mỗi khi sang thì vợ chồng tui giúp nấu ăn, thu xếp nhà cửa, cắt cỏ, tỉa hoa, được cái vui là sum họp ăn uống mỗi tối, sang đây vắng bạn bè thì tụi con và dâu đưa đi uống cà phê cũng tạm quên Canada.

Cuộc sống của vợ chồng tui đang lẽ phè vui hưởng thành quả 24 năm xây dựng lâu đài tình ái thì đám con cầu xin viện trợ nhân lực, làm thủ tục bảo lãnh sang Mỹ, cũng tưởng vài năm nào ngờ chỉ 9 tháng là có thẻ xanh.

Bè bạn nghe tin sét đánh, ngỡ ngàng, buồn buồn, bùi ngùi, làm tui cũng không ngờ nhiều người thương tưởng mình như vậy nên cũng vô cùng cảm động... Canada tui thương xứ này lắm, từ khi mới đến cho đến bây giờ Canada cho tui biết bao điều tốt đẹp mà dù cho ở quê nhà cũng không được như vậy, nơi biết bao kỷ niệm của Ba Má tui, dì tui, anh chị em tui, con tui, không biết nói gì để cảm tạ Canada yêu quí. Ngoài ra, còn bạn bè, bạn bè ở ca đoàn nhà thờ St. Jane Frances, Cha Quản Nhiệm, các gương mặt thân thương trước kia còn xa lạ. Tất cả Canada đã cho gia đình tui, ngàn đời tui không bao giờ quên được. Tui chỉ xin Canada hiểu cho tui, thông cảm cho tui, nơi gần 1/3 đời tui đã phấn đấu, gắn bó và những kỷ niệm với Canada dù mùa đông khắc nghiệt, dù tuyết ngập đến đầu gối. Ở đây, các dấu vết kỷ niệm cả đời tui không bao giờ quên được.

Có Nên Đi San Jose Định Cư?

Sang San Jose sống được hơn một tháng, có rất nhiều bè bạn ở đây cũng như ở Toronto hỏi tui so sánh 2 nơi thì thấy nơi nào sống hay hơn. Tui tạm dùng chữ *hay* vì cuộc sống có nhiều khía cạnh lắm à nha, như về khí hậu, giá cả sanh hoạt, phúc lợi về y tế, an sanh xã hội, về cách đối xử của bạn bè, con trai, con dâu, về nhà cửa, về thuế má... nhiều nhiều thứ lắm, mà nhiều thứ lắm thì tui chưa so sánh được vì mới sống hơn một tháng thì tui chưa hiểu được cái city San Jose nhỏ xíu nó ra sao và phải nói là sống ở Canada trên 24 năm mà tui cũng không hiểu hết về cái city Toronto nữa thì nhận xét và so sánh thì chắc là trật lất mà nói đại thì chắc bị chửi quá, vì sao? Vì nói sai là cái chắc. Vì vậy xin hẹn lại một dịp khác tui sẽ xin được phép hầu chuyện và nói về cái xứ San Jose này nha.

Có điều tui dám nói mà không sợ sai là tui yêu cái xứ Canada này lắm, vì ở đó tui đã có nhiều kỷ niệm với Má tui, dì Chín tui, những nơi mà 2 người thân yêu này đã đi qua, đã sống với gia đình tui, của anh em tui sum họp ở đây, các con tui đi học và khôn lớn ở đây, mồ mả của Ba Má tui, đất Canada đã ôm hình hài, đã in dấu giày của anh tui và chị dâu tui và nhiều người thân yêu, các chiến hữu của tôi mà khi qua đời vẫn

Cúi đầu tạ với quê hương,
Tôi còn nợ nửa đoạn đường chiến binh.   (thơ Trần Quốc Bảo)

Viết đến đây lòng tui bỗng nghẹn ngào rơi lệ.

Lòng Vòng San Jose

Hoài Niệm Đêm Giáng Sinh

Cũng như mọi năm hễ ngoài đường lá rụng nhiều, trời bắt đầu lạnh và tuyết bắt đầu rơi là sắp hết một năm, là ngày sinh nhựt của Chúa Giê Su sắp đến cũng là lúc lòng tui lại nhớ đến cái xứ Canada, cái thành phố Toronto yêu mến mà tui đã sống trên 24 năm, từ lúc không có một xu dính túi, bơ vơ và không nhà không cửa. Tui cũng nhớ anh tui và em út tui đã giúp cho tui trong những tháng năm đầu, nhớ nhứt là Má tui không ngại khổ cực về sống với gia đình tui từ đó.

Phải nói là nhờ các sự giúp đỡ quí báu ban đầu đó cho vợ chồng tui sức mạnh dấn bước trên cuộc hành trình mới với niềm tin là sẽ ổn định được cuộc sống mới. Tui cũng nhớ và cảm ơn anh Lê Yên Sơn mua vịt quay đãi gia đình tui sau lần gặp ngày chào cờ 30-4 và sau đó giúp tui tìm được một việc làm tốt và anh Lý Ngọc Sang cũng giúp chở đồ đạc dọn nhà. Đây là lần thứ 4 tui bắt đầu làm lại cuộc sống từ hai bàn tay trắng. Trong những năm đầu tiên con cái học suốt 12 tháng một năm, vợ chồng tui cũng cày túi bụi và nhờ Ơn Trên thương nên vượt qua được mọi khó khăn. Gia đình tui ly tán từ năm 2000 hai thằng con sang Mỹ làm việc giờ đây lại sum họp tại San Jose với gia đình 2 đứa con trai và 3 đứa cháu nội. Sáu tháng trên đất Mỹ cũng không thiếu những khó khăn thử thách, bận rộn, nhưng sau 14 năm ly tán, gia đình lại sum họp, lại nghe được giọng nói của các con và ôm vào lòng 3 đứa cháu nội, thật Thiên Chúa đã cho tui nhiều ơn phước quá. Và cũng xác định sang sum hợp với các con không còn trăn trở, ưu tư mà là một quyết định chính xác.

Hoài Niệm Cuối Năm

Hôm nay chẳng còn bao nhiêu ngày giờ nữa là chúng ta bước sang một năm mới, năm 2018.

Ở những giờ phút cuối năm tui thường có thói quen hay giở và đọc lại các thư từ cũ cũng như xem lại những hình ảnh trong nhiều cuốn Albums để có những lúc nhìn lại quá khứ của ngày xưa đã trôi qua từ những năm 1950 đến nay. Những dòng chữ cũ của ông bà Ngoại, ông Nội, Ba Má, anh tui những tưởng đã nghìn trùng xa cách cùng những hình ảnh của biết bao nhiêu người thân yêu, có người đã khuất, có người vẫn còn sống bừng nở trong tim tui biết bao nhiêu cảm mến, thương yêu, quá khứ đã trôi qua nhưng không phải là không còn nữa mà tui nghĩ là những hình ảnh cũ vẫn còn tồn tại, vẫn chưa qua mà còn hiện diện trong con tim của mọi người với những tình cảm thương mến vô vàn.

Trong năm qua tui đã có dịp gặp lại những người em, người cháu cùng các con, hình ảnh lần họp mặt tại San Jose mà tui được coi như là người lớn nhứt trong gia đình và cuộc họp với mấy người bạn học cũ của những năm lớp Ba, lớp Tư làm cho lòng tui cực kỳ xúc động.

Tui có xem lại hình ảnh những người bà con, bạn bè từ Sài Gòn, từ Toronto đến thăm cũng như hình ảnh khi tui có dịp về lại Sài Gòn, Mỹ Tho, Phú Quốc với các bạn thân, bà con dù là quá khứ nhưng làm sao mà tui quên được... Căn nhà cũ ở Hòa Hưng, Bà Chiểu, Phú Nhuận cũng như những nơi tui đã sống những ngày đầu đặt chưn đến Toronto, tui vẫn còn nhớ mãi trong tim tui đến bây giờ.

Các em, các con, các cháu, các anh em bạn bè thương yêu ơi xin nhận nơi đây lời cầu chúc một Năm Mới 2018 với 365 ngày tràn đầy Hạnh Phúc, Bình An và Sức Khỏe.

Năm cũ đã đi qua trôi vào quá khứ song hiện tại, bao nhiêu kỷ niệm vẫn còn mãi trong tim tui và xin chào mọi người nha.

Số là khi giở lại những trang album cũ tui đã nhìn lại tấm ảnh mà ngày trước tui đã được bà xã tui tặng. Ảnh trắng đen với gương mặt khá bầu bĩnh và đôi mắt to tuyệt đẹp. Hồi trước kia bà xã tui hơi có da có thịt hơn hồi gặp tui. Còn có một vài tấm ảnh lúc bà xã tui còn nhỏ quì trong giáo đường cầu nguyện (Nhà thờ Huyện Sĩ) trông hết sức hiền lành, thánh thiện và bình an. Tui còn nhớ rất rõ ngày đầu tiên gặp bà xã tui ở Hội Việt Mỹ đường Mạc Đỉnh Chi với mái tóc chảy tém gọn và áo đầm không tay trông có vẻ hơi lai và thật thùy mị xinh đẹp. Cái thuở ban đầu lưu luyến ấy làm sao mà tui quên được. Hằng ngày nhìn vào gương tui thấy đôi mắt mình một mí, tuy không bị hí mà sao tui chỉ muốn sau này lấy vợ phải có đôi mắt 2 mí to và hàng mi cong dài để các đứa con tui có đôi mắt đẹp hơn mắt tui. Có lẽ đôi mắt tui là giống mắt Má tui. Ông giáo sư dạy tui môn Di Truyền Học cho biết mắt một mí là tính trội, nên con cháu thường tiếp nhận yếu tố di truyền này cũng như da màu đen cũng là tính trội hơn da màu trắng cho nên tây đen mà lấy tây trắng thì hầu như khi sinh con của họ thì da có màu đen. May mắn thay hai đứa con tui đều có mắt to và 2 mí như bà xã tui mà thằng nhỏ lại tóc quăn tự nhiên như tóc bà xã tui vậy. Còn sau này thì các tấm hình không phải là đen trắng mà là hình màu như tấm hình chụp vợ chồng tui ở Đà Lạt chụp hôm tui mặc áo giáo sư để phát bằng cho các sinh viên tốt nghiệp và bà xã tui mặc cái áo coat do đứa em tui ở Paris gởi tặng. Thấm thoát mà đã hơn 45 năm rồi.

Hồi nhỏ tui có 4 cái sợ: sợ bị chích thuốc, sợ hớt tóc, sợ mang giày mới và sợ chụp hình. Vì vậy các tấm hình ngày còn nhỏ của tui chỉ có hơn chục tấm thôi. Có tấm chụp 3 anh em tui lúc đó Má tui chưa sinh thằng em út, trên túi áo (áo 4 túi) tui còn có thêu chữ S do Má tui thêu nữa. Hôm tui về Sài Gòn có dịp thăm lại căn nhà ở số 10 lộ 50 Hòa Hưng (nay đường đã đổi tên và nhà người ta cất san sát trên vườn bông ngày xưa), song tui còn thấy cây vú sữa mà Ba tui trồng khoảng năm 1949-50 trước nhà nay đã là một cây cổ thụ to vô cùng. Cây này Ba tui lấy giống ở cây vú sữa trắng nhà Ông Ngoại tui, trái to, tròn, da mỏng dính.

Không còn bao lâu nữa là đết Tết ta, tui sẽ viết về những ngày kỷ niệm về Tết trong cuộc đời của tui nha. Hy vọng mọi người sẽ có dịp gặp lại những cái Tết trong đời mình.

Sinh Nhựt Cháu

Vài hàng về sinh nhựt 1 tuổi của cháu nội đích tôn nhà của Sách Dung. Tổ chức trễ vì ngày 17 tháng 4, 2015 song cháu bị bịnh vì dị ứng thức ăn nên phải hoãn lại ngày Chủ Nhật vừa qua. Gồm 30 người lớn và 20 chục khách con nít. Có điều rất cảm động là Mẹ của Jonathan là Khánh Ngọc rất thương con và hy sinh rất nhiều cho cháu, vì vậy ông bà Nội rất trân quý điều này. Jonathan rất giống bố, tính tình rất vui chỉ cười luôn miệng và khóc rất là ít. Cháu khá to con, cao lớn vì cha mẹ cháu đều cao lớn. Đến dự còn có cháu nội Joline, con thứ 2 của Minh Đức, là khách mời của Jonathan. Hôm đó cháu Eli, con trai của Minh Đức hát bài Happy Birthday

cho Jonathan. Từ ngày sang San Jose thì tiệc tùng liên miên vào thứ 7 và Chúa Nhựt (mới đi nghe ca nhạc Đêm Nhớ Về Sài Gòn), ngày thường thì Sách Dung lo cho 2 cháu, sáng dẫn cháu Eli (3 tuổi) đi thư viện đọc sách, chơi computer và đi xích du, cầu tuột trong khuôn viên thư viện. Mục đích giúp cháu có thói quen đọc sách, tập thể dục và biết giao tiếp với mọi người. Mỗi khu vực đều có 1 cái thư viện, rất rộng lớn, có chương trình đọc sách cho các cháu nhỏ, nhiều sách kể cả sách tiếng Việt, CD, DVD, phim truyện VN, vì người Việt khá đông và nói chung ở các nơi công cộng như thư viện, bank, bưu điện cơ quan xã hội đều có người nói tiếng Việt và các thông báo bằng Việt ngữ.

Sau hơn 14 năm gia đình lại may mắn đoàn tụ trong thành phố San Jose, nơi 2 đứa con từ Toronto sang làm việc tại đây từ đầu năm 2000 đến nay. Cũng nhờ ơn Trên gia đình 2 đứa con làm việc tại San Jose và nhà chỉ cách nhau 6 phút lái xe nên 2 ông bà Nội ngày lo cho 2 con của Minh Đức, chiều khoảng 7-8 giờ thì lái xe qua chơi với gia đình Khoa. Thứ 7 và Chủ Nhật thì ông bà Nội đi chơi, nghe nhạc, ăn sáng, cà phê với bạn bè, thỉnh thoảng về lại Toronto thăm bạn bè... Hôm đi nghe nhạc hội Đêm Nhớ Về Sài Gòn rất cảm động.

Sinh Nhựt Tui, Nhớ Bạn

Tui rất xúc động và cảm kích sự chia sẻ của các bạn thương yêu về những kỷ niệm hồi còn nhỏ của chúng ta với mọi người trong gia đình hay thân thuộc. Không phải lúc về già mình mới có dịp nhìn lại các việc đã xảy ra mà đối với tui thì quá khứ cứ dính liền vào tâm hồn tui và thỉnh thoảng hiện về trong các giấc mơ của tui. Tui vẫn nhớ hình ảnh của Ba tui lúc ông phơi quần áo, lúc Ba tui ngồi chẻ củi được để nấu ăn, nhớ những lúc anh Đông bạn tui cùng uống cà phê ở quán đường Trương Định, Sài Gòn, nhớ cùng em tui trèo cây hồng quân ở nhà ông bà Ngoại tui, cũng như đến thăm tui với một đứa em bà con và một đứa cháu gái từ Sài Gòn sang chơi. Các hình ảnh cũ mèm, hay mới đây vợ chồng Anh Đông và Phi Tuyết từ Pháp sang chơi nhà tui, bạn bè từ Sacramento đến chơi 2 tuần qua, cũng như nhau, vì ngoài tui không ai có được, những kỷ niệm này nó vô cùng quí giá nha. Bắt chước thơ của thi sĩ Vũ Hoàng Chương

Cố nhân hoặc Tân nhân có hỏi   (bao nhiêu tuổi cha nội?)
Đáp... tuổi Trời vừa đúng bảy hai,
Song tuổi của tui đâu có phải,
Năm này tui mới hai mươi nhăm.

Thân mến cảm ơn quí vị gởi lời chúc SN. Rất mong sẽ có thời gian rảnh để thăm mọi người tay bắt, mặt mừng nói tiếng cám ơn nha. Bây giờ thì bận búa xua, việc của 2 thằng con nhờ làm bá thở, may mà chỉ có 2 thằng con thôi chớ mà nhiều hơn thì chắc phải quit job thôi.

Lai Rai Chuyện Phiếm

Mấy tuần nay tui mắc bận nhiều việc như đi khám bác sĩ thường niên, khám mắt, thử máu, lo vụ nhà cửa cho 2 thằng con, rồi lái xe xuống Los Angeles (LA) một chuyến (3 ngày.) Lại còn chuyện theo dõi tin tức của tướng Phùng Quang Thanh, không ngờ là tin xạo, làm mất bao nhiêu thời gian... Thôi thì tui viết tiếp nha.

Tui muốn viết vài chút hiểu biết về mua bán nhà cửa ở San Jose, nét đặc thù của việc mua bán nhà ở đây, lúc này (2015) giá người mua thường phải trả cao hơn giá nhà họ bán ít ra là 10% trở lên. Ở Toronto thường trả thấp hơn 10% đến 20% giá bán nhà. Nhà chia ra nhiều khu, nhà mặt tiền đường lớn thường lại rẻ hơn nhà ở trong khu đường nhỏ. Điều này trái với Sài Gòn vì nhà ở đường lớn thì có thể cho thuê làm tiệm buôn bán. Nhà ở các khu có trường học tốt (do một cơ quan đánh giá như trường tiểu học, middle school và high school) thì mắc vô cùng và đi coi nhà bán ở các khu đó thì toàn là người Á Châu (Tàu, Việt, hoặc Ấn Độ...), đủ thấy các dân tộc này rất chú trọng đến việc học của con cháu. Còn đi học trường tư thì trường tư thường rất tốt mà học phí thì rất là mắc. Nhà rộng (nhiều square feet) thì giá càng cao. Các nhà ở gần các xa lộ cũng không có giá cao cũng như nhiều khu nhà gần các bãi rác (mặc dù che chắn rất kỹ) - mùi hôi cũng làm hạ giá nhà. Có loại nhà bán đấu giá muốn mua phải sẵn tiền, đấu được giá thì phải chồng tiền liền, loại nhà này thường cho giá hơi thấp hơn giá thị trường song muốn mua phải đủ tiền để chồng liền.

Hôm tui lái xe về LA mới thấy Cali bị hạn hán dữ dội. Dọc đường là đồng khô cỏ cháy, đồi trọc lóc và nhiều nông trại ghi NO WATER, NO JOB. Tuy nhiên cũng có những trang trại cây cối tươi mát, xanh um. Vài bạn bè hỏi tui hạn hán rồi làm sao có nước uống, tắm giặt. Thật ra thì hạn hán hay không thì nước vẫn đủ xài không có gì phải lo, có điều họ khuyên nên tiết kiệm nước như tưới cây ít ít thôi. Đặc biệt là ở San Jose trái cây rất dễ trồng như ổi Mễ, hồng giòn, hồng mềm, trái bơ, táo Tàu, cam, chanh, thanh long, apple,... cây đầy trái, mỗi mùa các bạn bè, sui gia cho rất nhiều trái cây ăn muốn... chết luôn vậy đó.

Hôm nay cu Tài gởi cho hình cây đào trước nhà cũ ở Toronto. Cây này, nhân dịp nghe bài hát có câu hoa đào trên má ai thì tui chợt nhớ các ngày ở Đà Lạt, ngày dạy học ở giảng đường Hội Hữu, đêm thì đi nghe nhạc cà phê ở quán Lục Huyền Cầm (không phải Lột Quần Cầm nha) của Lê Uyên Phương, hồi đó Phương học ở trường Văn Khoa. Có những buổi đứng ở đồi Năng Tĩnh nhìn các sinh viên đi qua, áo dài tha thướt với áo len, má hồng như màu hoa anh đào, trời trong xanh, đồi núi chập chùng xa xa, thật hình ảnh khó quên. Vì vậy tui chạy ra mua ngay một cây anh đào mang về trồng trước nhà, nay cháu Tài biết thưởng thức cây này, lòng tui rất vui mừng. Ở San Jose này tuy bị hạn hán song khí hậu rất hợp với cây trái nên các cây ra trái rất nhiều, nhiều đến nỗi để rơi rụng đầy đất.

Công việc cũng dễ kiếm, đi đâu khi nói tên là cũng có người nói tiếng Việt tiếp mình, như nhà bank, McDonald, Starbucks, đó là chưa kể đến các tiệm ăn của người Việt, tiệm nails, tóc kể cả Home Depot, các cơ quan chính quyền như Cơ quan Xã Hội, Giao Thông... Vợ chồng tui may mắn có Medical, coi như giống OHIP ở Ontario, Canada, mình được chọn bác sĩ, nên tui chọn bác sĩ chuyên khoa, cả bác sĩ mắt cũng vậy, hơi khác ở Toronto thì phải qua bác sĩ gia đình, hầu hết rất lịch sự và tiếp đãi rất thoải mái. Song hầu hết phải lấy hẹn và mua thuốc cũng dễ, chỉ dẫn cách dùng thuốc rất cặn kẽ.

Gặp Lại Bạn Thời Trung Học

Hôm nay có chút thời gian tui vội vã viết vài hàng cùng bà con cô bác nha. Tui mới vừa đi dự một buổi họp mặt với bạn học cũ trường Taberd Sài Gòn. Trong bữa ăn thì gọi bò 7 món, mắm nêm nhà hàng Quê Hương pha ngon tuyệt vời. Có thằng bạn học cũ nói nếu không có thịt bò chắc nó chết vì nó thích món thịt bò lắm lắm. Nó nói mua thịt bò bottom round là ngon nhứt cho món nhúng giấm, phở tái, bò né... thịt chỗ này vừa mềm vừa ngọt. Hôm sau tui ra chợ mua thịt bottom round thì quả thật rất ngon, làm nhúng giấm hay bún bò xào cũng hết xẩy luôn.

Sau đó thì có vợ chồng đứa bạn rủ đi coi căn nhà bán gần 4 triệu dollars. Căn nhà này của vợ chồng con gái của gia đình bạn tui nó nằm ở vùng Saratoga cũng không xa chỗ gia đình tui ở. Họ bán căn nhà này vì chuyển sang tiểu bang khác để ở. Căn nhà rộng đến 5600 sqft, khu đất rộng 12 ngàn sqft. Đây là lần đầu tui thấy một căn nhà giá cao như vậy, kiến trúc rất tuyệt vời vì mỗi góc, mỗi nơi đều được xây cất rất tinh xảo và tổng thể rất là hài hòa, khi đứng trong phòng thì tui có cảm giác thư thái, nhẹ nhàng, bình an.

Kiến trúc ngôi nhà này rất là vừa mỹ thuật vừa kỹ thuật. Có một phòng gồm 12 ghế và một màn ảnh khá rộng để xem phim, phòng này làm tui nhớ đến những phòng chiếu phim ngày xưa ở Sài Gòn. Nhà có 3 tầng và có một thang máy đi từ tầng trệt đến lầu 1 để đạp xe đạp. Thang máy có sức chứa 6-8 người, bên trong cũng trang trí rất đẹp mắt. Người chủ nhà là con gái của người bạn học ở Taberd, cô này học xong Tiến Sĩ Dược song không đi làm, cô có một ham thích vô cùng về xây dựng. Ông chồng là 1 bác sĩ gây mê, cả 2 đều thích xây dựng, sửa sang nhà cửa. Say mê và họ nghiên cứu về vật liệu xây dựng như xây một đường đi bằng đá ở sân sau nhà, tiền công đã trên 30 ngàn đô, đá lót được cắt theo bản vẽ và là một loại đá mà rêu không bám được, tuy học về ngành đá mà tui cũng không biết có loại đá này, đủ thấy chủ nhà đã sưu tầm vật liệu rất dữ dội. Đường đi lót đá này chỉ để cho đứa con gái duy nhứt của chủ nhà dạo chơi bằng xe đạp. Tui nghĩ nếu chàng trai nào mà cưới cô gái con chủ nhà chắc là chuột sa hũ... vàng. Khu nhà này không khí rất trong lành, cây cối xanh tươi, khác hẳn những vùng khác mặc dù ở đây đang bị hạn hán.

Tui cùng đám bạn, đứa nào cũng trên 7 bó, cho là mỗi ngày là bonus của Thượng Đế cho nên họ vui lắm, toàn chuyện đi chơi, có đứa đi được mấy vòng trái đất, có đứa đi Nhựt Bổn gặp động đất tưởng hui nhị tì, có đứa đi vịnh Hạ Long Việt Nam, tàu bị hư tưởng xí lắc léo.... Nghĩ đến mình tui thấy số mình cực (số con rệp) nên giờ còn lận đận với mấy đứa cháu nội nhỏ xíu. Tuy nhiên tui cũng tự an ủi là có cơ hội giúp sắp nhỏ về đạo đức và văn hóa Việt. Cũng may là 2 thằng con đều có vợ người Việt nên mỗi thứ Sáu thì gia đình tụ họp ăn uống (món ăn Việt Nam) rất là vui và đầm ấm. Mỗi sáng tui chở thằng cháu nội đi học, trường nó gần cà phê Starbucks nên tui ghé qua đó nhâm nhi cà phê và điểm báo khính nên chuyện thế giới, chuyện kinh tế đều được biết. Sau đó thì có khi thăm bạn bè, đi các khu thương mại, các siêu thị, có khi đi thư viện đọc sách để tìm hiểu về thành phố mình đang ở, tới trưa thì rước cháu nội về, có khi nó đòi ăn ở McDonalds, ăn cơm gà, phở, ông Nội cũng chiều, cũng thấy vui. Tui cũng hát cho cháu nội nghe bài Nỗi Buồn Hoa Phượng và nói với nó đi học vui lắm, có bạn bè, còn nghỉ hè thì buồn lắm, đó là ý của bài hát.

Hài Lòng

Số là trời ở San Jose thỉnh thoảng se lạnh và có sương mù vào buổi sáng, đây là lúc nhâm nhi một ly cà phê Starbuck và ăn một miếng bánh mì chuối thì hết ý, vì vừa nhấp cà phê, vừa nhớ lại những ngày xưa, từ lúc còn bé thơ cho đến những ngày sau 75 te tua, tan nát đến những ngày đầu bước chân lên Toronto, Canada, khó khăn chồng chất, khổ cực trăm bề, cho đến khi an cư lạc nghiệp lại tiếp tục lên đường sang San Jose Cali, ra đi mà phó thác cuộc đời cho Ông Trời (theo đạo thì là Thiên Chúa) và hát câu xin vâng theo ý Cha (Ông Trời) mà xin không theo ý con (là tui), ý là sướng khổ tùy theo số mạng, hơn một năm qua bị 3 hồi: cháu nội quần cho xịt khói, lắc bình sữa rung rinh nhà cửa, ẩm cháu nội muốn vẹo ba sườn, lại thêm tuổi già nhớ trước quên sau, song bù lại, gia đình đầm ấm, 2 đứa con tuy đã lớn khôn, cùng với vợ muôn phần hiếu thảo, nên trong tâm cũng thấy hài lòng...

Nhớ Mưa Đà Lạt

Mấy hôm nay trời San Jose trở lạnh, đôi khi có mưa vài trận, tuy không ào ào như ở quê mình, không có tiếng mưa rào rào trên các lá cây cũng như không có tiếng lách cách trên mái ngói hay lộp bộp trên mái tôn và cũng có rất ít sấm, sét, song cũng làm cho tui nhớ lại những cơn mưa ở Sài gòn cũng như ở bên Toronto trước đây. Sáng sớm có khi trời mù sương cũng gợi lại cho tui hồi đi dạy ở Đà Lạt, có lần trên đường về lại Sài Gòn đến Đèo Chuối thì gặp phải sương mù dày đặc đến đổi không thấy đường nên đành phải quay lại Đà Lạt hôm sau mới về. Chỉ vài trận mưa mà cây cối như bừng tỉnh, các ngọn đồi trọc (chữ trọc này hay thực vì các ngọn đồi như cái đầu không có tóc) bắt đầu có màu xanh mờ mờ của cỏ non.

Nghe Nhạc Nhớ Nhà Xưa

Nhà tui đang ở San Jose có mặt tiền xây ra hướng Tây cũng như căn nhà cũ ở Toronto, Canada vậy, cho nên buổi sáng tui hay ngồi ở sân vườn sau, ánh nắng buổi sớm mai dìu dịu và gió nhè nhẹ mát mà uống tách cà phê sữa nóng, ăn sáng mà nghĩ những chuyện ngày trước trong cái yên lặng thực là tuyệt vời. Ngày xưa khi mua nhà ai cũng muốn nhà quay mặt hướng Đông giờ tui mới thấy quay mặt hướng Tây cũng rất tốt vì buổi chiều ngồi ở sân vườn sau ngắm các cây trái, uống một chai bia hay ly rượu đỏ dưới bóng mát căn nhà thì tuyệt vời lắm.

Hôm nay lại nghe một bản nhạc: Xuân Tha Hương, bản nhạc của Phạm Đình Chương do Sĩ Phú, Trần Thái Hòa hát nghe mà nhớ nhà vô cùng, xin chép vài câu trong bài hát như sau:

Ngày xưa xuân thắm quê tôi
Bao nhánh hoa đời đẹp tươi
Mẹ tôi sai uốn cây cành
Vun tưới hoa mùa xinh xinh
Thời gian nay quá xa xăm
Tôi đã xa nhà đầm ấm
Sống bao xuân lạnh lẽo âm thầm

Nghe mà nhớ nhà, nhớ gia đình, Ba Má, anh chị em, tui nhớ các bà con, bạn cũ vô cùng đó.

Tui Đã Quen

Giờ này ở San Jose là mùa thu, cũng có lá vàng rụng, cũng có lạnh và cũng có mưa song thời tiết thì dễ chịu hơn cho ông già 73 tuổi như tui. Sang San Jose kể ra là trên 2 năm rưỡi rồi (đúng ra là 2 năm 7 tháng), cuộc sống đã quen dần với các nơi như siêu thị, trường học, các shopping malls, cách tính bằng miles thay vì là km, cũng quen các tiền của Mỹ, giá cả hầu hết mọi thứ từ nhà cửa, xe cộ, bảo hiểm, rau cải, thực phẩm, và cũng quen với cách chăm sóc các cháu nội, tuy bận rộn hơn hồi ở Toronto song các cháu nội rất dễ thương và nói chung là bận rộn trong hạnh phúc. Trước đây tui cũng hơi lo vì trước khi sang San Jose thì hầu hết các bạn già khuyên KHÔNG nên ở với các con, các cháu, điều này cũng đúng song trường hợp gia đình tui thì không giống như vậy có thể do mình và các con hiểu nhau và tôn trọng lẫn nhau nên tui thấy hiện giờ (chớ sau này không biết nha) thì có dịp lo cho con cái, chỉ bảo chúng nó và gia đình thì vui vẻ, đầm ấm hơn. Tui nhớ ngày xưa hồi học lớp bét trường Cô Sáu ở Bà Chiểu, Gia Định thì trong sách có định nghĩa một gia đình hạnh phúc thì có 3 thế hệ, ông bà thì kể chuyện đời xưa cho các cháu, người cha thì đọc sách, mẹ thì dệt vải, cuộc sống êm đềm. Mùa thu này thì San Jose có mưa khá nhiều song chắc chưa đủ nước bù vào các năm bị hạn hán, cây cối sau nhà xanh tươi và có ổi, đào, lựu,... thấy cũng vui vui như hồi còn ở Phú Nhuận, Việt Nam.

Lễ Tạ Ơn

Nhơn ngày Lễ Tạ Ơn, gia đình chúng tui xin gởi đến Ơn Trên, quý tổ tiên ông bà, cha mẹ, anh em, bà con, bạn bè thân thương xa gần lời tạ ơn và biết ơn, nhớ ơn vô cùng của đại gia đình chúng tui nhờ sự giúp đỡ, nâng đỡ, khuyên bảo, khuyến khích vô cùng quý báu đó mà chúng tui có được ngày hôm nay. Những ơn này chúng tui xin ghi lòng tạc dạ luôn mãi trong cuộc sống. Lễ Tạ Ơn này là lễ lớn nhứt trong năm và cũng là dịp để gia đình chúng tui nhớ lại những ơn nghĩa mà tất cả mọi người đã giúp đỡ từ trước cho đến bây giờ. Chúng tui xin nhớ mãi.

Nhớ Về Sài Gòn

Mấy tuần rồi khu tui ở rừng cháy dữ lắm làm không khí mờ mờ, mùi khói và tro bay trong không khí và chính phủ khuyên nếu ô nhiễm quá cao thì phải chuẩn bị di tản đến nơi an toàn, chuẩn bị các giấy tờ, chút quần áo, khẩu trang và ít thực phẩm. Mọi hoạt động lại phải ngưng lại vì internet không tốt. Các quí vị học sinh con nít thì nhập học online và học kiểu này thì ông bà cha mẹ thêm công việc vì phải theo dõi suốt buổi sáng và buổi chiều nên tui lu bu không viết lách gì được.

Số là hôm tui về Việt Nam sau 5 năm xa cách, khi xe về đến nhà bên vợ vừa mới bước vô cửa thì bao nhiêu kỷ niệm cũ từ nhiều năm qua ùa vào tâm trí tui. Trước kia khi còn ở Sài Gòn dù đến đây bao nhiêu lần mà có lần nào xúc động đến như vậy đâu? Lạ chưa? Khi nhìn cái bàn, cái ghế nơi phòng khách trước kia tui thường đến ngồi mỗi lần đến thăm bà xã tui, lúc đó còn là bạn gái, ôi sao cái ghế này mà thấy thương thương nó quá vậy trời?

Nhớ lại ngày đó khi được Đại Học Khoa Học Sài Gòn mời dạy năm Cao Học của ban Địa Chất tui cũng hơi ngại, vì có nhiều giáo sư họ từ chối, lý do đây là chương trình hậu Cử Nhơn, các sinh viên có người là Hiệu Trưởng, có người là giáo sư Trung Học, có người đi làm ở các cơ quan nhà nước, đại khái là các sinh viên này có nhiều kiến thức, kinh nghiệm sau khi họ tốt nghiệp 4 năm đại học. Tui hơi ngại song tự nghĩ mình đã trải qua nhiều kinh nghiệm như từng đi nghiên cứu các hải đảo miền Nam (như Hòn Tre, Hòn Tekere-Minh Hòa, Hòn Hải Tặc, Côn Sơn, Hoàng Sa, Trường Sa,...) với các phái đoàn Cố Vấn Pháp, Liên Hiệp Quốc, nghiên cứu nhiều nơi với công ty khoan giếng của Mỹ, các nơi như than đá Nông Sơn, mỏ vàng Bồng Miêu, mỏ sắt Mộ Đức, mỏ Molybdenum ở Núi Sam Châu Đốc, Cát Trắng Thủy Triều,... Có nghĩa là tui có nhiều cơ hội thực tế cũng như có dịp nghiên cứu các *không ảnh* với Phòng Không Ảnh ở Đà Lạt, đập Đa Nhim, khu người Pháp khoan tìm dầu ở Hợi Lộc, nơi xuất hiện núi lửa Hòn Tro, khu nhà máy xi măng Kiên Lương, nghiên cứu trữ lượng đá vôi và đất sét cho nhà máy khi tăng năng suất từ 240 ngàn tấn/năm lên 2 triệu tấn/năm, và tui có ghi chép lại rất nhiều tài liệu liên quan đến Địa Chất như công thức men của Cảnh Đức Trấn, Bát Tràng, v.v. do đó tui nhận dạy chứng chỉ này với 4 giáo sư khác và giúp cho các sinh viên làm tiểu luận.

Mấy Lượt Đổi Màu Cờ

Mấy ngày nay khi cầm lá phiếu để điền vào trước khi đi bầu lòng tui dâng lên một niềm xúc cảm khó tả. Kể từ ngày định cư ở Canada cũng như ở Mỹ, mỗi lần cầm lá phiếu trên tay tui thấy mắt mình cay cay và biết mình là một người có tự do thực sự. Tui rất hãnh diện và tự hào được quyền lựa chọn và quyết định việc chọn lựa người lãnh đạo mà tui cho là tốt nhứt theo tui nghĩ.

Ngày trước, sau năm 75, dù sinh ra ở đất nước mình, dù được học hành và sinh sống như một người dân Việt Nam mà đảng cộng sản năm 75 đã ngang nhiên cướp mất quyền làm công dân của tui và vô cớ bắt tui đi tù và lừa gạt là chỉ đi cải tạo 10 hôm. Kể từ đó chế độ cộng sản này đã chết hoàn toàn trong lòng tin của tui. Chấp nhận các điều mà cộng sản rêu rao chỉ là để được tồn tại và chờ ngày thoát khỏi bọn ma quỷ này.

Hôm nay nhìn các con các cháu tui có cuộc sống thanh bình ở đây, điều tui vô cùng sung sướng và hạnh phúc nhứt là tụi nó được hưởng sự tự do, là những người công dân trong đất nước này.

Cách đây trên 30 năm, khi anh chị tui không đủ số tiền lương qui định theo Luật Di Dân của Canada, Ba tui làm 1 việc cho gia đình tui (mà cả đời tui không bao giờ quên ơn Ba tui) đã viết một lá thư cho Thủ Tướng Canada xin giúp đỡ cho bảo lãnh gia đình tui. Thật bất ngờ như một phép lạ, Văn Phòng Thủ Tướng cho phép Anh tui làm thủ tục bảo lãnh cho gia đình tui. Anh tui cũng không tin ở giấy bảo lãnh mà không đủ điều kiện để bảo lảnh gia đình tui nên Anh tui viết thư căn dặn tui cố gắng làm việc như thường để lo sinh sống vì Anh tui không tin tưởng là gia đình tui sẽ được Di Trú Canada chấp nhận. Như một phép lạ nữa xảy ra là hồ sơ di trú của tui đi nhanh như hỏa tiễn.

Chỉ sau 1 năm gia đình tui có mặt tại thành phố Toronto, Canada. Sau đúng 4 năm mọi người được tuyên thệ là công dân chính thức của Quốc Gia này. Ngày đó mọi người trong gia đình tui vô cùng cảm động và biết ơn Thủ Tướng Canada, cám ơn vô cùng đất nước này. Tối đêm hôm đầu tiên là công dân, tui thầm cúi đầu tạ lỗi với Ông Bà Tổ Tiên Quê Hương Việt Nam của tui, và hứa sẽ sống và làm việc để góp phần cho đất nước Canada này và xứng đáng là công dân ở đây.

Những kỷ niệm từ thời thơ ấu của tui, từ những con đường mà tui thường đi lại, những căn nhà gia đình tui đã ở cùng biết bao gương mặt thân yêu ông bà, bà con, bạn bè... hiện ra trong giấc mơ của tui, giờ đây đã xa rồi, vĩnh viễn đã xa rồi, xa rồi mãi mãi.

Gia Đình Tui Ngày Đó

Chuyện Ba Tui

Ba Tui Với Họ Hàng

Trong dòng họ, Ba tui là người khá nhứt, giúp đỡ các gia đình bên ngoại rất nhiều như gia đình cậu Tư Đăng, còn bên nội thì gia đình cô Ba, cô Năm, bác Tư và nhiều người lắm, chị Ánh, chị Ảnh, anh Nô, anh Trần Văn Minh, Lèo, Nghĩa mà Ba tui nuôi vì Ba Má nó bị Việt Minh ám sát vì là Hương Chủ làng Nhị Quí, lúc Ba tui làm Phó tỉnh Mỹ Tho. Sau cho Nghĩa vô trường Thiếu Sinh Quân Vũng Tàu, chú Ngọc tài xế, các ông Hương Quản, Hội Đồng cũ cũng thỉnh thoảng ở nhà Ba tui 3, 4 tháng, hễ ai có hoàn cảnh khó khăn, không chỗ nương thân thì Ba đón về hết. Có lần mợ Năm Mai nói nếu mà cậu Năm (đẹp giai, lịch sự nhiều cô mê, đầu chải ổ gà, xức dầu thơm phức) mà bỏ mợ đi thì mợ sẽ về ở chung nhà tui.

Ngược lại, khi gia đình Ba tui gặp khó khăn thì đều trở về Bà Chiểu lánh nạn và làm lại cuộc đời. Khi bị tịch thu nhà Phú Nhuận, Ba Má tui trốn về Bà Chiểu cùng với em út tui. Ba tui lâm bịnh nặng, ở nhà của anh Ba Cảnh, và được vợ chồng anh Ba không những chứa chấp mà còn tận tụy chăm sóc cho đến khi Ba tui lành hẳn rồi trở lên Lái Thiêu tạm trú.

Tình Phụ Tử

Hằng năm cứ vào độ cuối năm thì tui lại nhớ Sài Gòn-Phú Nhuận-Bà Chiểu hết sức nhiều. Ở đó có gần 2/3 cuộc đời của tui trải qua các nơi ấy. Vào cuối năm ở Canada thì có tuyết rơi, có mùa đông thật sự, cả không gian bao trùm một màu trắng xóa, nhìn thì rất đẹp mà lại thấy lạnh thấu xương, còn ở nơi đây, miền Bắc Cali thì năm nay mưa dầm dề sau những tháng trời khô hạn không thấy một bóng mây trên trời.

Mỗi khi trời mưa xuống, mùi đất xông lên tuy nhiều người rất khó chịu song cái mùi ấy làm tôi nhớ nhà ghê gớm.

Ngày đó tui sống với anh em tui và Ba Má tui. Nhà tui có 4 anh em song thằng em út thì nhỏ hơn tui tới 12 tuổi. Anh em tui sinh ra trong một gia đình quan quyền, cuộc sống tương đối khá giả. Ba tui từ xứ Cái Cùng, chó ăn đá, gà ăn đất ấy và lúc 9 tuổi phải xa cha mẹ lên Sài Gòn học hành. Ba tui kể đó là thời gian Ba tui cực khổ nhứt. Ba tui học trường Lê Bá Cang và đậu bằng Thành Chung (Diplôme), đó là lớp cao nhứt thời đó. Ba tui văn hay, chữ viết rất đẹp, tiếng Việt tiếng Pháp rất giỏi, người cao to và trông rất oai nghi. Sau khi thi đậu Tri Huyện thì được bổ đi làm quận trưởng Quận Cai Lậy thuộc tỉnh Mỹ Tho. Trước đó thì đi làm ở Bộ Kinh Tế ở Sài Gòn, ra khỏi nhà Ba tui ăn mặc áo sơ mi tay dài, quần tây bóng loáng và mang đôi giày cũng bóng loáng. Hầu hết là Ba tui thắt cà la oách (cravate) trông hết sức trang trọng. Đôi giày của Ba tui khi đi trên nền gạch thì nghe lộp cộp vì dưới đế giày có đóng móng sắt, mục đích để giữ đế giày lâu mòn.

Tui thì không hạp với Ba tui lắm vì ông hay cho tui ăn đòn. Ba tui nói thằng Sách cứng đầu, ham chơi, ham oánh lộn và chơi rắn mắt lắm và không chịu nghe lời. Ngày đó tui nhìn Ba tui như một người cha dữ dằn, hơi ác với tui nên tui không thích Ba tui lắm. Mỗi lần gặp mặt Ba tui, tui rất áy náy lo sợ và lúc nào cũng xét mình coi có vi phạm lỗi gì không, học hành thì tui không đến nỗi nào mà tính tui hay phá phách, nghịch ngợm thì thuộc loại có hạng, vì vậy thấy mặt Ba tui trong bữa ăn, buổi tối và nhứt là cuối tuần thì tui rất nhột và ớn lắm lắm. Tui nghĩ là Ba tui không ưa và thương tui bằng anh tui và em tui (thằng út thì chưa sinh ra.) Song dần dà theo thời gian thì tui khám phá ra bộ mặt thật của Ba tui. Cái bên ngoài dữ tợn, khó ưa, Ba tui lại là một người Cha thương con vô bờ bến. Những cảm nghĩ không thiện cảm của tui về Ba tui cũng từ từ mất đi khi có những biến cố xảy ra trong đời tui. Tui còn nhớ rất rõ có lần tui bị bịnh sốt nóng, Ba tui vào giường tui, nằm kế bên tui và Ba tui đọc chuyện cho tui nghe. Đó là một chuyện bằng tiếng Pháp tui mượn ở Thư Viện mà vì bịnh nên chưa đọc được . Trong quyển này có nhiều chuyện, Ba tui đọc cho tui nghe 1 chuyện tạm dịch là *Một Cú Đập Chết 7 Mạng*. Tui còn nhớ nội dung câu chuyện như sau: Có một chàng thanh niên kia khi ăn bánh, làm rớt một miếng bánh xuống đất và đám ruồi bu lại. Anh ta xòe bàn tay ra và đập đám ruồi, cú đập này làm chết 7 con ruồi tất cả. Khoái chí, anh ta bèn viết trên vách nhà là... một cú đập chết 7 mạng... Lúc ấy Nhà Vua đang tìm một hiệp sĩ để đi giết 7 tên cướp rất hung bạo, vì vậy Nhà Vua cho mời anh ta vào cung và ra lệnh cho anh ta đi giết 7 tên cướp, nhà Vua nghĩ là chỉ cần anh này đập 1 cái là 7 thằng cướp hung dữ sẽ chết. Anh chàng này không thể từ chối cũng như không thể nói ra sự thật được nên khăn gói lên đường giết bọn cướp. Cuối cùng nhờ mưu mẹo anh ta đã giết được bọn cướp và anh ta được nhà vua gả công chúa xinh đẹp cho. Giọng Ba tui lúc đó sao dịu dàng, Ba tui sờ trán tui và ôm tui vào lòng. Tui thấy Ba tui rất lo lắng, mặt Ba tui không còn vẻ uy nghi, nghiêm khắc, dữ dằn mà tui thấy mặt thật của Ba tui sao mà dịu dàng và thương tui, lo lắng cho tui đến như vậy. Có một hôm trời mưa lớn, mưa ào ào và nhờ đó cóc nhái ễnh ương nhảy ra tắm mưa vừa kêu ộp ộp, chét chét vừa nhảy cà tưng ngoài sân. Tui thì khoái tắm mưa vì nước mưa mát mẻ và lại không cần gàu múc xối từ lu da lươn, không bị la rầy vì làm ướt nhà và không phải xát xà bông, nhiều khi nó chảy vô mắt cay mắt bỏ xừ luôn. Mà tắm trong nhà tắm tui sợ lắm vì khi xát xà bông thì phải nhắm chặt 2 con mắt lại và khi mở mắt ra thì lại sợ gặp con quỷ nó đứng trước mặt thì chỉ có chết. Tính tuy rất can đảm ngang tàng song lại rất sợ ma. Đêm ngủ mà muốn đi tiểu thì phải gọi Má tui, tui rất sợ khi bước xuống giường rủi có bàn tay con ma nó chụp cái chưn tui thì tui xỉu là cái chắc.

Vài Câu Hát Vui

Tui đã đi Montréal về sáng nay. Chiều qua trên xa lộ phải một trận bão tuyết kinh khủng nên phải ngừng xe tại khách sạn Ramada và ngủ lại một đêm, sau đó mới dìa lại Toronto. Hú hồn hú vía. Trên đường về đi trong giá buốt (-17 độ C) tui lại nhớ một bài hát mà hồi nhỏ hay hát nghêu ngao cùng Ba Cảnh, Tư Tâm hồi nhỏ, đó là bài *"Sơn Tinh, Thủy Tinh cung kiếm lên ngựa đua tài, đua tài... Tướng cá binh tôm, thua thế ta hãy rút về, rút về... Non xanh cao ghê... Trời ơi Mị Nương Công Chúa, Mị Nương em ôi, thôi rồi chết tui."* Khi vô giường tui hay hát bài này. Ba tui nằm đọc báo nghe tôi hát nghêu ngao bèn la: "Thằng Sách có đi ngủ không, coi chừng roi mây liếm đít à nha." Ba tui cũng hay ngâm nga mấy câu: *"Nước mắm mặn không tiền mua giấm, muốn ăn cay không có ớt mà dầm."* Hoặc câu: *"Chó chực bữa cơm rơi nước mắt, chuột nhìn chĩnh gạo rụng lông nheo"*, tả cái cảnh nghèo sao mà thê thảm. Còn tếu hơn khi Ba tui cũng hay ngâm: *"Em như cục cứt trôi sông, Anh như con chó ngồi mong trên bờ."*

Tui còn nhớ có lần Ba tui mua một cái tủ có cái mặt tủ rất đẹp bằng gỗ nu (loại gỗ có vân rất đẹp). Không biết ma dẫn lối, quỷ đưa đường ra sao mà tui cùng anh Điền tui, lấy cái đồ khui rượu mà 2 thằng vừa hát *"là hụ, là khoan"*, khoan cái mặt tủ đó để rồi trưa Ba tui về 2 thằng ăn một trận đòn nhớ đời, bây giờ mà nghe *"là hụ, là khoan"*, hai anh em cười bể bụng.

Con Gà Nòi

Có lần Ba tui biết tui rất thích gà trống nòi (để đá gà) nên từ Cai Lậy, lúc đó Ba tui là quận trưởng quận Cai Lậy, gởi về cho tui (quí tử) một con gà nòi, đầu có mồng dâu (như cái mũ của một tướng quân), mắt sâu, mỏ to và cứng trông như chim ó vậy, da cổ dầy, không lông và đỏ bầm, cổ thì to và dài, bắp đùi săn chắc, mang một cái cựa nhọn hoắc như cây gươm, chân gà vảy bắp, con gà bước đi như là một ông tướng quân oai nghiêm đi duyệt hàng quân, hùng dũng vô cùng. Tiếng gà khàn khàn và khi cất tiếng gáy nghe lạnh mình (nội lực của gà như một võ sĩ thâm hậu lắm lắm.) Tui ôm con gà không muốn nổi. Ba thằng tui (tui, Ba Cảnh, Tư Tâm) ôm gà đi khắp xóm tìm gà trống lối xóm để đá, bất ngờ gần bụi tre tàu có một con gà trống tàu to lớn, cái mồng to như cái dĩa bàn màu đỏ chét, trông rất sung mãn, bộ lông sặc sỡ, đẹp vô cùng không trụi lủi như con gà của tui, bên cạnh nó có khoảng 7, 8 gà mái dầu. Tui bèn thả con gà nòi của tui xuống, nó đập cánh phành phạch, bụi bay mù mịt, con gà trống tàu dựng cổ đứng lên khi nghe con gà nòi của tôi gáy, nó cũng đập cánh bùm bụp kêu túc túc, rồi cất tiếng gáy đáp lại như ở đây có ông mày đây. Bất ngờ con gà nòi tui nhào đến nhanh như chớp và 2 võ sĩ xáp trận. Chỉ chưa đầy 3 hiệp, con gà nòi tui níu đầu con gà kia và tung liền 3 cú đá ác liệt. Bị 3 cú đá đó tui thấy con gà kia muốn ngất ngư thì có tiếng la ơi ới: "Trời ơi gà tao nuôi để lấy trống mà tụi bây đem gà nòi đá thì chết mẹ nó rồi, tụi bây bắt đền à nha." Tui vọt lẹ, ẵm con gà tui, và ba thằng vừa chạy vừa cười quá xá cỡ.

Hai hôm sau tui thả bộ đi qua nơi đó mới thấy cái tai hại của mình, bầy gà mái bơ vơ, ngơ ngác, có lẽ con gà trống tàu đã hui nhị tì rồi, thật bậy bạ quá, tui ăn năn quá cỡ, mặc niệm một chú gà đã tử trận, giờ thì đã muộn rồi. Chắc chủ con gà trống tàu rủa sả và căm thù ba thằng tụi tui lắm lắm.

Kỷ Niệm Về Nhạc Và Thơ

Viết đến đây tui lại nhớ là Ba tui sinh năm 1921 tại một nơi tên là xóm Cái Cùng, làng Long Điền. Ông Nội tui là ông Trần Hữu Nguyên (ông Ngoại tui là Trần Thái Nguyên), hình như vốn từ ngoài miền Trung vô khai khẩn ruộng vườn, song vì không biết luật lệ nên mình bỏ công sức ra khai khẩn, người khác lập sổ bộ xin phép thành ra ruộng vườn bị cướp công, mình làm người khác hưởng, nghe nói ông Nội tui thưa kiện giấy tờ nhiều đến 2, 3 cần xé mà vẫn bị thua kiện. Ông Nội tui nghĩ là mình dốt nát nên mới xảy ra như vậy nên gởi bác Hai tui là Trần Văn Mẹo lên Sài Gòn đi học. Bác Hai Mẹo của tui rất là thông minh, đẹp trai, bàn tay rất là mềm, trông có vẻ là oai phong lẫm liệt à nha. Bác Hai tui thực tên là Trần Hữu Phương, song khi sanh ra, ông Nội tui nhờ một người quen đi làm khai sanh trên tỉnh, người đó lại quên cái tên này bèn ghi là Trần Văn Mẹo, vì Bác tui sinh năm con Mèo, thế có chết không. Hồi nhỏ, bà Nội tui cứ gọi bác Hai tui là Bác Vật Phương, lúc đó tui không hiểu tại sao gọi là Bác Vật (gọi là Bác Vật vì bác tui là kỹ sư Công Chánh.) Bác tui là một trong những kỹ sư đầu tiên ở miền Nam. Sau này bác tui làm đến Bộ Trưởng bộ Công Chánh. Ba tui cũng được ông Nội tui gởi lên Sài Gòn ăn học. Cũng như bác Hai tui, Ba tui tướng rất tốt, cũng oai phong lẫm liệt, ai nhìn mặt cũng nể sợ. Đặc tính của Ba tui là rất ngăn nắp, khi phơi quần ở đây kêm Ba tui cũng sắp quần áo theo thứ tự ngay ngắn... Cũng như bác Hai tui, Ba tui làm Quận Trưởng rồi làm Phó Tỉnh Trưởng Gia Định, Ba tui nói muốn đổi tên đường Hàng Thị trước nhà ông Ngoại tui thành đường Phan Đình Phùng song thấy kỳ kỳ (trùng tên với Ba tui), nên mới đặt là đại lộ Bạch Đằng. Mấy đứa bạn tui hay nói là Ông Tố (Giồng Ông Tố) lấy 3 bà vợ là Bà Chiểu, Bà Rịa, Bà Hom, nhưng chỉ có Bà Chiểu là có một con gái tên là Thị Nghè (khu Ngã 3 Hàng Xanh.) Chỉ là chuyện tếu mà thôi.

Ba tui là một người thích thơ, âm nhạc lắm. Một hôm Ba tui giải thích bài thơ Ba tui rất thích cho tui nghe là bài thơ Thiên Đường Lại Mở của Vũ Hoàng Chương mà hai đoạn đầu như sau:

Vườn tưởng trọn mùa hoang phế
Còn thơm một nụ quỳnh hoa
Lịch tưởng trọn dòng hoen lệ
Còn tươi một ánh dương hòa

Chừ đây xuân thắm lòng tang,
Dưới gót chân em bừng nở.
Từ nay đời ấm từng trang,
Dưới búp tay em lần giở...

Ba tui nói đại ý là cách tả thơ vô cùng tuyệt vời vì vườn đây là tập thơ của Vũ Hoàng Chương, tưởng là bị quên đi, song được một cô gái (đẹp lắm, vì đó chính là cô Đinh Thục Oanh, chị của Đinh Hùng, sau này trở thành phu nhân của Vũ Hoàng Chương) mở ra đọc... Đoạn gần cuối:

Lòng em còn ngát hương duyên,
Đỏ thắm như lòng Trái Đất.
Tình ta còn mới y nguyên,
Như buổi Thiên Đường chưa mất...

Bài thơ này tui thuộc lòng, có tới 24 câu... mặc dầu lúc đó...

Ba tui là người viết chữ rất đẹp, làm việc rất ngăn nắp, Ba tui nói hồi nhỏ lên Sài Gòn mới 9 tuổi, rất vất vả và khổ sở, may mắn nhờ bác Hai tui là một người anh cả hết lòng thương yêu đùm bọc cho nên Ba tui rất quý trọng và thương mến bác Hai tui (Ba tui là con út.) Tui cũng thương và quí trọng bác Hai tui vô cùng.

Trong các bản nhạc Ba tui thích, rất thích hai bản Cô Láng Giềng và Cô Lái Đò. Hình như mỗi người tôi biết thì ưa thích một bản nhạc nào đó như cậu Mười Hai Quang thì thích bản Tà Áo Xanh. Mợ Út Mạnh tui thì thích bài Dòng An Giang, anh Điển tui thì thích bài Em Tôi. Má tui thì thích bài Đồi Thông Hai Mộ và bài Những Đồi Hoa Sim của Dzũng Chinh, cho nên khi Má tui vào Nursing Home, Má tui không đi được, không nói được, tui vào thăm, khẽ hát hai bài này cho Má tui nghe, tui thấy Má tui vui hẳn lên, mắt sáng ra, và mỉm cười với tui. Còn lúc Ba tui mất thì tui và gia đình còn ở Việt Nam. Đó là một điều tui ân hận nhứt là không nói được với Ba tui là tui vô cùng yêu thương và biết ơn Ba tui. Đó là những nỗi niềm riêng tui không có dịp nói và sẽ không bao giờ có dịp nói. Có một điều tui biết là Ba tui rất thương tui, hy sinh rất nhiều, có thể nói là vô cùng, cho tui, cho sự học hành của tui, tui không có dịp hát nho nhỏ bài Cô Láng Giềng và Cô Lái Đò cho Ba tui nghe lúc Ba tui bịnh nặng. Vì vậy, sau này khi sang Canada, tui không nề hà việc gì lo cho Má tui và kế đến cho dì Chín tui. Ba người đó tui chỉ có dịp săn sóc một chút Má tui và dì tui để gọi là một chút xíu bù đắp cho công ơn sinh thành, dưỡng dục cho tui nên người, riêng tui rất ân hận với Ba tui. Có những niềm riêng mình chưa nói hết, nên khi xuôi tay lòng vẫn ngậm ngùi là vậy.

Ngày xưa đi học thì tui học chung lớp với Bảo Minh con Ca sĩ Minh Trang. Bảo Minh người trông rất nho nhã, có dáng dấp nghệ sĩ, tui rất thích bạn này. (Bảo Minh hình như là anh của ca sĩ Quỳnh Giao.) Bỗng dưng nghỉ học, sau này nghe nói Bảo Minh đi du học về âm nhạc ở Đức Quốc... Ca sĩ Minh Trang hồi đó hát bản Đêm Tàn Bến Ngự hay tuyệt vời, Ba tui rất thích bản này do ca sĩ Minh Trang hát ở đài phát thanh Pháp Á. Mỗi buổi tan trường, Cô Minh Trang đi đón Bảo Minh, lúc đó tui thấy Cô Minh Trang dáng người cũng thanh thoát rất ư là nghệ sĩ.

Viết đến đây thì em út tui có nhắc cho tui thêm ngoài tân nhạc, Ba tui còn thích nghe cải lương, vọng cổ như bài Sầu Vương Biên Ải, nói về người chiến sĩ đi trấn ải nhớ gia đình và các bài khác như Ông Lái Đò, Gánh Nước Đêm Trăng, và các ca sĩ vọng cổ Ba tui thích như Út Trà Ôn, Thanh Tú, Thanh Nhàn... Má tui cũng thích cải lương, ưa đoàn hát có Bạch Tuyết, Hùng Cường, Kim Chung, cả kịch Kim Cương, Thẩm Thúy Hằng... Vì vậy tui cũng biết hát nghêu ngao vọng cổ và tân nhạc hồi còn nhỏ như bài Dư Âm, Trăng Mờ Bên Suối, Hoàng Hoa Thôn... Khi nghe lại những bản nhạc ngày xưa lúc còn bé, bài hát, người hát và lời hát mang về lại cho tui khung cảnh, và sự trở về của những người thương yêu của tui ngày xưa - ôi đó cũng là những niềm riêng mà một mình tui biết mà thôi dù bài hát đó âm điệu đã xưa, ít ai hát nhưng chính những niềm riêng đó làm cho tui thấy nó tuyệt vời bất hủ làm sao, ít ai hiểu và có cảm nhận được như tui.

Có thể người đi lập nghiệp từ miền Trung vào là ông Cố hay ông Sơ (3, 4 đời trước) chớ không phải ông Nội tui, theo lời anh Sáu Diện là con của bác Hai tui cho biết. Nay hầu hết những người thuộc thế hệ Ba tui đã mất hết nên tui không biết hỏi ai. Chú Khôi, em út của tui có hạnh phúc về lại thăm quê của Ba và Má tui (Bạc Liêu và Tân Châu) nên biết rõ hơn tui về gốc gác của mình. Nhờ ghi lại những hồi ức về quá khứ tui lại biết thêm những điều mình chưa biết hay biết không đủ, không đúng nên những lời bổ túc rất cần thiết và làm cho bài viết thêm hương vị đậm đà như các gia vị cho tô hủ tiếu... để mọi người thưởng thức hài lòng, khoái chí.

Có lần Ba tui đi về thăm lại cố hương với dượng Ba Ấn hay dượng Năm Tên (không nhớ rõ là đi với ai.) Ở quê đó Ba tui nói cái gì ăn cũng ngon như trái ổi, con vịt... Sau đó Ba tui về lại Sài Gòn, không còn nhắc đến quê hương, chỉ nói là khác ngày xưa...

Lời Ba Dạy

Tui có hứa khi về Toronto viết tiếp những nỗi niềm chưa có dịp nói. Cảm ơn tất cả mọi người đã đọc và chia sẻ những gì tui viết như cùng nhau tâm sự. Mới về lại Toronto mà bạn bè phone ơi ới đi uống cà phê... nói dóc. Tui cũng thấy ấm lòng vì thỉnh thoảng mọi người cũng nhớ nhau, quên đi những cái mình không được hài lòng vì cuộc sống. Tui nhớ hồi học trung học tui say mê đọc quyển *Quẳng Gánh Lo Đi Mà Vui Sống*, quẳng thì quẳng song đôi khi trong gánh lo mình quẳng đi cũng còn nhì nhằng những cái còn mắc kẹt lại. Tui xin nói sơ qua về Ba tui một chút. Trong một giấc mơ tui lại gặp Ba tui. Ba tui thì là hình ảnh như hồi tui còn nhỏ. Ba tui da dẻ hồng hào, râu nhiều, cạo sạch sẽ trông cũng giống như lai... Tây. Ba tui nói bà Nội tui có thể là có dòng máu người Afghanistan, lưu lạc sang Bạc Liêu gặp ông Nội tui. Tui nghĩ chắc là vậy. Bà Nội tui bị điếc nên dòm miệng của người đối diện mà đoán, tui sợ lắm vì Bà thường đoán... trật lất rồi méc Ba tui, là tui bị ăn chổi lông gà... Ba tui dạy tui nhiều việc lắm mà có 4 cái là tui nhớ nhất.

Thứ nhất là không được bỏ cuộc. Đã làm thì phải làm cho tới bến. Cũng như viết một cuốn tập, phải viết từ trang đầu đến trang chót. Không viết vài trang rồi viết qua cuốn tập khác. Tui còn nhớ hồi học lớp 13è (lớp bét), ông thầy dòng bắt học bài bằng tiếng Pháp là bài Con Ve Và Con Kiến, khó xịt máu luôn, mà tui học muốn chết, Ba tui nhịp thước cốp cốp riết mà tui thuộc lòng giờ cũng chưa quên. Nhờ luyện tập như Thép Đã Tôi Thế Đấy mà tui vượt qua được những khó khăn ghê gớm trong cuộc đời tui. Vì vậy làm việc gì nhiều khi khó quá, nhớ lời Ba tui nên tui làm cũng tới bến luôn.

Học không phải để có văn bằng mà học để biết làm. Đó là điều thứ hai Ba tui luôn căn dặn. Nhớ lời Ba tui nói nên mặc dù khi theo ngành địa chất tôi luôn luôn để ý đến công dụng của đất, đá, các máy móc để chế biến đất đá thành sản phẩm có giá trị. Khi thăm những đồi cát trắng phau ở Thủy Triều tui cũng thấy đây là tài sản vô giá. Nhiều lần tui ngồi suy nghĩ làm sao xay nghiền đất đá cho thật mịn, mịn như bột mì vậy. Nhờ tìm hiểu như vậy tui thấy ngành địa chất thật hữu ích vô cùng, trước tiên là để kiếm tiền cho cuộc sống. Nhờ đó sau 75, khi không còn được dạy ở đại học nữa, tui chế ra được các loại men gốm khác nhau, các loại bột màu cho xây dựng, bột màu cho men gốm, xà bông cát để rửa sạch dầu mỡ, nhiều thứ lắm... Thành thử cuộc sống tương đối sung túc. Tui cũng chú ý đến hột xoàn, tui biết được những hột xoàn thô (cho cũng không thèm lấy) lấy từ mỏ lên hình dáng ra sao, cách cắt gọt, mài giũa ra sao, tui cũng mò mẫm tìm hiểu, học hỏi tới bến luôn. Có lúc tôi đi Bồng Miêu (mỏ vàng), Nông Sơn (mỏ than đá), Mộ Đức (mỏ sắt), Núi Sam (mỏ chì), rồi sang Hạ Lào, tìm xoàn Xiêm sapphire to cỡ nắm tay... Đó cũng nhờ Ba tui dạy: học để hành (làm việc) chớ không phải để có bằng cấp. Muốn có một sản phẩm, trước hết phải có kiến thức, kiến thức có được là do học hỏi mà ra. Sau này đọc quyển Rich Dad Poor Dad của Robert Kiyosaki tui rất thích, đọc đi đọc lại mãi mà không chán. Tui thấy điều Ba tui dạy thật vô cùng hữu ích.

Thứ ba là nghề nào cũng có tiến sĩ. Ý Ba tui muốn nói là nhứt nghệ tinh, nhứt thân vinh. Ba tui nói lúc sau này là Ba tui tiếc một điều là không có một cái nghề. Ba tui học giỏi, học về hành chánh, thi đậu Tri Huyện rồi đi làm quan, mà làm quan thì không phải là nghề theo đúng nghĩa Ba tui muốn nói. Khi lớn lên tui mới hiểu ý Ba tui dạy. Khi sang Canada, tui cố gắng quên quá khứ lấy lừng khừng của mình mà bắt đầu học nghề CNC (điều khiển các máy tiện, bào, phay... bằng máy computer.) Tui học rất nhiều trường dạy nghề (colleges), học từ bạn bè bên ly cà phê, rốt cuộc tui nghiệm ra một điều rất căn bản để hiểu và điều khiển các loại máy này dù cho máy có 2, 3, 4... hay nhiều trục (axis), tức là đơn giản hay cực kỳ phức tạp, trong một thời gian ngắn. Tui phải mất gần 6 năm vừa làm, vừa thực hành và thử nghiệm trong khi làm việc mới biết được. Từ đó cuộc sống tui dễ chịu. Ba tui nói đúng, phải có một cái nghề, chớ không phải có văn bằng tiến sĩ.

Thứ tư, Ba tui dạy: cho trước, nhận sau. Tui nghiệm rất là chính xác. Đơn giản và dễ hiểu là phải bỏ công ươm hột, tưới nước rồi vài năm sau cây mới cho mình trái.

Tình Thương Của Ba Tui

Tui còn nhớ một chị bà con là chị Ánh (con gái đầu lòng của cô Ba là chị của Ba tui, mà chị từ Bạc Liêu lên ở chung với nhà tui để đi học.) Lúc tắm mưa thì chị bảo tui bắt giùm chị một con ễnh ương vì khi mình đụng đến nó thì nó phình cái bụng nó to ra như nói ta đây mà đứa nào dám đụng tới. Tui lẹ tay chụp một con gần tui song mình nó lạnh ngắt và nhớt lầy. Tui chụp nhiều con đến khi tui thấy 2 bàn tay mình dính đầy nhớt lúc đó tui tá hỏa tam tinh mới đem tay ra giọt mưa để rửa, càng rửa nhớt nó càng dính. Lúc đầu tui còn bình tỉnh, sau thấy tay nhớt trắng dính hoài tui hoảng sợ chạy vào sân và cầu cứu Ba tui. Anh chị tui hù dọa tui là bị cùi tới nơi rồi, tại chơi rắn mắt, tại sao chơi ác, con ễnh ương nó đang tắm mát, đang hát hò lại rượt bắt nó, tui tính nói là chị Ánh biểu tui bắt con ễnh ương mà nhớ lại nói như vậy thì lại bị la là sao mầy ngu vậy, ai bảo mày ăn cứt mày cũng ăn à. Cho nên tui không nói mà chỉ cầu xin Ba tui cứu tui. Tôi thấy Ba tui đi ra và bảo anh tui lấy chai giấm để rửa tay cho tui mà thật là mầu nhiệm nhớt không còn và tay tui sạch trơn. Hú hồn hú vía và tởn cho tới già. Tui vào thay quần áo và cảm ơn Ba tui quá trời. Tui bắt đầu thấy thương Ba tui. Cái mặt Ba tui trông khó ưa, oai quyền cũng mất dần trong tui. Sau đó Ba tui còn cứu tui nhiều chuyện nữa, tuy tui thương Ba tui vô cùng mà tánh tui ít để lộ tình cảm cho nên tui không hiểu Ba tui có biết tui thương Ba tui nhiều, nhiều lắm không nữa.

Ba tui có cái mặt oai nghiêm, oai quyền (song lòng thương con vô bờ bến, phải nói không có Ba tui thì gia đình tui không có ngày hôm nay - chỉ có người cha thương con đến nổi dám viết thư cho Thủ Tướng làm ông cảm động trước tấm lòng Ba tui nên cho phép Anh tui bảo lãnh dù không đủ điều kiện.) Phải nói câu *Công Cha như núi Thái Sơn, Nghĩa Mẹ như nước trong nguồn chảy ra*, người xưa nói rất đúng.

Câu chuyện gia đình tui sang được Canada cũng là một biến cố làm cho tui hiểu được ngoài cái vẻ khó khăn nghiêm trang cho tôi NHÌN và THẤY được gương mặt thật của Ba tui. Tiếng Việt rất là tuyệt vời: Nhìn là một việc mà Thấy lại là một việc khác xa. Có nhiều lần chúng ta NHÌN mà KHÔNG thấy, và người ta hay nhắc câu thơ của Thế Lữ như sau:

Buồn kia em giấu được ta đâu?

Cô em đưa bạn lên đường, chia tay mà môi nở nụ cười, người bạn thấy ngoài gương mặt tươi cười đó phía sau là một trái tim tan nát, buồn thảm. Anh bạn này NHÌN và THẤY.

Tui kể lại chắc có người không tin và đối với tui thật là Tấm Lòng thương con bao la khiến Ba tui bật ra bằng một lá thư gởi Thủ Tướng Canada, lời lẽ chân tình từ con tim, từ tấm lòng thương con vô bờ bến đã làm cảm động một vị đứng đầu nước Canada. Lá thư đó tui còn giữ 1 copy như là một bảo vật do Anh tui giao lại cho tui vài năm trước khi Anh tui qua đời.

Cô Láng Giềng

Tối qua khi nhìn vô gương tui thấy tui rất giống Ba tui lúc tuổi già. Phải nói tui là người sống gần Ba tui hơn trong 4 anh em tui. Tui còn nhớ lúc còn sống Ba tui rất thích 2 bản nhạc là Đêm Tàn Bến Ngự và bản nhạc Cô Láng Giềng. Riêng bản nhạc sau thì Ba tui có một tâm sự hồi còn trai trẻ, sau này khi lục các cuốn sách trong tủ sách của Ba tui, tui mới biết được.

Nguyên là ngày sống với Ba tui ở Sài Gòn, tui hay lấy sách ở tủ sách của Ba tui để đọc vì tính tui thích đọc sách lắm và tình cờ một phong bì trong một quyển sách rơi ra, và tò mò tui bóc thơ ra đọc. Đây là thơ của một người bạn gái ở quê của Ba tui gởi, ngoài bì thư cho tui biết như vậy, bao thơ cũng như lá thơ đã ngã màu vàng vì chắc cũng đã gởi từ lâu lâu lắm rồi. Lá thơ viết trên giấy học trò và mực màu tím, có chỗ bị nhòe đi có lẽ là do những giọt nước mắt của người viết. Thư viết nói là hay tin Ba tui có vợ, cô gái này cho biết rất rất buồn vì quen với Ba tui khi còn bé, lúc còn ở quê và nhiều năm qua thầm thương Ba tui mà chưa bao giờ có dịp gần Ba tui mà nói tấm lòng của mình ra. Đại khái tui còn nhớ mang máng 4 câu thơ mà cô ấy viết ở cuối cái thư như sau:

Khi biết rằng anh có vợ rồi,
Tim em tan nát quá anh ơi,
Nợ duyên có phải do Trời định,
Làm khổ lòng em suốt cả đời.

Cô còn chúc Ba tui được hạnh phúc. Viết đến đây tui bỗng nhớ có lần tui đọc truyện của nhà văn Võ Kỳ Điền kể về 1 cô bạn gái và ông lúc nào cũng nhớ là còn nợ cô ấy một câu trả lời cho câu cô ta hỏi là lấy vợ, anh có Hạnh Phúc không? Thật mà khó trả lời quá. Cho nên Ba tui thích bài hát Cô Láng Giềng lắm. Nay nghe Sĩ Phú hát bài này cũng làm cho lòng tui xôn xao tui nghĩ chắc Ba tui cũng có cảm giác như vậy khi nghe bài hát này. Tui nghĩ là đời ai cũng có những chuyện nhỏ mà thơ mộng như vậy đó.

Tui có hỏi Ba tui thì Ba tui nói có ai mà thời trai trẻ không có người yêu đâu? Tui hỏi Má tui có biết chuyện này hay không thì tui thấy Má tui cười, hình như Má tui coi những chuyện này không có gì quan trọng cả. Ai mà không có cô láng giềng phải không? Như Nguyễn Bính có viết:

> Nhà nàng ở cạnh nhà tôi,
> Cách nhau cái giậu mồng tơi xanh rờn

Thế Lữ cũng viết:

> Đã quyết không mong sum họp mãi,
> Bận lòng chi nữa lúc chia phôi...

Còn các bản nhạc tình của nhạc sĩ Lam Phương thì vô số những chuyện yêu đương lỡ dở...

Ba tui hồi trước còn trẻ hay ghi chép vào một cuốn tập các bài thơ Ba tui yêu thích, từ các sách báo thời đó, trang đầu quyển tập là bài thơ Thiên Đường Lại Mở của thi sĩ Vũ Hoàng Chương. Từ đó anh em tui cũng bắt chước Ba tui chép thơ và cũng có làm vài bài thơ...

Ba Tui Cố Gắng Làm Ăn

Ở chợ Bà Chiểu, Ba tui có tiệm bán tạp hóa, lúc đầu do dì Chín tui đứng bán, sau giao cho chú Chín Ốm bán, rồi có lúc anh Cảnh bán, song không có lời nên dẹp. Sau đó mượn phía sau nhà ông Ngoại đặt hai 2 khung dệt. Lúc đầu có lời, song dì Chín trông coi thì thấy oải quá vì nó ồn lắm, con thoi nhảy qua lại rầm rập, nên sau cũng dẹp. Ba tui thì phần làm việc, phần giúp nhà ông Ngoại mỗi tháng 1 bao gạo 100kg, tui có nhiệm vụ ra tiệm Nam Vân ở gần góc Bạch Đằng và Lê Quang Định mua gạo, than, nước mắm về giúp gia đình ông Ngoại vì bà Ngoại làm không xuể, vừa cho vay, làm bánh, mứt để bán, nuôi nhiều người như bà Bảy, Kim Hồng, Bé

Ơn, và yểm trợ cho nhà cậu Tư, cậu Út... lương hưu Đốc Phủ Sứ của ông Ngoại không có bao nhiêu mà còn đãi đằng các bạn bè Tây có Việt có... Nhà cậu Tư 7 người, cậu Mười Hai 5 người... Ba tui cũng giúp tìm việc làm thêm cho gia đình song thực ra ít có kinh nghiệm buôn bán nên không làm được. Ba tui cất 1 cái nhà rồi sau thêm 1 cái. Bây giờ gia đình anh An và gia đình cậu Mười Hai xây thêm lên để ở. Nói chung là Ba tui phụ giúp bên ngoại rất nhiều, tuy nhiên không được như ý.

Đất Bình Chánh

Lúc bác Hai tui làm Bộ Trưởng Bộ Công Chánh thì có đề án xây xa lộ Biên Hòa. Ba tui, cũng như ông Nguyễn Tấn Đời, đoán xa lộ sẽ chạy theo con đường cầu Bình Lợi qua Thủ Đức rồi đến Biên Hòa... nên mỗi người mua một miếng đất cạnh nhau ở Gò Dưa, thuộc Bình Chánh. Tuy nhiên dự đoán không đúng, nên Ba tui định biến miếng đất này thành khu vườn cây trái để sau này về hưu mà dưỡng già. Đây là vùng đất phèn, mùa nắng, phèn từ các bọc bên dưới trào lên, các cây như chanh, cam, bưởi đều chết queo. Ông Nguyễn Tấn Đời đào ao cả mẫu đất nuôi cá vồ, cá bông lau, cá phi, rồi cá cũng nổi lình bình chết ráo. Khu vườn thất bại vì không rành về đất cát mặc dù Ba tui sinh ở Bạc Liêu mà có bao giờ cuốc đất trồng lúa đâu, 9 tuổi đã lên Sài Gòn đi học rồi. Lý do là vì đất này phía dưới là các túi phèn, khi mùa nắng, đất nứt thì phèn trào lên, chỉ có mù u, bần, đước, vẹt, ô rô và cây điều (đào lộn hột) là sống nổi. Vì vậy Ba tui trồng hơn mấy trăm cây dừa quanh ranh đất và vô số cây điều. Phải chi hồi đó tui biết cách trị phèn thì gia đình tui đã có khu vườn rất xum xuê.

Cũng nên nói thêm hồi mới mua miếng đất ở Gò Dưa thì còn lính Pháp gác ở cầu Bình Lợi. Mỗi lần xe chạy qua cầu Bình Lợi, Má tui hay dặn không nên nhìn mấy ông lính này, phần lớn da thì đen, mặt thì gạch, thấy sợ lắm. Còn khi về nhà Bà Chiểu, mỗi lần đi ngang qua Lăng Ông thì Má tui bắt mỗi đứa tui phải xá xá mấy cái vì mình đi vào đất của Ông, phải xá chào Ông mới được.

Miếng đất này về sau bán cho ông Trần Huỳnh Long - sau này là giám đốc công ty Sanyo - rồi trở thành trụ sở của công ty Dầu Khí Sài Gòn Petro mà tui có dịp đi thăm sau 1980.

Đất Thủ Đức

Cùng lúc mua đất ở Gò Dưa, Ba tui cũng cùng với Ông Hồng Sơn Đông mua một miếng đất khác ở Thủ Đức, cạnh nhà ông này. Miếng đất ở Thủ Đức này không dùng được việc gì, nên Ba tui bán lại cho ông Hồng Sơn Đông, ông này làm nhà máy giấy, cho con ông là Hồng Ngọc Hải đứng tên, chuyên làm hộp carton cho công ty Coca Cola.

Lễ Cha

Chỉ còn dăm hôm nữa là ngày Father's Day. Tui lại nhớ đến Ba tui, một người cha rất thương con, hy sinh cho con cái và cũng rất nghiêm khắc lúc còn trẻ. Ba tui thường nói trong 4 thằng con trai thì Ba tui thương nhứt là thằng con lớn vì mới có con nên thiếu kinh nghiệm, thiếu nhẫn nại, thiếu hiểu biết tâm lý con nít nên nhiều khi cư xử không đúng và đứa con bị thiệt thòi nhiều nhứt. Đứa con út cũng được Ba tui thương hơn 2 thằng còn lại vì thời gian sống với con út là ít hơn mấy đứa kia nên phải bù lại, thương nó nhiều hơn. Ba tui rất thật tình mà nói như vậy và cũng hiểu là tại sao bà Nội tui lại thương bác Tư tui, trong mấy anh chị em của Ba tui, ông này nghèo, là người con yếu thế nhứt gia đình. Theo lẽ thường thì cha mẹ thương đứa con nào ngoan ngoãn, hiếu thảo thì mới đúng chớ.

Ba tui cũng hay nói câu mà sau này tui mới hiểu ra:

Sinh con rồi mới sinh cha,
Sinh cháu giữ nhà rồi mới sinh ông.

Hai câu này có vẻ kỳ cục song rất là chính xác. Vì khi sinh con rồi thì người đàn ông mới được lên chức cha, và khi có cháu rồi thì mới lên chức ông...

Ba tui cũng thích câu hát mà ca sĩ Ngọc Cẩm và Nguyễn Hữu Thiết hát, phần chót của bài hát có câu: *"Ta có bàn tay, một tình yêu này, một đời sum vầy, thì đâu khó chi lấp biển vá trời."* Mà thật Ba Má tui đã góp sức nhau xây dựng cơ đồ từ hai bàn tay trắng trong nhiều năm có được một villa khang trang và cho em tui đi du học tại Bỉ, và 4 anh em tui học hành đến nơi đến chốn và sau này đưa 3 đứa con còn lại sang Canada. Công ơn này không thể nào anh em tui quên được.

Ba tui qua đời khi tui còn ở Việt Nam, lúc còn sống thì Ba tui có viết thư cho Thủ Tướng Canada và xin bảo lãnh cho gia đình tui lý do là khi mới đến Canada, gia đình không có đủ income để bảo lãnh mà anh tui đứng tên bảo lãnh thì diện anh em bảo lãnh nhau không có ưu tiên. Thư Ba tui viết anh tui có trao lại cho tui làm kỷ niệm của Ba tui. Ngày Father's Day tui xin chúc các người cha nhiều sức khỏe, sự hy sinh, dạy dỗ con cái công ơn này không có chữ gì diễn tả được.

Lại Kể Về Ba

Hôm nay nhơn dịp cuối năm tui bỗng nhớ lại về Ba tui. Ba tui hồi nhỏ quê ở Bạc Liêu, mà ở quê xóm Cái Cùng, làng Long Điền, sau vì chữ Cái Cùng nghe thê thảm quá nên người ta chỉ nói làng Long Điền thôi cho dễ nghe hơn một chút. Sau này em tui có dịp về đây cho biết muốn đi đến làng phải lội ruộng vì không có đường xe chạy. Ba tui nói thời thơ ấu của Ba tui cực và vất vả lắm. Ba tui kể lại 9 tuổi bơ vơ xa cha mẹ mà thời đó đâu có như thời nay. Khi được 13 tuổi thì ông Nội tui qua đời. Ba tui nói cuộc sống mồ côi cha nó rất là thê thảm, nhưng với ý chí và quyết tâm Ba tui đậu xong Diplôme, nếu muốn học thêm phải ra Hà Nội. Ba tui chuyển qua học Hành Chánh và sau này đi làm công chức.

Tui viết lại vài câu (Ba tui kể) để hiểu các khó khăn, khổ cực hồi đó. Song tui học được ở Ba tui và bác Hai tui sự cố gắng vô bờ bến, một ý chí kiên trì đáng kính phục. Bác Hai tui học ở Sài Gòn xong thì ra Hà Nội học tiếp sau đó qua Pháp học, bác tui là 1 trong mấy kỹ sư công chánh đầu tiên ở miền Nam, về sau làm đến chức Bộ Trưởng thời đệ I Cộng Hòa. Riêng Ba tui thì thi đỗ Tri Huyện và làm Quận Trưởng Cai Lậy rồi Phó Tỉnh Mỹ Tho, Gia Định... Ba tui cố gắng nhiều lắm, phải nói là rất nhiều, chữ viết của Ba tui và bác tui rất đẹp, như rồng bay phượng múa vậy. Ba tui nói ai mà biết được 2000 từ vựng là có thể nói được tiếng Pháp dễ dàng. Nếu mỗi ngày học 5 chữ mà thôi thì 2 năm học xong. Cái khó là ít ai kiên tâm mỗi ngày học 5 từ vựng. Về văn thơ, lịch sử, Ba tui tự học thêm nên biết rất nhiều bài thơ rất hay. Ba tui nói có 2 câu mà áp dụng cả đời rất khó: *"Không hứa bậy thì mình không phụ ai, không tin bậy thì không ai phụ mình."* Tuy hồi đó học tiếng Tây song Ba tui và Bác tui rất thông văn chương Việt Nam, nghiên cứu về văn học rất say mê, tui cũng nhờ đó mà cũng học ở Ba tui nhiều lắm. Ba tui vẫn nói là tụi con còn may mắn hơn nữa vì có thêm dòng máu của ông Cố Ngoại là cụ Nguyễn Chánh Sắt, vì vậy nên cố gắng học và đọc sách cho nhiều. Cái câu mà Ba tui hay nhắc hoài là khi tụi con gặp khó thì không bao giờ bỏ cuộc. Câu này về sau khi tui học với giáo sư Peter Smid ở Canada có thấy trong quyển sách ông viết, ông ghi tặng ở trang Dedication cho Ba Má ông như sau: *"To my father Frantisek and my mother Ludmila who taught me Never to Give Up."* Ông Smid là ông thầy tôi nể phục nhứt vì kiến thức rất tuyệt vời của ông. Ông nói học để thấy là sự học mênh mông và các câu tui hỏi, ông rất thích thú trả lời. Nhờ Ba tui dạy dỗ mà sau này anh chị của tui cũng tiếp tục học sau khi các con thành đạt, hai anh chị tui cố gắng học Đại Học ở Canada và đều có PhD ở tuổi trên 60. Anh tui nói hồi trước phải đi quân đội, muốn học cũng không có cơ hội đi học, giờ đi học sướng quá, học như ăn uống vậy.

Nhớ Đến Đâu Viết Đến Đó

Trong cuộc đời tui có 2 người đàn ông tui vô cùng kính phục, mang ơn và yêu mến. Nếu không có 2 người đó có lẽ giờ đây gia đình tui còn sống lây lất ở Sài Gòn. Người đàn ông đầu tiên là Ba tui và người nữa là Anh tui. Không có Ba tui, gia đình tui bây giờ chắc còn lây lất ở Sài Gòn. Nhắc lại là khi Ba Má và em tui được anh tui bảo lãnh sang Canada năm 1984-85 thì Anh tui không còn điều kiện để bảo lãnh gia đình tui. Ba tui bèn viết một lá thư bằng tiếng Pháp gởi cho Thủ Tướng Mulroney lúc đó, trong thư Ba tui nói có 4 đứa con mà còn 1 đứa ở Sài Gòn, lời thư rất cảm động xin cho gia đình tui được đoàn tụ ở Canada. Sau đó thì Văn Phòng Thủ Tướng gọi anh tui đến Sở Di Trú để làm giấy bảo lãnh vô điều kiện. Lúc đó thì Việt Nam đã ngưng nhận giấy bảo lãnh, nhưng may cho tui là cô thư ký ở Phường tui khi khóa sổ nhận hồ sơ thì có chừa một trang giấy trắng nên nhờ "ngoại giao" tui nộp được hồ sơ. Đến cuối năm 89 thì việc bảo lãnh được tiếp tục. Lúc đó tui đang nhờ thợ sửa nhà cho sạch đẹp thì 1 cô ở Sở Nhà Đất đến kiểm tra và hỏi tui bộ không tính đi hay sao? Rồi cô nói muốn đi (làm hộ chiếu) thì cô cho địa chỉ. Chỉ chưa đầy 4 tháng gia đình tui được đi gặp phái đoàn và gia đình tui được đi sau khi tui và vợ tui ký các giấy tờ cần thiết. Mọi người quen nói gia đình tui ra đi nhanh như hỏa tiễn, tiền là Tiên là Phật... Mỗi khi nghe bài Papa do Paul Anka hát, nhớ thương Ba tui ập đến, nước mắt tui tuôn chảy lúc nào không biết... *Everyday my papa would work to help, to make ends meet, to see that we would eat, keep those shoes upon my feet... Every night my papa would take and tuck me in my bed, kiss me on my head...*

Ba tui mất năm 1986 lúc tui còn ở Sài Gòn. Tui vô cùng xúc động khi nhận được điện tín của em tui cho biết là Ba tui ra đi. Buồn thực là buồn vì Ba tui không thấy được kết quả của Ba tui đã làm cho gia đình tui. Tui đau đớn vô cùng ngày đầu tiên đặt chơn lên cái xứ Canada vô cùng nhân hậu này, vì tui và gia đình tui còn nợ Ba tui một lời cám ơn, cho dù Ba tui biết việc mình làm có được Chính Phủ Canada chấp nhận hay không, anh tui còn không tin là ra sao nữa mà Ba tui vẫn làm. Còn nước còn tát. Cho nên ngay hôm sau được cùng Anh tui, Má tui, và em tui đi thăm mộ Ba tui ở nghĩa trang ở London, Ontario, trước mộ Ba tui vợ chồng tui và các con cúi đầu. Ba đã làm cho gia đình tôi điều kỳ diệu và cùng nhau nói lời xin lỗi Ba tui vì tụi con đã muộn màng cám ơn Ba tui, ngày hôm nay tháng 4-1990, và mãi mãi gia đình tui luôn thương yêu và cám ơn việc Ba tui đã làm. Ngôi mộ Ba tui đơn giản chỉ có 1 tấm bia ghi ngày sinh, ngày qua đời của Ba tui mà tui thấy sao nó to lớn như trời biển, như tấm lòng thương con của Ba tui. Bây giờ mỗi khi nhắc lại lòng tui không khỏi rơi lệ ngậm ngùi. Trong lòng, lúc nào tui vẫn nhớ là tui thiếu Ba tui một lời cám ơn.

Khi mất đi, Ba tui có dặn khoan báo tin cho tui hay vì sợ tui đau buồn và em út điện tín cho tui biết vì không nỡ làm theo lời Ba tui dặn. Có 3 điều tui rất buồn là không có dịp cám ơn Ba tui, Ba tui không thấy được kết quả tuyệt vời Ba tui đã làm cho gia đình tui và ước mong của Ba tui là làm 1 chuyến du lịch sang Paris để xem tận mắt những địa danh mà Ba tui đã đọc trong sách như sông Seine, tháp Eiffel, nhà thờ Đức Bà, những ước mơ thực quá đơn giản.

Ba tui là gốc nông dân nên lúc nào cũng e ngại, đưa con đi thầy thuốc cũng sợ họ chích trúng gân rồi bại liệt vì tui có 1 người anh bà con bị nóng sốt đi thầy thuốc chích rồi bị teo chưn phải. Tui nghĩ là anh ấy bị polio chớ không phải bị chích trúng gân. Sau này tui đi phù rể cho anh bà con này. Ba Má vợ của anh thì theo phong tục xưa nên khi làm Lễ Thành Hôn, Ông Bà ngồi cho vợ chồng con gái lạy Cha Mẹ. Tội nghiệp cho anh này, khi quỳ sụp lạy thì đứng lên không nổi vì chưn phải yếu, báo hại tui phải xốc nách giúp dựng anh dậy, mà anh to và nặng lắm nên tui muốn xịt khói. Khi đưa con đi nha sĩ Ba tui cũng sợ nhổ răng rồi bị méo miệng. Cho con đi học trường thầy dòng thì sợ Má tui bị mấy Ông Thầy dòng dụ khị. Cho nên mọi việc trên thì Má tui lo liệu hết. Ba tui làm việc nhà thì giỏi lắm, trồng một vườn mãng cầu, vú sữa, rau cải, chẻ củi, giặt, phơi quần áo cho cả nhà, dạy dỗ con cái học hành và oánh đòn mấy đứa tui bằng chổi lông gà thì chắc ít ai bằng Ba tui. Ba tui hay chép các bài thơ nhờ đọc tập thơ của Ba tui, tui mới biết Nguyễn Bính, Vũ Hoàng Chương, Thanh Tịnh, TTKh... Có lần anh tui chép thêm vào thơ TTKh là: "*Nếu biết rằng em đã lấy chồng... Thì anh đi lấy dợ là xong... Dợ anh không đẹp như em lắm... Song đủ làm anh bớt lạnh lùng...*" Thế là 3 anh em bị mấy roi vì viết bậy. Ba tui nói: "Tuổi của tụi bây là học hành chớ không phải yêu đương cái con khỉ, nghe chưa?" Ba tui hay đọc mấy câu thơ sau đây của nữ sĩ Ái Lan cho tụi tui nghe như: "*Thơ không phải để chơi và để nịnh, để rung đùi ngâm vịnh với gió trăng, thơ là để thi nhân làm phương tiện, giúp xã hội bước lên đường tân tiến, cứu nhơn quần thoát khỏi lưới trầm luân.*"

Chuyện Má Tui

Ký Ức Về Má Tui

Hễ mỗi lần trời mưa, tiếng mưa lộp độp trên mái tôn, mùi đất xông lên là tui cũng nhớ đến Má tui vô cùng. Má tui hay biểu tui vô mặc thêm áo và lấy dầu Nhị Thiên Đường (dầu này không biết hay hay dở mà dám cho nó là ông Trời thứ hai?), dầu này có mùi thơm hăng hắc, hơi sền sệt và màu nâu và cay thấy mồ đi. Mà Má tui biểu thoa vào giữa mũi và môi (nhơn trung), bôi nhiều vô để ngừa gió, ngừa cảm... Hồi trước mỗi lần ăn cá chim chiên thì Má tui hay giành ăn cái đầu cá. Má tui nói Má tui thích ăn cái đầu, lúc đó tui tưởng thiệt song sau này tui mới hiểu là Má tui lúc nào cũng muốn nhường chỗ mình cá, thịt nhiều và ngon, cho anh em tui ăn, chớ cái đầu cá xương không mà ngon cái nỗi gì. Tánh Má tui rất đơn sơ và rất hiền từ, hay hy sinh và lo cho con cái từ cái quần cái áo, tập, sách, viết chì, và dạy cho tụi tui học mỗi tối sau khi ăn cơm xong. Má tui rất quí trọng việc học, Má tui

học đến năm thứ 4 (năm chót hồi thời Pháp thuộc.) Má tui rất giỏi tiếng Pháp, song đến khi lấy chồng thì phải nghỉ học vì Trường tên là École des Jeunes Filles (bà hiệu trưởng là một bà đầm gọi Má tui nói là trường của thiếu nữ chớ không phải là trường của đàn bà có chồng như mầy - ý là không muốn cho Má tui học nữa) tức là trường Gia Long, lúc bấy giờ còn gọi là Trường Áo Tím vì các nữ sinh đều mặc áo tím. Má tui học giỏi lắm vì tui thấy Má tui nói chuyện lốp bốp với ông Frère Romuald (tụi tôi gọi là ông Frère Rờ Mu) trong trường Taberd Sài Gòn và Má tui đọc sách tiểu thuyết tiếng Tây, cuốn nào cuốn nấy dầy cộm và Má tui hay đọc sách hình (có hình và có chữ) như Tin Tin, Các Anh Em nhà Dalton (Les Frères Dalton), Spirou, và dịch cho tụi anh em tui nghe lúc còn nhỏ, tụi tui mê lắm. Bây giờ mỗi khi có dịp xem lại các sách hình đó, lòng tui lại nhớ đến Má tui vô cùng và nhớ Má tui thích ăn cái đầu cá. Má tui rất hiền từ thương con và các cháu nội vô bờ bến.

Cũng như khi sinh đứa em kế tui (rồi sau hơn 9 năm nữa Má tui mới sanh đứa em út của tui), Má tui bị làm băng song sau đó thì bác sĩ cầm máu được. Hồi đó tui chẳng hiểu làm băng sau khi sanh là nguy hiểm đến mức nào, khi lớn lên thấy có vợ của người bạn sanh con làm băng và sau đó không cầm máu được nên qua đời tui mới hiểu được cái sống và cái chết khi sanh con của người đàn bà chỉ là gang tấc mà thôi. Em tui sanh ra thì cũng yếu, có khi Má tui và Dì tui thay nhau bồng em tui suốt đêm, suốt ngày, cực nhọc không thể dùng chữ mà mô tả được. Rồi những hy sinh tiếp theo tui đều nhớ và khắc sâu vào lòng. Những gì tui làm được cho Má tui và Dì tui trong những năm cuối đời của Má và Dì tui thì so như hạt muối bỏ biển công sức của Má, Dì tui. Tui còn nhớ mỗi lần thuộc 1 cửu chương như 2 lần 2 là 4 thì Má tui thưởng 1 đồng, trong nhà lúc nào Má tui cũng khuyên đi khuyên lại là bổn phận tui bấy giờ là học, học... Ơn Cha Mẹ, tui lúc nào cũng khắc sâu trong tim trong lòng, không có Ba Má tui thì gia đình tui không được như ngày hôm nay.

Lòng Yêu Nước

Má tui, một người đàn bà trông hiền từ thương con, thương cháu, thương anh em mình vô cùng lại là một người vừa là Mẹ hiền, vừa là một người đàn bà yêu nước nồng nàn. Điều này ngay cả con cái cũng chưa chắc biết được. Má tui sinh năm 1922, hồi nhỏ Má tui học rất giỏi, học ở trường Áo Tím. Hồi đó Má tui học đến năm chót ở trung học Sài Gòn, tụi Tây chỉ cho học đến lớp này, nếu muốn học tiếp tú tài... thì phải ra Hà Nội. Má tui nói tiếng Pháp rất giỏi, biết viết văn và lấy bút hiệu là THU HỒNG, tui biết được vì có được đọc một lưu bút của Má tôi. Khi lấy chồng thì Má tui nghỉ học. Bình sinh Má tui rất hiếu học, sang Canada dù đã lớn tuổi cũng đi học tiếng Anh và nói được tiếng Anh. Má tui thích dạy học, 4 anh em tui đều biết đọc biết viết, biết làm toán, thuộc cửu chương là do Má tui dạy ở nhà. Sau này khi đi học Má tui cũng giúp 4 anh em tui rất nhiều về con đường học vấn.

Má tui mỗi tối trước khi đi ngủ đều kể nhiều chuyện rất hay, giáo dục anh em tui về lòng thương người, lòng nhân từ, quảng đại... Tui còn nhớ bài thơ Má tui hay đọc cho anh em tui nghe, mỗi lần nghe song thì rất ngậm ngùi, cảm động như:

Trên cành cây chim kêu chiêm chiếp,
Cất tiếng kêu nghe rất đau thương,
Mẹ đi xa vắng ai thương con cùng.
Trong trời rộng bốn vùng mù mịt,

Chim Mẹ bay xa tít sớm hôm,
Kiếm mồi khó nhọc nuôi con,
Gặp chàng săn bắn trên non bỏ mình,
Hay gặp kẻ tinh ranh nghịch bắt,
Lưới bên sông đã mắc sa cơ.
Bỏ đàn con dại bơ vơ,
Cùng kêu gào Mẹ, cùng chờ thâu đêm,
Lúc còn nhỏ các em cũng thế,
Được sướng vui Cha Mẹ dưỡng nuôi,
Nhưng còn những trẻ mồ côi,
Như chim lạc Mẹ em thời nghĩ sao?

Giọng Mẹ tui trầm trầm đọc bài trên làm anh em tui thấm thía nghẹn ngào. Bài thơ này tui nghe mà thấm thía, thương con chim non mất Mẹ, thương những trẻ mồ côi vô cùng.

Tui cũng biết Má tui rất giàu tình yêu nước. Những lúc rảnh rỗi Má tui cũng đọc cho tui nghe vài câu trong bài thơ Đoạn Tuyệt của Hoàng Văn Thụ. Bài thơ này sau này tôi tìm thấy trong quyển Thơ Văn Quốc Cấm (bị cấm hồi Pháp thuộc - sau khi Tổng Thống Diệm về nước thì được xuất bản.) Tui còn nhớ vài câu mà Má tui hay đọc cho anh em tui nghe

....Trên ngực Cha đầy mề day kim khánh.
Bên sườn con lấp lánh kiếm tiêm cừu,
Cha say mê bên thiếu nữ yêu kiều,
Con tận tụy với tình yêu tổ quốc,
Buổi đoàn tụ thôi Cha đừng mơ ước
Cuộc hội đàm là đại bác với thần công,
.....
Bức thư này là bức thư cuối cùng,
Cha cũng chỉ là Cha trong dĩ vãng.

Hoàng Văn Thụ đi kháng chiến chống ách đô hộ của Pháp trong khi người Cha thì làm quan cho Pháp, Cha ông dụ ông về hợp tác và ông Thụ làm bài thơ này để trả lời, bài thơ này rất nổi tiếng (1940). Mẹ tui đọc cho tui nghe bài thơ mà nói bài thơ dữ dội quá, con nghe rồi quên đi. Má tui cũng đọc cho anh em tui nghe chuyện *Dế Mèn Phiêu Lưu Ký*, tui khoái nhứt là dế mèn sau khi phiêu lưu giang hồ thì về quỳ bên gối mẹ... Không gì êm ấm hạnh phúc khi ở gần mẹ mình.

Vì vậy tui không lạ gì cậu Mười vô bưng kháng chiến chống Pháp sau này, có cả cậu Mười Hai và cậu Út nữa, song hình như cậu Mười khuyên 2 em mình về thay mình chăm sóc cho ông Ngoại tui. Lúc rời chiến khu, cậu Mười Hai (Ba của Xuân Mỹ) tá túc một thời gian dài với gia đình tui rồi sau đó thấy êm mới về nhà ông Ngoại tui. Cũng nên nói lúc đó, 1940, phong trào yêu nước chống Pháp rất sôi nổi.

Ngoài những đặc tính trên, Má tui còn là người Mẹ rất can đảm. Hồi đó đàn bà, con gái nói chung ít khi tham gia xã hội, chủ yếu lo chuyện nhà, bếp núc. Má tôi đọc sách, dẫn anh em tui đi khám răng (Ba tui thì sợ nhổ răng rồi chết luôn vì hồi đó có rất nhiều lang băm làm chết người do không biết khử trùng), vào trường gặp các Frères, Tây có, Việt có, để theo dõi sự học hành của anh em tui, về nhà mới chỉ thêm cho anh em tui nhờ đó 4 anh em tui học hành có kết quả. Bây giờ nhớ lại tui lại thấy thương Má tui vô cùng, nhớ ơn Má tui lắm lắm anh em tui mới có được như ngày hôm nay. Vì vậy khi đọc các tiểu thuyết viết về ngày đầu tiên đi học như của Nguyễn Tuân, hay quyển *Tâm Hồn Cao Thượng*, và vài sách Pháp, làm tui thấy lòng buồn lâng lâng, những gì mình mà thấy êm đềm, hạnh phúc thì đều qua rồi, hạnh phúc thật khó mà cảm nhận được khi mình đang có nó. Người ta hay nói *bóng hạnh phúc* là muốn nói hạnh phúc như cái bóng, cả đời mình đuổi theo hoài mà không bao giờ có được.

Tình Họ Hàng

Hôm qua có nói chuyện qua phone với một đứa cháu ở Sài Gòn là Ngọc Trân, ngày trước Má tui thấy con nhỏ này lanh lợi, mà lại dễ thương, học giỏi nên có nói với tui và em út tui phải làm sao cho nó qua đây học, lúc đó tụi tui mới qua nên khó khăn còn nhiều lắm (thân còn lo chưa xong) nên chưa giúp được, hình như chị Xuân Hoa biên thư cho Má tui thì phải, phải nói Má tui rất thương con cháu, nhứt là con cháu cậu Tư tui, tui chắc con bé này chưa biết chuyện này, có thể tháng 6 này tui sẽ gặp lại con cháu đó tại San Jose.

Nuôi Dạy Con Cháu

Ngày Má tui còn sống, lúc mới chỉ có 3 anh em tui là Điền, Sách, Giáp (Khôi, em út sinh về sau) thì mỗi tối 3 anh em ngủ chung giường với Má tui. Trước khi ngủ Má tui thường dạy cho anh em tui một vài đức tính qua các bài thơ ngắn. Bài thơ mà làm cho tui nhớ nhứt là bài trẻ mồ côi. Sở dĩ hôm nay viết lại kỷ niệm này là vì tui đang trông nom 3 đứa cháu nội. Ba đứa này sống đầm ấm trong sự thương yêu đùm bọc của cha mẹ ông bà. Nhiều khi nghĩ đến thân phận những trẻ mồ côi mà tui cảm thấy vô cùng thương cảm tội nghiệp. Hồi còn ở Sài Gòn, vợ chồng tui có nuôi một cháu gái làm con nuôi. Nó rất tội nghiệp vì Mẹ mất sớm, Ba nó cưới vợ khác, thế là nó bị Mẹ kế chưởi mắng, đánh đập cho nên chị của Má nó ở gần nhà tui nhờ vợ chồng tôi nhận làm con nuôi. Lúc đó kinh tế gia đình tui cũng khá nên đủ sức nuôi thêm một cháu gái. Đến nay nó đã có chồng con và biết may vá, làm bánh mứt, nghĩa là lúc ở với gia đình tui, ngoài đi học còn học thêm ở các trường dạy nấu ăn thêu thùa, may vá, để sau này có nghề mà sinh sống. Trở lại việc trước khi đi ngủ Má tui hay đọc bài thơ *"Trên cành cây chim kêu chiêm chiếp, cất tiếng kêu nghe rất đau thương"* mà tui vẫn còn nhớ thuộc lòng. Lúc Má tui đọc xong thì tui và anh tui ngậm ngùi còn thằng em Giáp thì khóc nức nở nghẹn ngào. Phải nói là những bài dạy của người Mẹ lúc trước khi đi ngủ cho các trẻ con có ảnh hưởng rất lớn về sau. Ngày Má tui qua đời là một ngày làm lòng tui tê tái, tan nát vô cùng.

Má tui còn dạy nhiều lắm, đa phần là qua các bài thơ ngắn và nhất là đọc quyển *Tâm Hồn Cao Thượng* do Hà Mai Anh dịch, chuyện *Dế Mèn Phiêu Lưu Ký* (tui nhớ câu "Sau khi đi du lịch nhiều nơi, con dế mèn trở về thăm mẹ, nó quỳ xuống dưới đôi càng ốm yếu của mẹ nó và cảm thấy yêu mẹ nó vô cùng...") đa phần về chữ hiếu, lòng yêu người, yêu Cha Mẹ và lòng yêu nước. Bây giờ sống với các cháu nội, tui cũng bắt chước Má tui, dạy 3 đứa cháu nội như vậy. Cám ơn Má tui.

Lời Mẹ Dạy

Hôm qua tui xem lại vài tấm hình cũ và thấy tấm hình gia đình tui cùng Má tui đi dự lễ ra trường của thằng con út tui ở Đại Học Waterloo. Má tui rất thích chuyện học hành lắm cho nên anh em tui hồi nhỏ dù chưa tới trường học mà Má tui đã dạy mỗi đứa đều biết đọc và biết làm 4 phép toán cộng trừ nhơn chia. Tôi còn nhớ hồi đó học thuộc bất cứ một cửu chương nào từ số 2, 3... cho đến 9 thì mỗi cửu chương được Má tui thưởng cho 1 đồng.

Tui còn nhớ mỗi tối trước khi đi ngủ Má tui hay kể 1 câu chuyện khi thì chuyện *Tấm Cám*, chuyện *Trái Thị Rớt Bị Bà Già*, chuyện anh em và cây khế, chuyện *Lưu Bình Dương Lễ*, hay chuyện bằng văn thơ như chuyện này, tui còn nhớ xin chép lại nha

> *Ngọn đèn nói với lồng đèn,*
> *Sao mày đóng cửa 4 bên bịt bùng,*
> *Can chi mày phải dự phòng,*
> *Mở ra khoảng khoát mặc lòng tao soi,*
> *Sân si nói chửa dứt lời,*
> *Lồng đèn mở cửa tức thời gió vô,*
> *Ngọn đèn trước hãy lu lu,*
> *Giây lâu gió thổi mịt mù tối đen.*
> *Bài này răn trẻ thiếu niên,*
> *Tự tung tự tác có nên bao giờ.*

Má tui nói còn trẻ thì hay hung hăng và tự cho mình là nhứt hạng, không cần biết tới ai hết, như ngọn đèn vậy. Phải nhớ là có nhiều người giúp thì mình mới được như vậy đó. Má tui đọc cho anh em tui nhiều bài lắm và hầu như tui không quên bài nào hết. Má tui hay nói người ta hay dạy con cái phải hiếu thảo với cha mẹ mà làm sao gọi là có hiếu thì ít có ai giải thích hay chỉ dạy rõ ràng. Như câu

> *Công cha như núi Thái Sơn,*
> *Nghĩa mẹ như nước trong nguồn chảy ra,*
> *Một lòng thờ mẹ, kính cha,*
> *Cho tròn chữ hiếu mới là đạo con.*

Má tui giảng là bổn phận làm con phải biết nghe lời cha mẹ dạy khi còn nhỏ, như ăn ở ngăn nắp trật tự, phải biết yêu thương anh em, lớn lên phải cố gắng học hành, ăn ở cho mọi người thương mến, tập tành những tính tốt như nhẫn nại, siêng năng, khiêm nhường... Thực ra hồi đó tui không xem những gì Má tui nói là quan trọng, cho nên khi Má tui kể chuyện chưa xong là tui đã ngủ mất tiêu rồi. Sau này khi lớn lên, sống xa gia đình, những lúc gặp khó khăn, thất bại, khổ sở thì trong trí tui lại nhớ đến những lời Má tui nói hồi nhỏ và lòng tui bỗng nhiên như được an ủi vỗ về hết sức.

Người Già Và Nhà Dưỡng Lão

Vì có việc làm chuyên môn tốt, tui không đi làm HCA (health care aides - ngành chăm sóc người già), mặc dù có đi học ngành này. Mục đích học chỉ là để biết cách săn sóc cho Má và Dì tui khi về già. Phải nói là học và thực tập tại các Nursing Homes giúp ích vô cùng như khi các cụ già bị mắc nghẹn (nuốt khó), khi đưa từ giường ra xe lăn không làm té, làm đau, phải sửa nhà tắm như thế nào để xe lăn vô được và rộng có chỗ cho Y Tá họ giúp tắm rửa, và cách chọn thức ăn sao cho đủ chất bổ, có những thức ăn không tốt... Khi nào phải gọi cấp cứu hay đi bác sĩ, nhờ đó về sau Má và Dì tui được chăm sóc khá tốt và khi vào Nursing Home anh em tui có hùn nhau để mướn thêm 1 y tá vào lo cho Má và Dì tui những lúc tui không vào thăm được cũng như quà cáp cho người phụ lo cho Má và Dì tui. Nhiều bạn tui hay theo tui vô Nursing Home để biết nó ra sao vì rồi ai cũng phải vô đó.

Tui còn nhớ bài thơ của cụ Trần Văn Lương khi 90 tuổi vô Nursing Home viết cho con gái có những đoạn như sau:

Lòng không muốn sống xa nhà,
Nhưng trời bắt tội tuổi già biết sao?

Khuya rồi đó, sao con chưa về ngủ,
Chuyện tuổi già, con ủ rũ làm chi.
Chín mươi rồi, Bố chưa bị cất đi,
Mình may mắn, có gì mà áo não.

... Thân gầy còm yếu đuối,
Sao kham nổi đường xa.
Thêm việc sở, việc nhà,
Chuyện con cái, dễ gì mà vất bỏ.

Cuộc sống mới dù là mưa hay bão,
Bố không buồn, tự bảo vẫn còn may,
Vì biết rằng, chỉ quanh quẩn đâu đây,
Con cháu Bố đang vui vầy hạnh phúc.

Bài thơ khá dài và cảm động tui chỉ ghi lại vài đoạn mà thôi. Có nhiều chuyện ở Nursing Home khi tui vào săn sóc cho Má và Dì tui. Dì tui ưa uống cà phê, nên mỗi lần vô tui mua cho Dì uống. Ba người ngồi cùng bàn hỏi cà phê của tui đâu? Cho nên mỗi ngày đến thăm tui không quên mua 4 ly cà phê, và có 1 bà cụ người Việt cũng thích nên tui mua thêm 1 ly nữa. Má tui vô Nursing Home 3 năm thì mất còn Dì tui thì 4 năm. Trong lòng tui rất cám ơn và thương cái xứ Canada này, rất tốt với mọi người và nhứt là trẻ em và người già và nhứt là Má và Dì tui.

Viện Dưỡng Lão Việt Và Canada

Má tui khi còn khỏe mạnh thường dặn tui 2 chuyện, một là không đưa Má tui vô Nursing Home, 2 là khi 100 tuổi già thì chôn chớ không thiêu vì thiêu nóng lắm. Điều thứ 2 thì dễ làm cho Má tui yên tâm vì anh em tui có mua sẵn một mộ phần cùng nghĩa trang với Ba tui. Sở dĩ mà Má tui sợ Nursing Home là vì người ta nói đó là Viện Dưỡng Lão (VDL.) Nghe nói đến VDL là mọi người nghĩ đến VDL ở Thị Nghè (Gia Định.) Khi còn ở Sài Gòn, sau 1988 kinh tế quá tệ nên CSVN đành phải cho phép mở các hình thức kinh doanh như Cá Thể, Tổ Hợp, Hợp Tác Xã..., nên tui có mở một tổ hợp mướn một khu đất đối diện với VDL Thị Nghè. Có một hôm tui nhận được một tờ giấy nhắn tin là ông Cụ bảo vệ cho Tổ Hợp của tui bị bắt đưa vào VDL và nói tui làm thủ tục lãnh ông Cụ ra. Ông Cụ không có con cái, trước ở chung với gia đình bên vợ tui và khi 75 nghe lời "mời" đi kinh tế mới và sau đó quá đói khổ nên mới chạy về Sài Gòn, không có hộ khẩu nên lang thang ngủ đình ngủ chợ và có hôm tui gặp Cụ nên đem về xưởng để nuôi dưỡng với giấy tờ là người bảo vệ cho hợp pháp. Nơi đây Cụ được trả lương, có chỗ ăn, ngủ, tắm rửa... Vì vậy tui có dịp đến VDL Thị Nghè, mắt thấy tai nghe. Phải nói là vô cùng khủng khiếp vì dơ dáy và nơi mà người ta vứt vào những người ăn mày, người đi lang thang với lý do là làm sạch đường phố. Ông Cụ này vì già, mỗi sáng sớm đều đi lễ nhà thờ Thị Nghè, ăn mặc lôi thôi nên xe của Công An hốt dù ông Cụ có đủ giấy tờ. Muốn lãnh ông Cụ tui phải trả một số tiền không nhỏ, tiền phạt, tiền ăn, tiền đủ thứ... Ông Cụ nói ghê tởm tới chết luôn. Tiếng đồn về VDL ai nghe nói cũng rợn tóc gáy và đó là không riêng gì Ba Má tui mà ai cũng sợ chết khiếp cái tên VDL. Có lần một Nursing Home của người Ý muốn giao cho người Việt ở Toronto quản lý vì không đủ người già với yêu cầu là chỉ cần thêm 20 người già mình vào ở. Có tổ chức tham quan, giải thích rất là đầy đủ mà chỉ có mấy người già chịu vô mà thôi. Lý do nghe nói Nursing Home là VDL thì mấy Cụ nhà ta sợ mất vía, mất hồn. Thành thực mà nói

Nursing Home ở Toronto 1000 phần khác hẳn với VDL Thị Nghè. Tui đã thực tập ở 4 Nursing Homes ở khu Toronto và phụ cận, ở đây phải nói các Cụ già ở đây còn sướng hơn ở nhà với con cái hay ở 1 mình. Có lần có Cụ già được gia đình đưa đến quần áo dơ bẩn người rất hôi, khai, có Cụ già tóc đầy chí, móng tay chân rất bẩn, vậy mà sau khi được tắm, rửa, cắt tóc, cạo râu, thay đổi quần áo sạch thì hoàn toàn khác hẳn lúc mới nhận vào.

Đây là nơi mà các bác sĩ gia đình cho là quyền lợi của các Cụ già, ở đó họ được hưởng sự săn sóc về mọi mặt, bảo vệ nhân phẩm của họ, giữ họ ở nhà hay họ muốn ở nhà là vi phạm vì họ không được hưởng điều mà đáng lẽ họ phải được hưởng. Khi ở với gia đình, họ bị cô lập trong một căn phòng, không được theo dõi 24 giờ, không có các sinh hoạt, tiếp xúc với bên ngoài và nhứt là các Cụ phải ngồi xe lăn... Ở Nursing Homes các Cụ được đi ra vườn, phơi nắng, tiếp xúc với mọi người, không bị cô đơn, cô lập, ăn uống ở một phòng ăn rộng lớn, nghe nhạc, xem các màn trình diễn do các nhóm thiện nguyện văn nghệ, tham dự các cuộc nói chuyện về tôn giáo, được ca hát, nhảy đầm, xem phim, đại khác nơi đây là một nơi sinh hoạt bình thường song đa phần tham dự là người già. Gần nhà tui có 1 Cụ già người Ý ở một mình một căn nhà to rộng. Bà có 1 con trai và dâu. Anh này lâu lâu có ghé thăm mẹ 1 lần, còn người dâu có khi đến thì ghé nhà tui hỏi thấy Cụ có đi ra đi vô rồi lái xe đi mất. Người già Ý thường không sống với con và mùa đông thì cứ 1, 2 tuần Cụ đưa cho tui list các món cụ muốn mua và hầu như ít đi đâu. Một hôm thì người con trai phone hỏi tui Cụ ra sao, tui nói 2 hôm rồi không thấy Cụ ra vườn, thì ra Cụ bị té, ngồi dậy không được nên nằm dưới sàn nhà cả ngày rồi. Thế là người con trai vì phone cho mẹ mình không thấy trả lời nên chạy đến và đưa Cụ vô bịnh viện được hơn 1 tuần thì Cụ mất. Cảnh sát tới hỏi tui đủ thứ và điều tra về tai nạn của Cụ và nghe đâu người con trai bị điều tra vì bỏ bê mẹ già. Khi tui chuyển nhà khác thì nhà 2 bên cạnh cũng có 2 người cụ già Ý sống một mình mỗi người một căn nhà mà căn nhà độc lập rộng đến 5 phòng ngủ, nghe nói 2 Cụ này lẫn lắm rồi nên có con đến ở trông chừng. Chuyện quá dài dòng, tuy nhiên ai có cha mẹ già nên làm 2 cái giấy ủy quyền (Power Of Attorney) - 1 ủy quyền cho con hay cháu quyết định về thân thể của Cụ, tức là người được ủy quyền có quyết định về y tế cho đến khi Cụ qua đời, chôn, thiêu và 1 về tài sản nhà, xe, bank, mà nên nhờ Luật Sư họ làm thì mới được công nhận và làm vào lúc Cụ còn khỏe, sáng suốt...

Má Tui Vào Viện

Cho đến bây giờ tui không thể quên được ánh mắt của Má tui ngày mà tui đưa Má tui vô Nursing Home. Khi đó sức khỏe của Má tui bắt đầu suy giảm, ăn rất ít, phải ngồi xe lăn. Đôi khi bà trầm ngâm và nói gì trong miệng mà tui không nghe được. Đây là lần chót bác sĩ gia đình yêu cầu cho Má tui vào Nursing Home. Tui bàn với anh tui và hỏi ý kiến của người y tá mỗi ngày đến săn sóc 2 giờ mỗi ngày cho Má tui. Bà y tá này nói nên đưa Má tui vào đó và tui nhờ Bà tiếp tục săn sóc cho Má tui mỗi buổi cơm chiều, tui lo bữa trưa và anh em tui hùn nhau trả tiền cho Bà y tá này. Trong 2 năm qua Bà y tá này đã đến lo cho Má tui, Bà tỏ ra thương Má tui và Má tui cũng thân với Bà này. Sau nhiều lần nói chuyện giải thích thì Má tui khi thì chịu vô khi thì lắc đầu không muốn. Vợ chồng tui được

tham quan 3 Nursing Homes và cuối cùng lựa 1 cái và làm hồ sơ đưa Má tui vào đó. Khi xong hết mọi thứ vợ chồng tui chuẩn bị ra về thì Má tui nhìn tui đăm đăm, có vẻ như trách móc, có vẻ như không muốn rời xa tôi. Tối hôm đó về nhà tui làm sao quên được ánh mắt Má tui, nhìn tui hồi chiều và tui không làm sao ngủ được, trằn trọc vì đây là lần đầu tui cảm thấy vô cùng tội lỗi đã làm buồn lòng Má tui. Tui sẽ không còn gặp Má tui ở nhà để khi đi học, đi làm để nói "thưa Má con đi làm, đi học" hay "Má, con đi làm về" như trong bao nhiêu năm qua. Trong cuộc đời mỗi lần thi đậu hay tốt nghiệp đều có mặt của Má tui, cũng như khi 2 đứa con tốt nghiệp trung học hay đại học Má tui đều tham dự và Má tui hay khuyến khích và tỏ ra rất hãnh diện. Giờ đây thì dù mỗi ngày có gặp Má tui ở Nursing Home cũng không thể làm bớt đi chút nào nỗi buồn của tui. Tui nghĩ là rồi đây Má tui sẽ ra đi và xa tui mãi mãi. Hằng đêm và cho đến bây giờ hễ nhớ đến Má tui thì mắt tui lại ướt ướt. Ngày trước, khi đi vượt biên thất bại, nhà bị tịch thu, Má tui buồn đến nỗi nói lảm nhảm, bao nhiêu năm xây dựng cơ đồ giờ đây tiêu tan hết, tui mất mấy ngày an ủi Má tui và tự hứa là con sẽ làm lại cho Má tất cả. Trên đời này tui thương Má tui vô cùng vì ngày còn đi học, có khi tui học bài và ngủ gục trên bàn học, Má tui lấy mền đắp cho tui, những lúc ốm đau hay khó khăn, Má tui vẫn luôn ở bên an ủi tui.

Chuyện Anh Hai Tui

Sơ Lược Về Anh

Hồi học ở Taberd anh tui học rất giỏi và rất mê môn toán học. Có ông Frère thích anh tui lắm và định nhận anh tui là truyền nhân (đệ tử ruột), chắc là dụ khị anh tui đi tu Frère. Anh tui được gởi đi cấm phòng (yên tịnh để suy nghĩ về việc đi tu Frère) ở Tu Viện ĐàLạt. Sau 2 tuần tu tĩnh tâm về anh tui nói buồn thấy bà, chắc tao không có căn tu. Ông Frère đó là Frère Bonnard, Frère này rất giỏi Anh văn, chữ viết đẹp như rồng bay phượng múa, người rất đẹp trai thanh lịch, gốc Huế và rất tốt với gia đình anh em tui, ở trường thì bị học sinh gọi là Sãi Mầm có lẽ Frère này giống Sư Sãi ở chùa chăng? Frère đổi về dạy ở La San Sóc Trăng nên Frère xin cho Anh tui theo Frère đến Sóc Trăng học. Thật hết sức nực cười việc tréo cẳng ngỗng - người ở tỉnh đều muốn lên Sài Gòn học thì trái lại Anh tui từ Sài Gòn hoa lệ lại về tỉnh Sóc Trăng mà học. Sau khi học một năm thì Anh tui được về lại Sài Gòn. Lúc tiễn anh tui ra xe đò thì lại bắt gặp có một cô học sinh xinh đẹp tiễn đưa anh tui. Thế là *cầm tay em anh nói, khóc lóc mà làm chi,... em về đi anh đi... hu... hu.* (Về Sài Gòn học tiếp chớ hổng phải đi tu à nha.) Ông thầy mặt mày buồn thiu, giấc mộng không thành, vỡ mộng vì đệ tử có số đào hoa thì đi tu sao nổi. Sau này tui biết Anh tui ăn nói rất có duyên, kết hợp với kiến thức tổng quát rất rộng nên có nhiều cô gái mê lắm, kết quả là anh tui cưới vợ rất sớm. Bài hát anh tui rất thích là bài *Em Tôi* và bài *Người Em Nhỏ*. *"Tui có người em nhỏ, xinh xinh đôi hàng mi, môi hồng vừa đương độ, chưa biết sầu biệt ly..."* Sau này Anh tui đi Sĩ Quan Hải Quân và làm đến Hạm Phó một chiến hạm, chiếc HQ-09, còn gọi là Hộ Tống Hạm Kỳ Hòa. Anh tui cũng đã từng đi thực tập ở Đệ Thất Hạm Đội, đi tu nghiệp ở Hoa Kỳ và đã từng đậu Thủ Khoa khóa học trong đó có sĩ quan 24 nước tham dự, oai thật. Nhờ Anh tui mà tui biết coi sao trên trời, các nhóm sao Tiểu Hùng Tinh (gấu nhỏ), Đại Hùng Tinh (gấu lớn), bằng cách nối các sao trong một chùm sao rồi đặt tên cho chùm sao đó. Chuyện này anh tui rất tài. Tui thì thích chuyện dưới đất hơn nên sẽ viết tiếp chuyện dưới đất.

Ký Ức Của Anh Hai Tui

Nhà ông bà Ngoại tôi lưu cho tôi vô vàn kỷ niệm. Có sự trùng hợp chăng? Tui nhớ, nếu không nhớ bậy, thì bà Ngoại tui hay bị nhức bên má trái và nhân có các bác sĩ Mỹ qua làm việc ở bịnh viện Cộng Hòa nên cậu Mười Hai nhờ Thiếu Tá bác sĩ Kiệt, chồng của chị Mỹ Khánh, đưa bà Ngoại đi mổ. Thiếu Tá Kiệt là rể của bà Phó Khai nhà bên cạnh. Trước đó bà Ngoại tui hô (nói) là mổ xong hết đau dìa để dự đám cưới của Anh Điển tui. Song bà Ngoại tui không có dịp biết mặt cháu ngoại dâu, buồn thật. Rồi khi tui cưới vợ cho thằng cu Minh Đức của tui, tui có nhờ Anh Điển tui đứng chủ hôn (vì Ba Má tui đã qua đời, tui mồ côi từ dạo đó) cũng như giới thiệu (khoe) căn nhà tui mới mua (mới mua, song nhà cũ 4-50 năm), anh tôi dặn là cho biết ngày, giờ để soạn bài diễn văn nẩy lửa cho oai vì anh tui lúc đó đã có Ph.D., oai lắm (tụi tui gọi anh tui là Me sừ Đốc Tờ Điển.) Thế nhưng sau đó Anh tôi mệt và vô bịnh viện mổ tim và đã qua đời. Xin im lặng một phút mặc niệm người Anh đã bảo lãnh gia đình tui qua Canada, ơn đó không bao giờ tui quên, nhờ đó mới có ngày nay. Chấm dứt phút mặc niệm. Cũng như bà Ngoại tui, Anh tui cũng không được biết mặt cháu dâu xinh đẹp và dễ thương của vợ chồng tui.

Năm 2006 khi tui đi Việt Nam về, Anh tui có hỏi tui có thấy cây cà-ri còn mọc ở gần cái giếng không? Có nghĩa là anh tui cũng quan tâm và có nhiều kỷ niệm căn nhà 40 Hàng Thị này. Khi Anh tui qua đời, thằng cu Đỉnh con anh tui có cho tui các bài viết của Anh tui, trong đó có một bài viết kỷ niệm những ngày ở đây và có kể chuyện về một cô gái bán bắp vườn xinh đẹp, chuyện kể rất là thơ mộng, tui sẽ chép lại sau khi nói đến ông anh nhiều tình cảm này. Như lời bài hát của Lê Tín Hương, *"có những niềm riêng một đời giấu kín... nên khi xuôi tay còn chút ngậm ngùi..."*

Mấy hôm nay ở San Jose mưa gió liên miên, sáng sáng tui hay ngồi quán Starbucks nhâm nhi ly cà phê Pike và bánh mì chuối mà nhớ nhung lung tung đủ chuyện, như những kỷ niệm trước kia khi còn sống, anh Điển tui hay hỏi: *"Hôm mầy về nhà ở Bà Chiểu có thấy cây cà ri, cây hồng quân không?"* Anh tui còn hỏi *"Cây vú sữa già, gần cái giếng mà anh em tui hay ra đó kéo nước lên tắm, giờ còn nhiều trái không, trái có còn to như hồi trước, vỏ mỏng mà tụi mình hay hái và đem vô nhà rồi bẻ ra, lấy muỗng múc bỏ vô cái tượng lớn dầm nước đá mà ăn không? Cây mận ở gần cổng nhà mà trái mọc thành chùm, chín đỏ có còn đứa nào trèo lên hái không. Mầy có leo hàng rào qua nhà thầy Cai bên hông nhà mợ Tư Đăng mà đi ra xóm sau không, mầy còn nhớ con nhỏ bán bắp vườn không, con nhỏ này có cặp mắt to rất xinh và mỗi buổi trưa tụi mình xin tiền Má hay mua bắp của nó mà hình như nó cũng để ý anh em mình đó, nhớ không ? Cây likima gần vách nhà bà giáo Ngãi có còn hay không?"* Anh tôi hỏi và nhắc nhiều lắm, đó là khung cảnh nhà ông bà Ngoại tui mà anh em tui đã sống chung với nhau và cùng các anh chị em bà con lúc còn nhỏ. Tôi nghe Anh tui nói mà rất thương Anh tui vì những gì Anh tui hỏi, những cây trái Anh tui nhắc thì đã không còn nữa. Không riêng gì những cây trái Anh tui nhắc mà ngay cả khung cảnh chung quanh, con đường Hàng Thị (trái thị rớt bị bà già), cái con mương nhỏ chảy qua trước nhà và 2 cái bậc xi măng trước cổng nhà mà chiều chiều anh em tui hay ra ngồi ngó xe cộ chạy qua đã mất hết dấu tích từ lâu lâu lắm rồi. Ngay cả cái nhà mái lợp tôn mà gia đình tui ở, bên hông là một cây me vừa to, vừa cao, mà Ba tui đã trồng (trồng lầm trên đất của Bà Phó Khai) bây giờ cũng đã thay hình đổi dạng rồi.

Tui biết làm sao trả lời hết cho Anh tui? Bao năm qua rồi còn gì? Ra đi xa là mọi cái thay đổi hết. Những hình ảnh xưa này giờ đây chỉ còn trong trí nhớ của Anh, của tui mà thôi. Anh đã xa mái nhà xưa lâu quá rồi, vật đổi sao dời, tang điền thương hải, tui biết nói làm sao đây? Những người cậu, mợ, dì, ông bà Ngoại thì không còn nữa huống chi là cây cối. Thật thương là thương.

Cuộc Đời Anh

Ngoài Ba tui, người đàn ông thứ 2 mà tui thương mến và rất mang ơn là Anh tui. Nhắc lại hồi đi học có ông thầy dòng thấy nhà tui có mấy anh em trai nên có ý định xin 1 đứa để dạy dỗ, vì mỗi ông thầy ít nhứt phải có 1 đệ tử để nối nghiệp. Ba tui cũng đồng ý và khi ông thầy này đổi xuống Sóc Trăng thì Anh tui theo. Tui nhớ năm Anh tui học thì Sóc Trăng bị một cơn bão dữ dội lắm. Ông thầy này thương Anh tui lắm, dạy dỗ thêm, lo cho Anh tui ăn uống và giảng đạo cho Anh tui. Song le không biết trời xui đất khiến làm sao mà khi đưa Anh tui đến bến xe về Sài Gòn nghỉ hè, như đã kể, thì thấy có một bóng hồng đến bịn rịn chia tay với Anh tui. Ông Anh tui tài thiệt tui phục ảnh sát đất, không biết làm sao mà quen với cô gái này vì ở nội trú trong trường (chắc hàng rào của Trường có cái lỗ để ông Anh tui chui ra) mà ông thầy thì luôn để mắt theo dõi. Tình yêu thì phải nói là quá sức kỳ diệu lắm, khó mà giải thích hay tìm hiểu được. Từ đó ông thầy này nói là Anh tui chắc không có căn tu, không được ơn gọi và Chúa không chọn Anh tui. Thế là Anh tui trở lại học ở Taberd Sài Gòn. Lúc đó Anh tui khoảng 16 tuổi mà biết yêu thì hơi hơi sớm nha. Anh tui học đàn piano, violon, và thổi sáo rất hay, tui nghĩ mấy món này mà đi cua con gái thì hết xẩy. Đó là lý do tại sao hồi còn ở Sài Gòn vào năm 80 tui bắt chước cố gắng mua một cây đàn piano cho 2 thằng con trai học do một cô giáo trước dạy ở Quốc Gia Âm Nhạc đến nhà dạy. Ba tui la lắm, sao không lo chuyện ra đi vượt biên, việc cơm ăn áo mặc, mà lo chuyện tào lao. Không tào lao đâu vì khi sang Canada 2 thằng con nói mình qua đây trễ song có 10 năm học đàn, học giáo lý, học bơi, học võ thì không phí thời gian. Tụi nhỏ biết nói như vậy làm Má chúng nó cũng vui lòng. Anh tui học rất giỏi song giỏi vì nhờ học giỏi Triết, các môn khác, chớ Anh tui không giỏi về môn Toán, song Anh tui lại rất mê môn Toán này. Năm thi Tú Tài phần 2 Pháp, Anh tui đậu hạng AB (Bình Thứ) ban Toán và đậu luôn Tú Tài Việt ban C. Như vậy Anh tui có Tú Tài đôi, Pháp và Việt. Sau đó Anh tui vô đại học học về Toán học (MG), nhưng không thành công.

Anh tui là một người có số đào hoa, các chuyện này hình như chỉ có tui và Anh tui biết. Đầu tiên là chuyện cô xẩm ở chợ Bình Tây (Chợ Lớn Mới - Chợ Lớn Mới được một người Hoa tên Quách Đàm bỏ tiền ra xây khoảng 1930.) Số là vào cuối tuần Ba tui hay chở anh em tui đi Chợ Lớn này. Ba tui có nhiều cái đam mê như mê đồ cổ xưa, bàn, ghế, tủ (thường khảm xa cừ các tích về truyện tàu như Quan Công Phò Nhị Tẩu, Lã Bố Hí Điêu Thuyền), mê các bàn ghế bằng gỗ Nu (gọi là Gõ Đỏ song có rất nhiều vân - các mắt cây - rất đẹp) và 1 trong cái mê của Ba tui là chén kiểu. Cái đào hoa của anh tui là ở đây có một bà xẩm bán các loại chén bát, bà này có 2 cô con gái cùng bán với Bà. Không biết qua mấy lần anh đá lông nheo mà lọt vào mắt đen của cô em. Cô này trông cũng khá xinh xắn.

Tui thấy sau đó hai người nói chuyện với nhau rất vui trong khi Ba tui và bà Má xẩm lo lựa chén cho Ba tui. Không có gì lọt qua mắt trinh thám của tui được. Lúc đó hình như Anh tui 16-17 tuổi lúc trở về từ Taberd Sóc Trăng. Cứ mỗi lần đi mua chén bát, Anh tui diện quần áo, đầu chải kem Tancho láng mướt và cô xẩm em cũng chưng diện ghê lắm. Cô này có vẻ thích Anh tui lắm và sau đó tui không biết chuyện ra sao, có lẽ Anh tui trở lại học ở nội trú nên chuyện tình chấm dứt. Anh tui nói cô này rất dễ thương song không có dịp gặp lại. Sau này khi xem quyển lưu bút của Anh tui thì tui thấy một tấm hình nhỏ của một cô gái trông giống như cô xẩm hồi đó và trong trang này Anh tui có chép câu thơ Kiều "*người đâu gặp gỡ làm chi, trăm năm biết có duyên gì hay không*?"

Viết về Anh tui thì có vô số chuyện kể vì Anh tui làm được nhiều việc mà tui thì không. Năm 1966 Anh tui nhập ngũ tại trung Tâm Hải Quân Nha Trang, khóa 17 Đệ Nhị Hải Sư và khóa này Anh tôi đậu Thủ Khoa trên 136 SVSQ. Học mà ra Trường thì đã khó rồi vì là loại hiện dịch (nghiệp lính) nên ai cũng cố gắng mà là Thủ Khoa thì rất khó. Sau đó Anh tui được chọn thực tập tại Đệ Thất Hạm Đội của Hoa Kỳ. Khi Hải Quân phát triển mạnh (Việt Nam hóa chiến tranh), Mỹ đào tạo giúp một số sĩ quan tại Hoa Kỳ và Anh tui là 1 trong các sĩ quan liên lạc các khóa gọi là OCS tại Mỹ. Sau đó Anh tui được cho theo học khóa hải pháo tại Mỹ và lại đậu thủ khoa trước các sĩ quan của 24 quốc gia. Anh tui cùng khóa với HQ Đại Úy Nguyễn Thành Trí, người đã anh dũng hy sinh trong trận Hoàng Sa 1974, Trí là bạn của tui. Tui còn nhớ có một bà Dì, bà con bên bà Ngoại tui dẫn tui đi giới thiệu một cô, theo Bà nói thì đẹp lắm. Ai dè cô đó là em gái Trí cho nên tới nhà thì tui quê quá dọt luôn không vô.

Khi có chương trình vượt biên bán công khai do Việt Cộng tổ chức năm 1979, anh tui được chủ tàu nhờ làm Thuyền Trưởng lái giùm một chiếc tàu chở trên 150 người và Anh tui đã đưa tàu đến Mã Lai an toàn không bị hải tặc. Sau lần học thất bại trước đây ở Đại Học Khoa Học tui thấy Anh tui rút kinh nghiệm. Sau khi lo cho 2 con học xong Anh tui lúc đó gần 60, lại ghi tên học lại, Anh tui nói vì học chưa đã thèm nên cố tâm học và đến 64 thì đậu PhD, sau Chị dâu tui 2 năm, cũng PhD. Anh Chị tui nói học để cho kiến thức mình rộng hơn, ở hoàn cảnh nào, tuổi nào cũng có thể học được, không phải học để kiếm việc làm, để có bằng treo tường mà để làm gương khuyến khích cho con cháu.

Anh tui nói sống nên làm việc gì có ích cho gia đình dân tộc, luận án của Anh tui là về Giáo Dục Đối Chiếu giữa các nước hậu cộng sản và nền giáo dục ở Canada và Mỹ, nhằm giúp các đại học ở Bắc Mỹ có tài liệu để so sánh các chương trình học các nước hậu cộng sản. Sau này các đại học ở Canada mới công nhận bằng Tú Tài sau 75 ở VN và nhận vào đại học với điều kiện qua thi Test tiếng Anh. Trước đây ngành giáo dục ở miền Bắc cũng như sau 75 không là hội viên của nền giáo dục quốc tế. Vì vậy không biết chương trình học ra sao cả. Miền Nam thì có nên các văn bằng từ Tú Tài đến đại học đều được công nhận.

Gia đình tui Ba Má tui, Anh tui và tui rất mê đọc sách, hồi học Taberd 2 anh em đọc hết sách trong thư viện của trường và ở nhà cũng có một tủ sách đầy đủ các truyện Tàu, các nhà thơ, nhà văn Việt Nam, các sách truyện Việt Nam, các bản nhạc, các sách học, nghiên cứu và hồi đó khi Thư Viện của Anh quốc (đường Yên Đỗ) đóng cửa, Ba tui và anh em tui mua lại một số sách rất lớn của Thư viện này. Tủ sách nhà tui rất nhiều, trên mấy ngàn quyển. Chắc cũng di truyền nên thằng cháu nội tui trong trường thường được huy chương Champion về đọc sách.

Anh tui rất giỏi về tiếng Anh, Pháp, Việt... và có tài thông dịch ngay tại chỗ các buổi hội thảo, các bài diễn văn bằng tiếng Anh, Pháp ra tiếng Việt hay ngược lại. Anh cũng có bằng thông dịch Tòa Án Liên Bang Canada. Anh tui cũng từng là sĩ quan tùy viên cho Tướng Trần Văn Chơn, Tư Lệnh Hải Quân, rồi sau này tham gia và là chủ tịch Hội Cựu Quân Nhân QLVNCH tại

Ontario, hay làm việc thiện nguyện... Vợ chồng tui rất quí mến và yêu thương anh tui nên mỗi lần anh lên Toronto (Anh tui ở London, Ontario) thăm Má và Dì Tui, bà xã tui hay nấu các món Anh tui ưa thích để đãi Anh tui và lúc nào cũng có 1 phòng riêng đầy đủ phone, comp để cho Anh tui ở và làm việc. Nhiều lần sau khi Chị dâu tui mất, tui mời Anh tui lên ở chung song vì còn một đứa con trai nên Anh không ở xa nó được.

Khi Anh tui qua đời 2009, con gái Anh tui có cho em út tui chép lại các bài viết của Anh tôi lưu lại trong một máy computer mà Anh tui đã dùng nó trong nhiều năm gồm có nhiều bài biên khảo về giáo dục của các nước hậu cộng sản, các sưu tầm về việc thành lập các trường La San, và các Sư huynh (La San Taberd là trường mà 4 anh em tui đều học ở đó), các phong tục của người Việt mình, các truyện ngắn của các mảnh đời thường ở Việt Nam, Pháp, Mỹ, Nhật nơi mà Anh tui đã có dịp đến, trong đó còn có nhiều bài thơ Anh tui viết bằng tiếng Việt, Pháp, Nhựt, Tây Ban Nha, và tự dịch ra tiếng Việt hay dịch những bài thơ ngoại quốc ra tiếng Việt. Ngoài ra, là phụ tá biên tập cho tạp chí của Hiệp Hội Giáo Dục Quốc Tế của Phân Khoa Giáo Dục trường Đại Học Western Ontario, Anh cũng tham gia và tổ chức các hội thảo Quốc Tế về các đề tài giáo dục định kỳ tại Canada. Anh cũng nhiều lần được trường Đại Học Western Ontario cử tham dự các hội nghị về giáo dục ở Nhựt. Vì ham mê về văn hóa cổ điển của Nhựt nên Anh tui có viết nhiều bài giới thiệu thể thơ cổ độc sáng gọi là Bài Cú (do chữ Haiku 俳句 mà ra) mà ở Mỹ cũng có một Trang Nhà của Hiệp Hội Bài Cú Hoa Kỳ (The Haiku Society of America) https://www.hsa-haiku.org/

Năm 2018 em tui gom góp một số tài liệu của Anh tui trong Computer và xuất bản 2 quyển sách nhỏ (có bán trên mạng), một quyển tựa là *Thơ Bài Cú* và một quyển thơ nữa tựa là *Đò Trăng*. (Trên đây tui viết theo tài liệu của Em tui.) Tui mạo muội chép một bài thơ của Anh tui viết từ 1966 đến 1985 viết lại, ký với bút hiệu là Thuần Ngọc, tựa là **Bài Thơ Không Đưa**

Ngày xưa viết một bài thơ
Cho ai. Mà có bao giờ dám đưa.
Sợ thơ mộc mạc, quê mùa
Vần thô, tứ thiếu, nghĩa thừa, ý dư.
Miệt mài trau chuốt lời thơ,
Gọt câu, sửa chữ, đắn đo lựa vần.

Chép trên giấy lụa ân cần;
Thơ thần tưởng kỹ cũng ngần ấy thôi.
Thế nhưng dạ vẫn bồi hồi,
Gặp nhau cũng chỉ nói cười bâng quơ.
Đời nào có dám đưa thơ.
Tình câm thì có bao giờ nói ra.
Thiệp hồng nhận cuối tuần qua,
Bài thơ chép lại làm quà tân hôn.
Mỗi câu đứt một phần hồn,
Mừng người hạnh phúc, cô đơn phận mình.
Lần đầu quên chữ làm thinh,
Trao quà, trao cả mối tình ngày thơ.
Nhận quà, đọc, bỗng thẫn thờ:
- Tại sao đợi đến bây giờ mới đưa?

Những Lời Anh Dạy

Ở Anh tui, tui học được nhiều cái lắm. Vì sau lần sai lầm ước muốn và khả năng của mình Anh tui rút kinh nghiệm từ đó đã thành công như tui vừa kể. Anh tui nói nhiều khi Cha Mẹ hy vọng ở con cái mình học ngành này, ngành kia, và đôi khi các con cũng tự chọn sai tương lai của mình cho nên nếu không kịp nhận ra thì tương lai sẽ là một thảm họa. Anh tui hay kể và đọc cho tui nghe bài thơ *Truth* của Elizabeth McClure Gerus

If you put truth above your own desires
And value those as friends who feel the same
If you take pride in things that you've accomplished
And when you're wrong, stand up and take the blame
If you can understand your limitations
And not waste time on tasks beyond your scope
But take the future as a brand new challenge
That you can meet with confidence and hope...

Anh tui luôn khuyên gặp khó khăn KHÔNG bao giờ bỏ cuộc. Cuộc sống là chiến đấu. Không bao giờ ngồi không mà không làm gì. Đối với Ba Má tui Anh tui là một người con hiếu thảo, biết nghe lời và biết bao lần Anh tui đưa bạn gái về trình, mà Ba tui (khó lắm) lắc đầu, là Anh tui nghe lời và tìm người bạn gái khác. Sau này Ba tui bớt khó nên tui và các em mới có dợ được. Anh tui thường nói cuộc đời mình không quá 100 năm, ngày thì cứ qua, thời gian không chờ ai hết, nên Anh tui khuyên tụi tui muốn làm gì, học gì thì làm ngay đi đừng chần chờ.

Mỗi khi Anh Em tui gặp nhau Anh tui luôn nhắc tui khi lái xe quẹo trái hay phải thì nhớ quẹo vào đúng lane đường dành cho mình, sai thì dễ gây tai nạn. Một hôm cùng Anh tui đi chơi nhà nhạc sĩ Trường Sa (bạn Hải Quân của Anh tui) tui nói là Anh tui đi sai rồi, Anh nói Anh chạy sai thử coi tui có biết không? Cha nội này ngụy biện thực. Anh luôn nhắc tui lời Ba tui dạy 2 điều nên ghi nhớ là anh em phải biết thương yêu nhau, phải biết đâu lưng mà sống, anh em mà không thương yêu nhau thì đừng hòng các con của mình thương nhau (gương xấu dễ bắt chước) và điều thứ 2 là sau này các con có dâu có rể nhớ thương đồng đều như con của mình, không nên thiên vị, đối xử khác biệt, Ba tui nói cái này KHÓ KHÓ lắm nha. Nếu sống chung thì nhường nhịn, hòa thuận là chính, việc trong nhà không có việc nào là của đàn bà hay đàn ông, của con dâu hay chàng rể như từ chẻ củi, vo gạo, nấu cơm, rửa chén, giặt quần áo, lặt rau, quét nhà, đổ rác, nấu cơm, dọn bàn, đi chợ,... dù mình là cha mẹ, hay là cột trụ của gia đình đi nữa, hễ có rảnh thì đừng so kè mà cứ làm. Thường các bất hòa hay xáo trộn trong gia đình giữa vợ chồng, anh em, cha mẹ và dâu con, con rể là do cứ nghĩ đó không phải việc của mình. Những lời Anh tui nói giúp rất nhiều cho gia đình các con tui được êm thắm, hạnh phúc. Phải thực lòng mà nói khi qua Toronto, Canada tui mới biết làm các việc làm như nói trên trên chứ hồi còn ở Sài Gòn tui có biết làm đâu vì do người làm họ làm hoặc bà xã tui làm. May mắn cho tui lại có dịp học hỏi nơi Chị dâu tui vì trước đây Chị dâu tui làm luận án ở Đại Học Toronto với đề tài nghiên cứu là sự thay đổi vai trò của người phụ nữ Việt Nam ở 2 xã hội Việt Nam và Canada, tui có dịp phụ giúp Chị tui đặt câu hỏi, ghi chép, đánh giá, phân tích 1 số cuộc nói chuyện cũng như phỏng vấn một số phụ nữ Việt, phải nói là có một thay đổi rất lớn ở 1 số gia đình người Việt mình vì ở Sài Gòn thì một số phụ nữ sống trong gia đình, lo việc nhà và dạy dỗ con cái là chính hay có tham gia ngoài xã hội 1 phần nào đó, người đàn ông hay chủ gia đình thì lo việc bên ngoài. Sự thay đổi này làm lung lay và ảnh hưởng rất nhiều đến nền tảng gia đình, đến cuộc sống và hạnh phúc gia đình. Khi ra ngoài đời người phụ nữ tự tin hơn, tự lập hơn, vai trò của họ cũng vì vậy quan trọng hơn và nếu gia đình không kịp thời thích ứng với sự thay đổi thì khó bền vững được. Ngay cho đến bây giờ, một cậu hay cô sống và lớn lên ở Canada hay Mỹ mà lập gia đình với 1 người ở Việt Nam thì cái khoảng cách (gap) khác nhau rất rõ và nếu không có sự hòa nhập kịp thời thì khó có một gia đình hạnh phúc ổn định lâu dài.

Gia Đình Tui Bây Giờ

Vợ Và Các Con

Hai Người Đi Qua Đời Tui

Trong cuộc đời tui có 2 người đàn bà tôi thương yêu và quý mến nhứt đó là Má tui và vợ tui. Không có 2 người đàn bà này cuộc đời tui sẽ không bao giờ được như ngày hôm nay. Má mình thì mình thương còn vợ mình thì mình yêu có gì là lạ đâu! Không tầm thường chút nào nha.

Người đàn bà thứ nhứt mà tui thương yêu vô cùng là Má tui.

Từ hồi nhỏ Má tui đã dạy vỡ lòng cho tui học chữ a, b, c và khi thuộc mỗi cửu chương là Má tui thưởng 1 đồng mua bánh ăn. Má tui học giỏi lắm đến năm thứ tư ở trường Áo Tím (Gia Long), năm cuối mà Tây cho người Việt mình học. Khi lấy Ba tui thì Má tui nghỉ học, mỗi tối khi cơm xong là tụi tui ngồi vào bàn học. Má tui nói tiếng Pháp rất giỏi và sang Canada học và nói tiếng Anh rất khá. Nhờ gương hiếu học của Má tui cho nên anh em tui có thói quen đứa nào cũng ham học.

Người đàn bà thứ 2 mà tui yêu quý và biết ơn vô cùng là vợ tui.

Vợ tui là người bản tính rất nhân hậu, có tấm lòng rộng như trời biển, trong gia đình biết thương yêu Ba Má chồng, anh em bên chồng, sống hài hòa với mọi người, nhờ vậy tui mới có cơ hội hiếu thảo với Ba Má tui, Dì tui và sống đầm ấm với gia đình anh tui và em tui. Vợ tui là Chị lớn nhứt trong gia đình có 5 đứa em mà hầu như là vợ tui lo dựng vợ gả chồng cho 5 người em của mình. Từ ngày Má vợ tui mất, Ba vợ tui lo buồn nên mọi việc lớn, nhỏ giao cho vợ tui cáng đáng, mọi khó khăn trong gia đình như lo cho thằng em trai út, em gái út vượt biên, cũng như lo bảo lãnh cho 2 đứa con của 2 gia đình còn kẹt lại ở Việt Nam sang Canada du học và giúp ở lại luôn để sau này bảo lãnh cho gia đình và cho đến nay các cháu học xong, đi làm và bảo lãnh cho Ba Má các cháu. Gia đình tui và gia đình bên vợ mọi người hiện nay đều ở Canada, Mỹ và Úc.

Từ Con Đến Cháu

Tháng 5 là tháng kính nhớ Đức Mẹ Maria, tui thương kính Đức Maria nhiều lắm. Ngày trước mỗi lần Nô-En đến, nhà nhà cũng như người ta làm máng cỏ trong nhà thờ với trang trí và đèn xanh đỏ rực rỡ muôn màu. Hồi đó tui còn nhỏ và cũng mừng vui như mọi người. Nhưng từ khi sang ở Toronto, khi mùa Đông đến tui mới hiểu được khi sinh con trong hang đá mùa Đông sự khổ cực như thế nào. Tui càng thương mến Đức Mẹ vô cùng khi thấy con trai mình bị người ta đánh đập và đóng đinh trên Thập Giá, lòng Mẹ đau đớn ra làm sao. Ngày tui có con mỗi khi con tui chạy chơi té lòng tui đau như xé ruột, vì vậy tui hiểu cái sự đau đớn của Đức Mẹ nó ghê gớm đến mức nào. Cho nên ảnh của Đức Mẹ đặt trong phòng tui để nhắc nhở và mỗi ngày tui đều chào kính Đức Mẹ. Sự khó khăn khổ sở của tui so ra không có đáng gì đâu! Tui vượt qua dễ dàng. Phải nói thêm là đời tui có nhiều may mắn hay đúng ra nhiều phép lạ Đức Mẹ ban cho.

Do đó ngày xưa sanh con là một giai đoạn nguy hiểm cho người con cũng như người mẹ, vậy ai còn may mắn có Cha, Mẹ thì cố gắng săn sóc cha mẹ

mình lúc già yếu, bịnh tật nha. Khi Mẹ Cha chết rồi mình có muốn chăm sóc, nói lời biết ơn thì đã muộn rồi. Hối hận là một việc vô cùng khổ sở. Thằng con út nhà tui cũng có vợ có bầu đứa con đầu lòng. Khi vợ nó sanh thì bác sĩ cho nó vào phòng sanh trong lúc vợ nó sanh. Nó quá xúc động và thấy vợ nó sanh nên khóc rống ồ ồ lên. Bác sĩ nói: "*Con mày khi được sanh ra bị vỗ 3, 4 cái mà không chịu khóc, còn mày thì lại khóc hu hu.*" Tếu thật. Tui biết tính thằng con út, nó hiền lắm và nhát gan nữa. Vào giữa tháng 4 thì vợ thằng Khoa sẽ sanh đứa con trai, tức là cháu đích tôn của tui. Từ 2 năm nay thằng cu Huân con của Minh Đức tạm thời chấp chưởng giữ chức đích tôn, nay mai đây sẽ bị cách chức này cho mà xem. Đến tháng 9 thì Minh Đức có thêm một đứa con nữa, gia đình đông chắc là vui lắm. Vì vậy bây giờ đến cuối năm chắc vợ chồng tui phải qua San Jose 3 lần, tháng 4, tháng 6 và tháng 9 để chào mừng các cháu nội. Nói về mình thì không hay ho gì hết nên xin được phép đổi đề tài khác.

Ở Với Con Để Được Gần Cháu

Khi mừng ngày birthday của tui và sau đó mừng ngày Father's Day gặp lại những người thân trong gia đình mà mấy tháng nay chưa có dịp gặp nhau tui thật xúc động và mấy tháng xa cách mà tưởng như là xa lâu lắm vậy. Nhơn này kỷ niệm này làm tui nhớ đến Ba tui và Anh tui và những kỷ niệm cũng như những chỉ dạy bỗng trở lại trong tâm tưởng của tui. Ba tui hay dặn nghĩ đến mình mà cũng phải nghĩ đến người khác. Hãy làm những gì vui cho họ, những gì làm cho mình buồn thì đừng làm cho người khác. Ba và Anh tui nói khi mình dạy các con các cháu nhiều khi tụi nó có vẻ thờ ơ, không chú ý nghe, song lời chỉ dạy nó đi vào tiềm thức và khi lớn lên thì nhớ lại hết. Tui thấy rất đúng.

Vợ chồng tui ở chung với gia đình thằng con út và 2 cháu nội, 1 trai 8 tuổi và gái gần 6 tuổi. Để khuyến khích tụi nhỏ học hành nên khi nào học giỏi khen thưởng thì được ngủ với bà Nội còn cháu gái thì ngủ với Ông nội. Bà Nội thì gãi lưng, quạt và cho xem phim. Ông Nội thì kể chuyện 7 chú lùn, chuyện dế mèn... Nhơn dịp này tui dạy cho cháu biết yêu thương, biết nhường nhịn anh em, biết siêng học, như chuyện 7 chú lùn, biết thương các em, quí bạn bè và người khác, biết vâng lời cha mẹ... Có hôm khi ngủ thì thấy cháu nội ngồi dậy, tui làm bộ ngủ xem coi cháu làm gì, thì cháu lấy mền đắp cho tui, tui hỏi thì cháu nói con sợ ông Nội lạnh. Những chỉ dạy tui thấy rất rất có ích lắm. Chưa 6 tuổi mà biết nghĩ đến người khác rồi. Ngày xưa mấy anh em tui ngủ chung với Má tui trên một bộ ván rộng lắm và sau khi đi thăm một trại mồ côi về thì tối hôm đó Má tui có đọc cho Anh em tui bài "*Trên cành cây chim kêu chiêm chiếp*" và tui còn nhớ thấy đứa em tui thút thít khóc. Tui nghĩ không biết bây giờ nó còn nhớ bài thơ này hay không?

Hôm qua San Jose sống, một bà bạn thân tới chơi và chỉ tay vào vợ chồng tui và nói: "Ông bà tính sai rồi. Ở Toronto thì có đủ thứ, nhà cửa xe cộ tiền bạc, muốn đi đâu chơi thì đi giờ đây lo cho mấy đứa cháu mất hết tự do, muốn đi đâu phải chờ Ba Má chúng nó nghỉ holidays mới đi được." Tui thấy người bạn nói đúng, bận bịu thật. Một số bạn bè già đi du lịch nhiều nước, nhiều nơi rất là sung sướng. Mướn người chăm sóc 2 con hay gởi nhà trẻ thì thẳng con tui làm được, tuy nhiên tui nghĩ sự giáo dục lúc còn nhỏ vô cùng quan trọng - đây là cơ hội phải in vào đó những điều tốt lành. Tới từng tuổi này mà còn có ích lợi cho con cháu thì còn gì vui bằng. Sống già, sống khỏe và sống có ích. Không có việc gì làm mà không phải trả giá cả. Trong khi làm việc gì tui cũng tìm thấy được cái vui trong công việc đó, như khi đi rước các cháu đi học về thì quen được nhiều bạn già mới, nhiều gia đình rất tốt, người Việt, người Phi, có con cháu học chung trường, ngay cả khi đi chợ cũng vui - gặp anh bán thịt heo, bò ở siêu thị, trước tốt nghiệp Đại Học Sư Phạm Sài Gòn, chú bán rau trước là Sĩ Quan Võ Bị Đà Lạt, chú làm địa ốc (bán, mua nhà) là Tiến Sĩ ở Liên Xô cũ, anh bán bảo hiểm trước là Giám Đốc Vikyno, tốt nghiệp ở Nhựt, chú bán cá trước là chủ quán cà phê ở Tân Định...

Nói Với Con Dâu

Cám ơn con dâu quí hiếm nha. Má thì lúc nào cũng thương các con dâu và các cháu nội rất nhiều, chỉ cầu xin sao cho các con sống hạnh phúc và dạy dỗ các cháu nội nên người đạo đức và hữu ích cho xã hội, biết hiếu thảo với Cha Mẹ. Bí quyết giáo dục con cái theo Frère Mai Tâm, Tiến Sĩ Giáo Dục, thầy đã viết sách mà tui hồi ở Taberd đã đọc là: "Cha Mẹ phải làm gương tốt cho con, cháu. Điều này coi vậy mà KHÓ VÔ CÙNG. Muốn dạy con hiếu thảo, Cha Mẹ phải hiếu thảo với Cha Mẹ mình trước.

Các Cháu Nội

Dạy Cháu Hát Bài Ca Thiếu Nhi

Sang San Jose kỳ này vợ chồng tui bắt tay vào lo cho 2 đứa cháu nội, một đứa 2 tuổi hơn và một đứa trên 3 tháng tuổi. Vì là con trai, thằng cu 2 tuổi này rất quậy, nó như con cào cào chỉ chạy mà không đi. Trước đây khi chưa biết nói mà hễ mình nói chuyện với nó thì nó cũng trả lời loạn xà ngầu, múa tay múa chân như đang nói mà không biết nó nói cái giống gì mà cứ tía lia như thật. Bây giờ thì nó nói cũng khá rồi, giọng con nít léo nhéo nghe cũng dễ thương lắm. Ba nó cho 1 cái iPad để khi ăn cơm thì xem (xem mê thì tha hồ đút cơm), nó thích xem Xuân Mai hát rồi cũng hát theo. Có lần nghe Ba nó dạy:

Con gà mà gáy là con gà cha,
Gà mà không gáy là con gà con.

Khi tôi đút cơm cho nó thì tui cũng bắt chước Ba nó tui cũng hát:

Con gà mà gáy là con gà cha,
Gà mà không gáy là con gà GAY.

Ba nó về nghe nó hát như tui dạy Ba nó la oai oái. Nghe bé Xuân Mai hát riết rồi nó cũng chán mà tui cũng chán. Tui bèn nhớ lại một bài hát mà chắc nhiều người còn nhớ, chúng ta hay hát lắm, tui dạy thằng cu này hát như sau (xin nghe mà đừng chửi tui nha). Tui dạy nó hát như sau:

Chiều nay kiến cắn ...c...u... sưng tù vù,
Không có tiền mua thuốc dán dán con ...c...u...

Người ta nói cái gì tầm bậy là học mau thuộc lắm, chỉ nghe vài lần là nó thuộc và nên khi Ba nó đi làm về, nó khoe và hát cho Ba nó nghe, Ba nó la oai oái vì mai mốt sang nhà ông bà Ngoại mà nó hát bài này, hay ở các đám tiệc, trong Nhà Thờ, thì chắc Ba nó còn có độn thổ mất thôi.

Chuyện Con Cháu Lung Tung Xèng

Có một câu chuyện ngắn (đọc mà không ngán) nên chép ra đây để đọc giải buồn, chuyện cũng gần giống chuyện cà phê muối, tui thì ăn uống dễ dàng, ngon dở cũng xong nên đọc câu chuyện này không thấm lắm, vợ chồng tui thấy có ai đến nhà mình ăn cơm ngon miệng thì vui rồi, các đồ dở thì để tụi tui xử. Nhớ Má tui hồi trước lúc nhà khó khăn, Má tui chỉ ăn cơm với nước mắm ớt còn thịt thà thì dành cho các thằng con - chuyện này lại nói sang chuyện kia thì lạc đề rồi. Mấy đứa con và dâu thấy thằng cháu nội tên là Eli không biết tụi này nghĩ sao mà đặt tên con kỳ như vậy. (Chữ này đọc theo tiếng Việt mình là ê-li mà tiếng Mỹ thì đọc là i-lai, thiệt là mệt quá.)

Hôm qua viết đến đây thì thằng cháu nội ê-li (Việt) hay i-lai (Mỹ) chạy vô phòng rủ ông nội đi uống cà phê McDonalds nên phải tắt máy và ra xe chở cháu đi, nếu không nó ì xèo mệt lắm. Thực ra thì nó có tên Việt là Huân Trần. Tên Huân là tên một nhà thờ mà Ba Má nó đến cầu nguyện vì lấy nhau 3 năm mà chưa có bầu bì gì hết. Sau khi cầu nguyện về thì có bầu thằng cu nên đặt là Huân Trần. Thằng này quậy hết cỡ thợ mộc. Nó làm tui nhớ đến Ba nó, hồi còn bé cũng quậy hết biết luôn. Có 1 lần mấy bà lối xóm chạy đến cho biết không hiểu tại sao thằng Minh Đức đi xích lô về nhà sau khi học xong. Hồi đó nó học cách nhà không xa, học tiểu học. Nó có 1 đồng nên rủ anh nó là thằng cu Khoa kêu xích lô đi về. Thằng Khoa sợ không dám đi, thế là nó kêu xe xích lô và chú xích lô cũng chịu chở nó về. Nhà có 2 lối vô, một lối dốc cao nên nó chỉ chú xích lô đi ngã không có dốc. Tui và Má nó hết hồn hết vía. Khi nó học cấp 2 thì trường là dãy nhà có lầu. Nó học trên lầu, thay vì đi cầu thang xuống nó lại trèo qua cây dừa mọc sát tường và tuột xuống. Cô giáo hết hồn nên đến nhà báo cho biết. Mỗi lần đi học về thì kêu: "Má, hôm nay Văn 10, Toán 10...", v.v. rồi ù ra sân chơi với đám bạn nó. Nó trông rất dễ thương nên quậy phá mà không ai la nó. Trên bàn cơm thì hay nói văn thơ như: *"Hòn đất mà biết nói năng, thì thầy địa lý hàm răng không còn."* Có lần nó đọc một bài: *"Đêm nay bác không ngủ, Bác nhìn lên nóc tủ, Bác thấy trái đu đủ, Bác lấy con dao cũ, Bác gọt trái đu đủ, Ăn xong miệng bác còn dính mủ..."* Tui dặn đi dặn lại nó không nên nói bậy coi chừng bị đuổi học nha.

Nỗi Buồn Hoa Phượng

Máy computer của tui bị hư vì tui cho thằng cháu nội ngồi trên lòng và nghe bài hát Bé Nhè: "*Ngày này năm xưa em còn bé tí teo*", thằng cháu này nghe khoái quá và đập một cái rầm lên bàn phím và sau đó thì bàn phím bị hư luôn không sử dụng được. Thằng này quậy lắm. Khi còn bé phải mặc tã, khi hơi lớn thì phải bỏ tã, thật khó lắm, khó hơn nữa là khi tập nó đi cầu. Ba nó mua cho một cái bô nhỏ khá đẹp, nó ôm vô cầu ngồi (Ba nó mơ mộng là nó khoái và làm đúng cách) thì một lát sau nó đội cái bô lên đầu rồi vừa đi ra vừa cười hí hí.

Cái ngày đầu tiên tui đưa nó đi học preschool thật là vô cùng gian khổ. Nó khóc ồ ồ cứ đòi "ông Nhội" chở về nhà. Nó nói con muốn về nhà, không đi học nữa cho dốt luôn. Song tui cũng quen cái cảnh này, ngày xưa tui đi học cũng khóc như vậy thôi và bố nó cũng vậy, có đứa bé nào thích đi học đâu. Sau khi đi học vài tuần tui mới vừa lái xe vừa hát bài Nỗi Buồn Hoa Phượng của ông nhạc sĩ Thanh Sơn, nó nghe rồi thuộc bài này và tui có nói cho nó hiểu đi học thì vui lắm, có nhiều bạn bè vui chơi, đến hè thì nghỉ ở nhà mà nghỉ ở nhà thì buồn lắm đó, con đi học rồi sẽ thấy. Từ đó mỗi sáng thức dậy là nó hát líu lo "*người xưa biết đâu mà tìm...*"

Có Rầu Râu Mới Rụng

Tui đang dạy thằng cháu nội hát bài thằng Cuội và tập cho nó nói chữ e rờ cho rõ như nói: "Rầu rĩ râu ria ra rậm rạp, rờ râu râu rụng, rờ rún rún rung rinh." Thằng nhóc rờ râu ông nội, rờ hoài mà râu không rụng, nó hỏi sao kỳ dzậy? Có gì đâu con ơi, ông Nội đâu có rầu rĩ nên râu nó không rụng đó con ạ. Dạy con nít cũng khó lắm thay!

Vui Là Chính

Tui thường đi chợ sau khi rước thằng cháu nội đi học về. Có lần sắp hàng chờ trả tiền, có một cô đầm đứng chờ trước, không biết sao cô đầm này lại de lui, thằng cháu thấy vậy nó vỗ cái bốp vào mông cô đầm này (có lẽ nó sợ đụng vào nó) cô đầm tức thì quay lại chắc là tính chửi nếu nó nghĩ là tui làm song nó thấy thằng cháu nội của tui nên nó đổi giận thành cười và nói xin lỗi thằng cháu. Hú hồn hú vía.

Sáng nay khi đưa thằng cháu nội đi học tui có chở theo đứa em gái nó, 2 tuổi, khi đi chợ Lucky (chợ Tây) có một bà đi gần nó. Bà này xức dầu thơm bay ra bát ngát, đứa cháu buột miệng: "Thúi quá, thúi quá ông nội ơi" và đưa tay bịt mũi. Chẳng may bà này là người Việt mình, bà ta quay ngoắt lại "Thơm chớ thúi gì con." Tui cũng hết hồn hết vía.

Tui cùng thằng cháu nội 4 tuổi đi dạo chơi, dọc đường giữa đồng không mông quạnh nó đòi đi đái mà ở chung quanh làm gì có restroom cho nó tè mà trong túi tui cũng không có cái bao ny lông nào hết. Vì tui lúc nào kinh nghiệm dạy cũng bắt tui thủ sẵn trong xe hơi hay trong túi quần 1, 2 bao ny lông để dùng trong trường hợp khẩn cấp cho thằng cháu nội này mà hôm nay tự dưng lục hoài mà không có cái bao nào hết vậy cà? Cuối cùng thì phải cho nó tè đại vô gốc cây bên đường sau khi tui ngó 4 phương 8 hướng xem có ai thấy không (sợ họ phôn cho phú lích thì mệt lắm nha) chớ không nó tè vô trong quần thì mệt lắm nha. Nó tè thoải mái và mát mẻ vì gió hiu hiu thổi qua làm cậu ta thích quá. Sau lần đó là tai họa, tai họa nha, vì nó chỉ thích tè vô gốc cây mà thôi mỗi lần mắc đái, không chịu vô restroom nếp sống văn minh ở đây. Cả nhà đều cằn nhằn tui xúi bậy, dạy bậy cho cháu nội. Nỗi oan này biết làm sao giải bày đây. Thế là tui kể cho nó một chuyện xem ra thì không có liên can gì với chuyện đái của nó. Đó là chuyện Thằng Cuội. Chuyện như thế này:

Rằng ngày xưa lâu lâu lắm rồi thằng Cuội được một ông Tiên ban cho một cây đa to để ngồi dưới bóng mát của cây đa to này mà ngồi hóng gió mỗi khi trời nắng như đổ lửa. Song ông Tiên bảo là có hưởng thì phải có làm, trách nhiệm là mỗi ngày phải lấy 1 thùng nước giếng mát mà tưới ở gốc cây đa này. Thằng Cuội thích lắm nên tưới mỗi ngày và cây đa nói mát quá, mát quá cám ơn Cuội nha.

Rồi một hôm thằng Cuội làm biếng và nó mắc đái giống như con (cháu nội) nên nó cởi quần tè đại vào gốc cây đa. Cây đa la trời ơi tưới nước gì mà hôi quá, nóng quá trời vậy Cuội? Và cây đa chịu không nổi nên bật rễ và từ từ bay lên trời. Chú Cuội sợ quá nên nhảy lên kéo cây đa xuống. Có ai dè đây cây đa bay thẳng lên trời và bay vô mặt trăng mang theo chú Cuội luôn. Mỗi đêm khi con (cháu nội) nhìn lên mặt trăng thì thấy chú Cuội và cây đa trên đó.

Tui bắt đầu hù để thằng cháu nội đang say mê nghe câu chuyện Thằng Cuội nha, mắt nó tròn xoe và hỏi rồi sao nữa hả ông nội. Tui nói bây giờ con dám đái vô gốc cây nữa hay không ? Con có ngon ra trước nhà có cây dừa Mễ mà đái đi, ngon thì làm đi.

Nó nói trước đây con đái vô gốc cây mà có thấy cây nào bay lên trời đâu ông nội? Tui nói mấy cây đó còn nhỏ, con muốn thử đái vô gốc cây dừa Mễ nhà mình đi, nó sẽ bay lên là cái chắc và con lên mặt trăng mà chơi với chú Cuội. Nó sợ xanh cả mắt và từ đó không dám đòi đái bậy nữa. Hết chuyện.

Dắt Cháu Đi Chơi

Một hôm cách nay vài tháng tui có đưa 2 đứa cháu nội đi Grand Century và khu Vietnam Town ở San Jose. Khi đi qua một cái tượng bằng đá có một ông mặc áo giáp và đội nón sắt thì thằng cháu nội hỏi tui: "Ông Nội ơi ông này là ai mà ông lấy tay chỉ cái gì vậy ông Nội?" Tui hơi chột dạ vì từ lâu không còn đọc lịch sử nên cố gắng nhớ đến đâu trả lời cho cháu nội đến đó. Ông này là một danh tướng của nước Việt Nam mình. Ông tên là Trần Hưng Đạo. Khi quân Tàu xâm lược nước Việt Nam mình, ông cầm quân chống quân giặc do một tướng Tàu là Ô Mã Nhi chỉ huy, khi đi đến sông Hóa Vang, ông lấy tay chỉ xuống dòng sông và thề là trận này mà không phá xong giặc Tàu (giặc Nguyên) xâm lược thì không về đến sông này nữa. Ý ông nói là nếu thua là chết chớ không trở về. Khi dạy về lịch sử thì ông thầy của ông Nội nói đó là sông Bạch Đằng, vì vậy hồi ở Sài Gòn, khi ra bến Bạch Đằng (sông Sài Gòn) trước Bộ Tư Lịnh Hải Quân có tượng của ông tướng này, to và cao lắm và cho là ông tổ của Hải Quân Việt Nam. Ông thầy dạy lịch sử còn nói thêm là khi ông Trần Hưng Đạo đến đây thì con voi của Ông cỡi bị sa lầy, con voi này chết.

Trên đường về tui bỗng nhớ lại câu chuyện ông thầy dạy Sử lúc còn học ở Trung Học Taberd Sài Gòn có kể về chuyện trận Tây Kết, khi quân Việt Nam chém được tướng giặc là Toa Đô về nộp cho Vua Nhân Tôn. Vua thấy người tướng này dũng mãnh, hết lòng vì nước (dù là tướng giặc), Vua mới thốt ra, làm tướng nên như người này. Rồi bèn cởi áo ngự bào (áo vua mặc) đắp cho đầu Toa Đô rồi sai quan dùng lễ mai táng cho tử tế. Thật là oai hùng và cao thượng. Nhớ lại chuyện quân cộng sản vô miền Nam ngày 30 tháng 4 thì khác hẳn.

Kể từ ngày tui di cư sang San Jose được hơn 2 năm, công việc là giúp gia đình đứa con út phụ chăm sóc 2 đứa con mà đứa lớn nhứt được 4 tuổi rưỡi. Cái job này cũng phức tạp vì việc chăm sóc và dạy dỗ con nít lâu quá nên tui quên gần hết, vả lại ở cái xứ này dạy con nít cũng không phải dễ à nha. Thằng cháu nội này mỗi tối và sáng Ba nó biểu nó súc miệng rất khó, nó khóc như bị ai cắt cổ (câu của Ba tui hay nói khi tui khóc hồi nhỏ). Tui bèn nghĩ ra một bài hát hồi nhỏ tui hay hát mà tui nghĩ là nhiều bạn cùng lứa tuổi tôi cũng thuộc "chiều nay kiến cắn c...u... sưng tù vù, không có tiền mua thuốc dán dán con c...u..." Thằng cháu này thuộc rất mau bài này và hỏi tui "rồi phải làm sao hả ông Nội?" Tui bèn kể một câu chuyện như sau: "Ngày xưa nhà ông Cố của con có trồng nhiều cây ăn trái lắm, mà cây mận trắng là nơi mà các con kiến vàng chiếm đóng, chúng bò lên bò xuống đi tuần, canh chừng các trái mận. Một hôm, mận chín có một anh kia leo lên hái mận, bọn kiến liền bò đến tấn công. Có 2 con chui vào quần, một con nhào vô cắn cái bụp. Song anh chàng hái mận la: "Đứa nào làm nhột tao quá vậy hở?"

Thằng cháu hỏi tui: "Tại sao anh ta la nhột mà không la đau hả ông nội?" Tui trả lời là tại vì con kiến đó bị sún răng, răng nó rụng hết nên khi cắn thì không đau mà làm nhột người ta mà thôi.

Con kiến thứ 2 nói "Để tui cắn cho anh ta một phát cho biết nha." Con kiến này tiến vô và há to miệng cắn cái xực. Anh chàng hái mận đau quá hét một tiếng thấu trời và buông tay té xuống đất cái bịch.

Thằng cháu nội hỏi: "Tại sao kỳ vậy ông Nội?" Tui trả lời là "Vì con biết hông, con kiến đầu tiên lười đánh răng súc miệng lắm, mỗi đêm mỗi sáng không chịu súc miệng nên bị sâu răng, răng rụng hết trơn, cắn không đau mà chỉ làm nhột thôi. Còn con kiến kia thì mỗi đêm, mỗi sáng đều siêng đánh răng súc miệng nên răng của nó vừa bén như dao, vừa nhọn nữa, cho nên nó cắn thì anh kia đau thấy ông bà ông vải, té xuống đất luôn."

Các bạn biết hông, bây giờ mỗi tối và sáng nó nhắc Ba nó giúp trét kem, đánh răng không cần phải la rầy, nhắc nhở gì hết. Ba nó ngạc nhiên vô cùng trước sự thay đổi này và cho là nó lớn dần nên biết suy nghĩ.

Nó nói với tui, răng con bén lắm, nếu mà con cắn chắc là đứt luôn đó ông nội và phải kêu am-bu-lăng chở vô bịnh viện may lại đó ông nội.

Kể Chuyện Đời Xưa

Mỗi sáng tui có nhiệm vụ đưa 2 cháu nội đi học, trưa về thì sau khi ăn cơm thì ngủ trưa với 2 cháu mà 2 đứa này luôn yêu cầu tui kể một chuyện gì đó như để ru tụi nhỏ ngủ (thay vì hát ầu ơ ví dầu như Má tui hồi xưa.) Tui để ý thấy 2 đứa cháu này (7 và 5 tuổi) rất sợ Ba tụi nó vì Ba tụi nó hay cấm cái này, rầy cái kia, bắt uống nước, bắt học bài... Vì sợ nên tụi nó có vẻ không thương và xa cách Ba tụi nó. Cho nên tình cờ tui đọc được một câu chuyện rất cảm động để kể cho tụi nó nghe.

Chuyện này xảy ra ở bên Thái Lan, xứ này ở gần xứ Việt Nam của ông cháu chúng ta. Ở một ngôi làng nhỏ bé có một cậu con trai nó đi học mà lúc nào cũng buồn và xấu hổ vì nó thấy bạn bè nó ăn mặc sạch sẽ, đẹp đẽ, được Ba Má tụi nó đưa rước bằng xe hơi to, đẹp, Ba Má tụi bạn cũng ăn mặc đẹp nữa, còn nó thì phải cuốc bộ đi học, hoặc có khi thì Ba nó chở nó trên chiếc xe rác vừa to, vừa xấu, vừa hôi thúi nữa, ngồi trên ghế cứng ngắc rất đau đít và còn nhìn Ba nó thì Ba nó vừa đen, vừa ốm, đầu bù tóc rối, quần áo cũ, rách, có điều an ủi cho nó là Ba nó nhìn nó với ánh mắt hiền từ, miệng lúc nào cũng tươi cười khi nhìn nó và luôn dặn nó rán học, chịu khó học. Nó cảm thấy xa cách với Ba nó, nó không thích, không thương Ba nó. Nó tự nói tại sao nó không được như các bạn nó.

Mỗi năm nó lên lớp và lớn dần, rồi nhờ nó cố gắng và chăm chỉ nên nó được nhận vào một Đại Học rất nổi tiếng. Càng lớn, nó dần dần nhận ra và biết được là Ba nó làm việc rất nặng nhọc, cực khổ, cố gắng để có tiền cho nó ăn học. Nó hối hận là đã nhiều năm qua nó không thấy sự hy sinh, làm việc cực khổ của Ba nó. Nó muốn làm một điều gì đó để đền bù những lúc nó không thương mến Ba nó. Nó nghĩ chắc Ba nó buồn nó lắm.

Một hôm là ngày tốt nghiệp ra trường của nó. Cha Mẹ đều lái xe đến trường để dự lễ ra trường của các sinh viên cùng lớp với nó. Khi mặc áo kỹ sư, đội mũ tốt nghiệp, nó đứng chờ Ba nó và khi Ba nó lái cái xe rác xấu xí, hôi thúi vừa đến và Ba nó vừa bước xuống xe, nó ù chạy tới trước mặt Ba nó, nó âm thầm lặng lẽ quỳ xuống dưới chân Ba nó, nó vừa khóc vừa nức nở nói lời xin lỗi Ba, nó vừa cám ơn sự hy sinh bao nhiêu năm của Ba nó để cho nó có ngày hôm nay. Cảnh tượng thật hết sức cảm động.

Đứa cháu nội nói "Chắc là lúc đó Ba nó vui lắm phải không ông Nội?" Tụi con có biết không Ba tụi con đã đi làm, lo cho tụi con có mọi thứ, thương tụi con lắm nên hay la rầy khi tụi con làm biếng, sai phạm cũng là muốn cho các con nên người tốt, người có ích cho xã hội mà bây giờ tụi con đã biết chưa? Hai đứa cháu nội nói "Ông Nội ơi mắt tụi con ướt rồi..."

Tiếp Tục Kể Chuyện

Hai cháu nội nói "Lâu quá ông Nội không kể chuyện gì cho tụi con nghe hết, vậy ông Nội kể chuyện gì đi." Kể riết từ 7 chú lùn, chuyện thằng Cuội, chuyện Dế mèn đi phiêu lưu cho đến chuyện Alibaba và 40 tên cướp, chuyện một Ngàn lẻ 1 đêm... Thôi thì bây giờ kể chuyện của ông Nội, chuyện mới xảy ra mấy hôm nay thôi nha.

Số là mỗi ngày ông Nội đi bộ 1 giờ, có hôm ông Nội ghé qua uống ly cà phê ở Evergreen Coffee hoặc ghé thư viện để đọc sách và vừa để nghỉ chơn. Khi vô thư viện ông Nội lấy 1 quyển sách trên kệ sách để tìm thêm chuyện gì hay, vui vẻ kể cho tụi con nghe. Có một ông người Việt mình đến làm quen với ông Nội. Ông Nội mở 1 trang trong quyển sách kể chuyện về một con cá voi tốt bụng song le chữ hơi nhỏ nên ông Nội nói cần phải đeo kính mới đọc chữ được. Ông bạn mới quen hỏi "Hồi nảy ông không đeo kính thì ông không đọc được phải không?" Ông Nội nói chính xác 100% vì không có kính thì tui không đọc được là cái chắc. Ông kia hỏi bây giờ có kính ông đọc được rồi phải không? Ông Nội nói đúng 100%, có kính là đọc được ngay. Sau khi nói chuyện tào lao ông ta hẹn ông Nội ngày mai cũng ở thư viện vào giờ này rồi chúng ta đi uống cà phê nha. Ông Nội nói OK, cũng vào giờ này thì được. Hôm sau ông ta đến rất đúng giờ và cho biết đã ra tiệm kính mua 1 cái kính rất giống cái kính của ông Nội hôm qua để đọc sách. Ông ta lấy 1 quyển sách trên kệ, mở ra và sau 1 hồi xoay vòng, lật ngược lật xuôi quyển sách, rồi lật qua lật lại, ông ta có vẻ bối rối lắm. Sau 1 hồi lâu ông ta vỗ vai ông Nội một cái bốp: "Ủa sao lạ vậy đại ca tui có đọc được cái quái gì đâu? Đeo kính hay không tui có đọc được chữ nào đâu? Tại sao hôm qua ông nói đeo kính vô ông mới đọc được 100% mà tui đeo vô chả thấy đọc được cái chữ nào cả?" Ông Nội hỏi thì ra mới biết ông này không biết chữ, nhỏ mà không học lớn mò sao ra phải không tụi con? Ông Nội nói không biết chữ thì ông có đeo 100, 1000 cái kính thì cũng chẳng đọc được 1 chữ nào cả. Ông Nội hỏi ông kia sao hồi nhỏ không đi học? Biết ông ta trả lời ra sao không? "Hồi đó tui theo Ba tui đi trồng lúa, hễ gieo hạt lúa nào là có cây lúa và cây lúa cho nhiều hạt lúa lắm, về giã ra thành gạo nấu cơm ăn quá ngon. Một hôm Ba tui kêu tui đi học tui mới thử cắt mấy chữ trong báo đem trồng ngoài đất chờ mấy ngày mà nó có mọc ra cây chữ nào đâu? Tui giận quá bèn đào cái lỗ thật to cho vô lỗ này nào phân bò, phân heo... và cho cả một quyển sách rất to không biết cuốn sách này có bao nhiêu ngàn chữ mà mỗi ngày tui tưới nước chờ cả tháng mà chả mọc ra cây chữ nào hết. Vì vậy tui thấy sách, chữ không mọc ra cái cây gì hết nên học làm chi cho mệt cho phí công phải không ông?" Ông Nội nói chẳng qua là ông ta hiểu lầm khi nghe câu trả lời của ông Nội.

Thôi sau đó ông nội mời ông ta đi uống cà phê Evergreen Coffee gọi là kỷ niệm ngày quen với ông bạn mới. Tui hỏi 2 đứa cháu nội chuyện có hay không? "Có, hay một chút thôi."

Chuyện Trái Thị

Đang miên man với nỗi nhớ nhung về quá khứ thì đứa cháu nội gái chạy lại nói ông Nội hứa kể 2 chuyện cho con nghe trước khi con ngủ làm tui sực tỉnh lại và nói ông Nội sẽ kể cho con nghe 2 câu chuyện nha là chuyện trái thị và chuyện con cua nha. Cây thị là cây mà tui cũng có nhiều kỷ niệm lắm hồi còn nhỏ. Nhà ông Ngoại tui ở đường Hàng Thị gần rạp Cao Đồng Hưng, đối diện với Tòa Án Gia Định sau này. Sở dĩ tên đường là Hàng Thị vì 2 bên đường trồng toàn cây thị. Mỗi sáng tui thức dậy thực sớm ra trước sân nhà để lượm trái thị. Trái thị lúc chín và rụng thì to bằng cỡ cái chén ăn cơm, màu vàng sậm và có mùi thơm nức mũi. Tui hay để trên bàn thờ để có mùi thơm cả nhà.

Cháu biết hông, ngày xưa có 1 cô bé bằng tuổi cháu, một buổi sáng sớm lượm được một trái thị to. Cô bé đó đặt trái thị trên bàn thờ nhà. Một buổi sáng thức dậy cô bé thấy tập vở mình ai sắp lại ngay ngắn thứ tự và nghĩ là chắc tối hôm qua Ba Má mình thấy bề bộn nên sắp lại giúp mình. Rồi mấy hôm sau Má cô bé hỏi tối hôm qua con có quét nhà và đổ rác giùm Mẹ phải hông? Rồi Ba cô bé cũng hỏi là cô bé có sắp lại rất thứ tự ngăn tủ sách của Ba cô tối hôm qua không? Cô bé rất ngạc nhiên vì cô không biết sao có chuyện lạ lùng vậy.

Một đêm nọ cô bé giựt mình vì nghe có tiếng chổi ai quét ở nhà bếp. Cô bé đi thực nhẹ và cô hết hồn vì cô thấy có một cô bé trạc tuổi cô đang quét dọn dưới bếp. Nhìn trái thị trên bàn thờ thì cô thấy trái thị chẻ làm 2 mảnh. Cô thấy hết sợ và hiểu là cô bé kia có thể là trong trái thị mà ra. Cô bèn bước xuống bếp và nắm tay cô bé kia và cô kia mới kể câu chuyện ngày cây thị còn nhỏ, nhờ cô bé này che chắn lúc gió mạnh, tưới nước khi trời nắng khô, nhờ đó cây thị lớn lên tươi tốt trong sự chăm sóc mỗi ngày của cô bé. Do đó nhớ ơn nên cô mới từ trái thị mà bước ra để trả ơn sự giúp đỡ của cô bé.

Tui mới nói cho cháu nội biết cây cối cũng biết xúc động, cũng biết đau khi gió mạnh, ủ rũ khi trời quá nóng hay thiếu nước, cho nên con nhớ thương và săn sóc cây cối khi trời nắng nóng, con nên giúp tưới nước và che chắn cho cây trong sân nhà mình nha. Đứa cháu nội nói "Ông Nội kể chuyện con mới hiểu cây cối cũng có cảm xúc, cũng biết buồn vui như mình hả ông Nội. Con hứa sẽ làm như ông Nội dạy con hôm nay."

Cây Cột Sống

Mấy hôm nay trời vùng tui ở mưa suốt ngày, mưa ở đây không giống như ở Sài Gòn, ít nghe sấm chớp, không ào ào mà rỉ rả thấy nó buồn làm sao. Vùng này hay bị hạn nên có mưa thì ai nấy cũng mừng, cây cỏ tươi mát. Tui đang miên man nhớ lại khi trời mưa hồi nhỏ là nhào ra tắm mưa, có đứa ở truồng đứng dưới vòi nước của máng xối lủng, tha hồ vui chơi suốt trận mưa. Thì 2 cháu nội chạy đến hỏi là ông Nội hứa kể chuyện Cây Cột Nhà cho tụi con nghe nha. Cách dạy con nít tui bắt chước theo chuyện kể trong quyển Tâm Hồn Cao Thượng do Hà Mai Anh dịch ra tiếng Việt và câu chuyện như sau. Mỗi ngày lái xe đi làm ông Nội đi ngang một căn nhà treo bảng bán. Khi có người mua, tò mò ông Nội ngừng xe và xem người ta đang sửa chữa. Một ông thợ nói với ông Nội là nhà này cây cột chánh mối ăn nên phải thay cây cột mới. Cháu nội hỏi cây cột nhà là gì vậy? Tui nói là cây cột to nhứt chống đỡ mái nhà và giữ cho căn nhà an toàn. Ông Nội đố tụi con là người ta có cây cột như vậy không? Tụi cháu nội đứa này ngó đứa kia không biết là cây cột của mình ở đâu. Tui nói đó là ở sau lưng tụi con đó, người ta gọi là cột sống hay là cột xương sống đó. Tụi nhỏ ngạc nhiên lắm vì có bao giờ ai nói cho tụi nó biết là có cây cột sống này đâu. Đó là xương sống của con người, nó rất quan trọng vì nó quyết định sự sống của mỗi người nên gọi tên là Cột Sống. Nó khác một chút với cây cột chánh của căn nhà vì nó làm bằng nhiều cục xương nối với nhau cho nên mình có thể cúi xuống uốn nó cong hay đứng thẳng ngay lên. Ông Nội thấy 2 đứa tụi con khi học on-line thì hay nằm bẹp trên bàn, ngực dựa vào bàn như vậy làm cong quẹo cây cột sống của mình đó. Phải nhớ giữ cho cột sống đứng thẳng, dù học ở nhà hay ở lớp tụi con nên nhớ là phải ngồi ngay ngắn, lưng thẳng ngực không tựa vào bàn học, giữ cho cột sống lúc nào cũng thẳng nha. Tụi con còn nhớ không hồi 1 tuổi Ba Má cho 2 đứa lựa chọn bốc một cái trên mâm có nhiều thứ như cục xôi, hộp thuốc, cây búa nhỏ, xe chữa lửa, ... Anh hai của con chọn cây búa có thể đoán sau này sẽ là kỹ sư còn con chọn hộp thuốc sau này là dược sĩ... Cho nên muốn được như vậy tụi con phải là kỹ sư, dược sĩ ngay từ bây giờ. Tụi nó hỏi sao kỳ vậy ông Nội? Không có gì kỳ lạ đâu. Tụi con phải tỏ ra là một kỹ sư, dược sĩ ngay từ bây giờ, ngồi học ngay ngắn, học chăm chỉ và luôn phải cố gắng, phải học nhứt lớp mới được. Cái gì tụi con thấy đều bắt đầu từ nhỏ mà ra cả. Con thấy Ba con, Má con, Bác con không phải tới bây giờ mới được như vậy. Phải cố gắng từ hồi còn nhỏ như tụi con vậy. Tụi con có biết nếu muốn có 1 triệu đồng thì phải bắt đầu có từ một đồng không? Vì có 1 đồng rồi có 2 đồng, từ từ mới có nhiều hơn nha. Cho nên mọi thứ phải bắt đầu từ nhỏ.

Từ đó 2 cháu nội ngồi học on-line quần áo chỉnh tề, ngồi ngay ngắn, học chăm chỉ hơn.

Chuyện Con Nít

Có lần cô giáo hỏi đứa em (mẫu giáo) là giữa con mèo và con chó em thích con nào. Nó nói nó thích con cá (lạc đề.) Cô hỏi tại sao thì nó nói Ba nó hứa mua cho nó 1 cái chậu nhỏ và một con cá. Cô giáo nhắc lại câu hỏi, nó nói nó thích con mèo và hỏi cô giáo có biết con mèo lúc nó già mặt nó ra sao. Cô giáo nói cô không biết. Nó lấy hai tay kéo miệng ra và nói con mèo già giống như vậy, song nhà nó thì chỉ có bà Nội già (Old Grandma) thôi mà bà Nội thì đẹp nên nó không biết con mèo già ra sao. Cô giáo chỉ cười.

Làm Gương

Mỗi sáng tui thức dậy lo cho 2 cháu nội ăn sáng đồng thời uống cà phê với 2 cháu. Thường trong lúc ăn sáng tui có dịp kể 1 chuyện gì đó cho 2 cháu nội mà hôm nay chưa mở miệng thì tụi nó nói ông Nội có chuyện gì kể cho tụi con nghe đi. Tui nói ông Nội kể cho tụi con nghe 1 chuyện mới xảy ra ngày hôm qua nha. Nhơn lúc chờ bà Nội đi chợ ông Nội đang ngồi trong xe tình cờ ông Nội thấy một người đang lục trong thùng rác, anh ta móc ra được 1 bao giấy của McDonalds và xé ra, anh ta gặp một mẩu bánh còn sót lại và bỏ vô miệng ăn ngấu nghiến có vẻ anh ta đang đói lắm. Ông Nội thấy anh này tóc dài, quần áo xốc xếch chắc là dân hôm-lết đang đói lắm nên ông Nội thấy thương và tội nghiệp quá. Ông Nội bèn bước ra xe và cho anh ta $20 để mua cơm ăn. Anh ta hai tay cầm tiền và xá xá lí nhí nói thank you.

Lúc ông Nội quay lại xe thì có 1 bà người Việt mình nói: "Ông cho tiền nó làm chi, mấy thằng này làm biếng và chỉ đi xin tiền thôi. Ông Nội nói cám ơn bà và đi vô xe ngồi. Tụi cháu hỏi "Rồi sao nữa hả ông Nội?" Tui nói: "Tụi con có nhớ một câu chuyện mà tụi con nghe Cha đọc trong Thánh kinh về một người được Chúa hứa sẽ đến thăm nhà anh ta không? Anh ta mừng lắm, quét dọn nhà sạch sẽ, chuẩn bị để đón Chúa đến. Một lát có một người ăn mày quần áo dơ bẩn rách rưới đến gõ cửa xin thức ăn vì ông ta đói lắm. Anh chủ nhà la đuổi anh ta đi. Một lát sau có 1 cụ già chống gậy, người gầy còm mặt mày hốc hác đến gõ cửa xin tiền bố thí. Anh chủ nhà lại ra đuổi cụ già này đi không cho gì hết. Chờ cho đến tối anh chủ nhà này không thấy Chúa đến nên vô cùng thất vọng và trách tại sao Chúa hứa mà không đến." "Sao Chúa kỳ vậy ông Nội?" một đứa cháu hỏi. Chúa mới nói là Chúa đã đến nhà anh ta 2 lần mà anh ta có tiếp đón Chúa đâu? Mỗi lần gặp một người nào đó nghèo đói cầu xin mình giúp đỡ, đó là hình ảnh của Chúa đó, các cháu nhớ giúp nha. Tụi con học giáo lý nghe nói là phải kính Chúa và thương người. Kính Chúa thì dễ lắm, làm dấu thánh giá, đọc kinh om tỏi trong nhà thờ hay khi gia đình mình xem lễ online mỗi sáng Chúa Nhựt... Song Thương Yêu Người thì KHÓ LẮM, các cháu nên nhớ nha. Cháu gái nói: "Thôi con nhớ ra rồi, lâu rồi, trước dịch Covid, khi đi với ông Nội mua bánh ở McDonalds, ông Nội đã cho một người ăn xin phần bánh và ly cà phê của ông Nội, ông Nội còn nhớ không?"

Chuyện Học Đường

HÀNG THỨ TƯ : N.-h. Khiêm, V.-t. Lộc, N.-l. Thuật, T.-l. Hồng, P.-v. Thặng, P.-v. Minh, T.-n. Sách, T.-m. Phượng, L.-m. Phước.

HÀNG THỨ BA : B.-d. Nhân, V.-hữu Nghi, N.- Hải, U.-d. Lâm, N.-d. Sự, T.-q. Thao, H.-t. Triệu, T.-t. Nghĩa, T.-h. Phước.

HÀNG THỨ HAI : N.-p. Hữu, N.-d. Minh, N.-t. Hoàng, L.-v. Đốc, L.-v. Trinh, L.-c. Kha, N.-duy Hải, D.-t. Cang, N.-c. Hoan, N.-x. Thành.

HÀNG THỨ NHẤT : P.-hữu Danh, N.-t. Ly, N.-t. Xuân, T.-c. Bảo, P.-d. Tú, N.-k. Sơn, C.-l. Phi, N.-t. Ngôi, N.-h. Anh.

LỚP ĐỆ NHỊ

Tui Đi Học

Trường Cô Sáu

Hôm nay thì tui tuy ăn cơm gạo mới mà lại nói chuyện ngày xưa. Ngày xưa cũng không xưa bao nhiêu đâu, tuy nhiên chắc chỉ có một số ít người ở Bà Chiểu là còn nhớ mà thôi.

Tui còn nhớ ngày đó Má tui dẫn tui đến trường cô Sáu, gọi là trường chớ thực ra là một căn nhà ở được sắp bàn ghế làm lớp học. Đầu tiên chỉ có 2 lớp, lớp chót (gọi là lớp Bét hay lớp Năm gì đó), thật ra nó không có tên, và lớp Tư. Lớp bét cho mấy đứa con nít như tui chưa biết chữ nào vô học, gọi là vỡ lòng.

Trường (tạm gọi như vậy) tui đi học nằm rất gần nhà, chỉ đi qua 1 con đường là tới. Phía trước là 1 cái mương dài để thoát nước mưa vì khi mưa thì mương đầy nước, mương này dài lắm chảy từ đâu tới, chảy qua trước nhà Ông Ngoại tui luôn, đôi khi bốc mùi sình thui thúi mà tui rất quen cái mùi sình này. Hôm tui về Sài Gòn 1995 vừa bước xuống phi trường Tân Sơn Nhứt là mũi tui hít cái mùi này và tui không thấy thúi mà lại thấy có cái gì quen quen, thân thân, nó len vào tim tui làm cho tui nhớ lại những ngày tháng cũ xưa ấy.

Tui còn nhớ bên kia đường là một tiệm tạp hóa nhỏ mà tui biết tên là tiệm chú Lùn. Ông này người Tàu, lùn bâng và bán đủ thứ như giây thun tròn (để gói đồ) song tụi tui mua để đá thun với nhau, hai đứa, mỗi đứa bỏ 1 cái thun tròn và cho 1 ngón tay vào và búng, hễ cái thun mình nằm trên cái thun kia là ăn. Trò chơi này tui rành lắm, thường lựa những sợi thun mập và cong lên phía đầu mà búng là chắc ăn. Chú Lùn còn bán những tờ in nhiều ô có hình như Tạc dăng hay Zorro núp góc cây bắn súng... Mua về cắt hình ra dùng để tạt hình, ở nhà tui có cả một thùng trống (đựng sữa hộp, sữa con chim) đựng những hình này vì hầu như lần nào chơi tạt hình tui đều ăn cả. Ngoài ra còn nhiều thứ nữa mà kể ra thì sao cho hết được nên không kể ra làm chi.

Trở lại trường học thì người thầy đầu tiên khai tâm (dạy cho tui biết đọc tiếng Việt) cho tui là cô Sáu và người giúp cho cô Sáu là chị Nhàn. Cô Sáu khá giả, da mặt nhăn nheo, tóc hoa râm muối tiêu, miệng móm chỉ còn dăm ba cái răng trong miệng song đi đứng chậm rãi, nói năng rõ ràng và đôi mắt rất hiền từ. Còn chị Ba Nhàn thì có cái mũi hơi to người ta nói người nào có cái mũi to thì sống lâu có lẽ mũi to nên thở nhiều chăng? Đặc biệt là chị Nhàn chưn đi khập khiểng vì có tật ở chưn, chưn to chưn nhỏ gì đó. Cũng như cô Sáu, chị Nhàn có đôi mắt to, giọng nói hơi ồ ề song rất hiền từ và vui vẻ. Thường thì cô Sáu và chị Nhàn hay mặc áo bà ba rất đơn sơ và không có thoa son đánh phấn gì hết khi dạy học. Đây là 2 cô giáo mà hễ nhớ đến thì tui nhớ biết bao kỷ niệm hồi đi học ở đây, nó cũng làm tui nhớ đến cả khung trời, cả trời đất thời thơ ấu của tui và các bạn bè, anh em và bà con của tui cũng như Ba Má tui nữa.

Ngày đầu tiên đi học tui lo sợ lắm mà tui cũng không biết lo sợ cái gì. Tui xôn xao trong lòng từ mấy ngày này, nhứt là tối hôm trước ngày đầu tiên tui đi học, có điều đi học thì phải ngồi trong lớp, không tự do chạy nhảy như trước, cũng phải chịu khó nghe cô dạy, cô đọc chữ nào thì lập lại y chang. Tui cũng thấy khó chịu lắm vì mặc cái áo trắng cụt tay mới tinh mỗi lần cục cựa là cái áo nó kêu rột rột và cái quần kaki xanh cũng mới tinh, nó cạ vô đùi tui khó chịu lắm. Hễ mỗi lần xoay trở, cục cựa là áo quần tui nó làm tui khó chịu vô cùng, ai mặc quần áo mới chắc đều có cảm giác này. Còn một cái rắc rối nữa là Má tui cho tui cái cặp táp mới màu nâu nhạt, làm bằng da mà Ba tui nói là da đít bò nên nó hơi cứng, trong đó có bình sữa của tui và một cuốn tập 50 trang, một cây viết chì có số là 00 (loại chì mềm) và một cục gôm, loại để gôm cho viết chì, có hai đầu vạt mỏng để gôm cho dễ. Để yểm trợ tinh thần nên Má tui ngồi ở bàn cuối lớp thỉnh thoảng tui ngoái cổ nhìn xem Má tui còn ngồi ở đó hay không. May mà Má tui còn ngồi ở đó cho đến cuối giờ học, nếu không thấy Má tui chắc tui bỏ lớp chạy về nhà quá. Ngồi bên cạnh tui là hai đứa trẻ cũng cỡ tuổi tui song ăn mặc có vẻ không phải là quần áo mới tinh như tui, tụi nó cũng không có vẻ bồn chồn lo lắng như tui. Trong lớp chắc có khoảng 24 đứa học trò vừa con trai vừa con gái, ngồi lẫn lộn không phân chia ra trai và gái riêng rẽ. Tui nghe cái mùi mồ hôi hăng hăng của con nít nó bay vào mũi tui vì mùa này là mùa nắng. Bàn tui ngồi ở hàng thứ hai từ trên đếm xuống tức là gần bảng đen. Có sáu dãy bàn mỗi bàn có bốn đứa học trò như tui. Bốn đứa một bàn kể ra cũng vừa, không rộng mà cũng không chật.

Sân trường thì cũng nhỏ như sân của một căn nhà thôi, nền đất và không có trồng cây cối gì hết, tuy nhiên mỗi phía đều có hàng rào khá cao và chắc chắn khó mà leo trèo ra vô được. Ở một góc sân thì có 1 cái sạp đan bằng tre trên đó là một bà già có vẻ lam lũ ngồi bán vài thứ như kẹo ú, bánh phục linh, bánh in đậu xanh... cho khoảng chừng 50 học trò con nít như tui. Trường này có 2 lớp thôi, lớp kia là lớp tư do Cô Hai Trong dạy. Cô này còn trẻ, có vẻ lanh lợi hơn chị Nhàn và cô Sáu, hình như 3 người này có liên hệ bà con với nhau.

Hồi xưa đó tui nhớ là học bằng viết chì hay dùng viết chấm mực tím. Trước mỗi chỗ ngồi thì có 1 cái lỗ trong đó để một cái bình nhỏ hình giống như trái mận bằng sành đựng mực tím. Cách vài hôm thì chị Nhàn đổ thêm mực tím vào mỗi bình cho học trò dùng viết chấm mực. Cây viết thì có 2 phần, cán viết và ngòi viết. Cán viết bằng gỗ, một đầu thì nhọn, đầu kia thì có chỗ để nhét ngòi viết vô.

Cũng cần nói là 4 anh em tui đều học ở trường cô Sáu này mà hình như mấy người Cậu (em của Má tui) cũng đều ra lò tại đây cả. Hồi mới vô thì học chữ i, i là đi học, u thì đánh đu, ư là cái lư, a là quả na (hồi đó tui không biết quả na là trái gì, song xem hình thì như là trái mãng cầu ta.) Tui còn nhớ là chữ O thì tròn như cái trứng gà, chữ Ô thì đội nón, Ơ thì mang râu. Đó là học vần xuôi. Sau 1 thời gian thì tui được dạy vần ngược, thí dụ như ơ mờ ơm, cờ ơm cơm. Cô Sáu và chị Ba Nhàn dạy học rất nhẫn nại, hiền hòa, tui chưa bao giờ thấy cô Sáu và chị Ba Nhàn nổi giận bao giờ dù gặp học trò chậm hiểu hay cứ lẫn lộn chữ mồ hôi mà cứ đọc là mùi hôi. Nói chung cô Sáu có phương pháp dạy học rất hay, sau này khi sang Canada tui mới hiểu dạy tiếng Việt cho con nít đòi hỏi ở Thầy hay Cô giáo nhiều đức tính hơn những nghề khác. Viết đến đây tui thấy vô cùng biết ơn cô Sáu, chị Nhàn, những người đã khai tâm mở lòng cho tui biết đọc, viết tiếng Việt, nhờ đó mà trải qua bao nhiêu năm tui mới được như ngày nay vậy. Sau này khi tui còn ở VN , tui trở lại trường để xin cho thằng con trai đầu lòng đi học thì trường đã dời về Phú Nhuận và thằng con trai tui lại cũng học vỡ lòng với chị Nhàn. Nhìn lên bàn thờ hình cô Sáu trên môi vẫn với nụ cười hiền hòa như những ngày xưa còn bé tui đi học.

Tui Học Mẫu Giáo

Thế rồi tui đi học và thấy đi học không đáng sợ hay chán như tui nghĩ, đi học cũng có các cái vui của nó. Tui hỏi đứa cháu nội sáng nay con đi học thử ngày đầu tiên con thấy nó ra sao? Nó nói con buồn chút xíu thôi ông Nội. Kể ra chưa đầy 3 tuổi mà cháu nội nó khá hơn anh nó, khá hơn tui nữa dù lúc đó tui hơn 5 tuổi.

Một hôm tui đi học về, Má tui nói tại sao có đứa nào nó rảy mực vào áo con. Tui cởi áo ra và thấy nhiều đốm mực tím phía lưng áo. Chắc có đứa nào ghét tui hay sao mà nó rảy mực vào lưng áo tui. Hôm sau, Má tui vô nói chuyện với Chị 3 Nhàn là Cô giáo tui và sau đó tui được đổi sang chỗ khác. Sau này tui gặp lại con nhỏ ngồi phía sau tui và tui hỏi mới biết chính nó đã rảy mực vào áo tui. Nó nói nó muốn mần quen với tui mà nó thấy tui ngơ ngơ nên nó ghét tui. Nó nói có lần con Hồng xô nó vào tui lúc tui đứng ở sân giờ ra chơi tui hất nó làm nó quê nên nó rảy mực áo tui cho bỏ ghét. Sau này khi lớn lên tui được biết nó với con Hồng là họa sĩ, tụi nó có triển lãm tranh ở phòng thông tin đường Catinat (Tự Do) vì sau khi học tụi nó vô học trường Cao Đẳng Mỹ Thuật Gia Định. Thú thực khi xem tranh 2 đứa này vẽ tui không có mắt mỹ thuật nên không biết tụi nó vẽ có hay hay không nữa.

Hồi đó tui không thích chơi với con gái vì tụi nó hay chơi nhảy cò cò, nhảy giây, đánh đũa. Các trò chơi này tui thấy nó không có gì vui hết, còn tụi con trai như tui thì chơi u bắt mọi, chơi đánh trống, bắn bi, tạt hình, đánh đáo... Câu hát: *u tàn u tán u, tán lên đầu 3, 4 cục u* tụi tui đứa nào cũng thuộc hết. Có mấy đứa lớn thì hát: *cô Mười, cô Chín, hai cô mày muốn cô nào, muốn dắt nó đi đừng cho Má nó hay...* Tui bắt chước về nhà hát bị Má tui la quá, nói là hát tầm bậy.

Mỗi khi đi học về gặp trời mưa thì tui và đám bạn rất khoái vì lấy cái cặp đội lên đầu và đội mưa mà đi. Dọc đường tui thấy thiên hạ núp vào các hiên nhà đụt mưa, gió làm mưa tạt lung tung, tui khoái lắm, lựa các vũng nước mà đi và đá nước văng tứ tung, quần áo ướt nhẹp về nhà bị Má tui rầy dữ lắm. Nghĩ lại cũng còn thấy vui.

Sau một thời gian đi học trường cô Sáu, tui quen một nhóm bạn học, đa phần tụi nó lớn tuổi hơn tui, có đứa mặc quần sọt, chân có mọc nhiều lông lắm nên tui đoán thằng này cũng khá lớn tuổi song học trễ, có lẽ nó phải ở nhà trông em phụ Ba Má nó đi bán hàng. Bạn bè tui có chừng 6-7 đứa, nhà cũng gần nhau như thằng Bền con ông Hai Cao Ly nhà khít vách nhà ông Ngoại tui, thằng Vũ con thầy Hai ở mé sau nhà tui, thằng Trí nhà ở xóm Lò Heo Mới, thằng Phẩm con ông thợ may, nhà ở xóm sau... Thân nhứt với tui là thằng Bền vì sau giờ học thì nó hay sang sân nhà ông Ngoại tui chơi bắn đạn hay chơi đánh trổng. Đánh trổng là chơi đào một cái rãnh, có một khúc cây gọi là cây trổng dài độ gang tay và đặt xuống cái rãnh này và đầu ngóc lên. Một thằng cầm một cây dài hơn và đập xuống đầu cây trổng này làm nó văng lên và thằng đó nhanh tay dùng cây dài tán cho cây trổng văng ra xa. Một thằng khác đứng trên một lằn mức có nhiệm vụ chụp cây trổng, nếu chụp được thì thắng thằng kia. Trò chơi này tụi tui thích lắm song người lớn thì không ưa vì có khi cây trổng bay vô mặt thằng kia hay vô đầu rất nguy hiểm.

Khi tan học thì đám con gái hay đi từng đám và hát um xùm như "Tập tầm vong, chị lấy chồng, em ở giá, chị ăn cá, em liếm xương, chị nằm giường, em nằm đất, chị ăn mật, em liếm chai, chị ăn xoài, em gặm hột..." Hay bài "Nhớ nước non xứ Lèo, cùng tiếng ca bên đèo, noòng khoe xiêm áo, gánh nước đi vô làng..." Tụi con gái vừa đi và làm điệu như đang gánh nước thiệt là vô duyên quá... Còn đám con trai tui thì hát "1, 2, 3 thằng cha bán kẹo quê giò, còn một giò đi kéo xe cây..." Rồi co một giò nhảy tưng tưng, hay hát: "Bốn giờ rồi mà trống chưa tan, xin thầy về đớp chén cơm rang đỡ lòng..." Tụi tui hát nhiều bài lắm viết ra chắc dài lắm, như "Học sinh một người hủ tiếu ăn 2, 3 tô..." Kể ra đi học có bạn bè cũng vui lắm.

Ba tui nói với Má tui, sau này Má tui kể lại tui nghe là Ba tui nói thằng này học thì lười mà ham chơi quá, sau này chắc tui dạy nó đi mần ăn chớ tui thấy nó học khó mà vô được.

Lúc đó tui đâu biết Ba tui nghĩ như vậy vì khi gặp tui thì Ba tui chỉ nói rán học, lo học đi, còn tui thì hay né gặp Ba tui lắm. Trong mấy anh em tui thì tui là thằng quậy nhứt nhà. Có điều mặt mày tui, tui coi cũng sáng sủa, trắng trẻo như anh tui nói, lại có cặp môi đỏ au. Có một hôm đi với người anh bà con ra chợ Bà Chiểu mua vịt con về nuôi, thì cái bà bán vịt con không lo bán mà nhìn tui rồi nói như la cho mọi người bán hàng chung quanh nghe: "Chời ơi, con nhà ai mà lịch sự quá, nó có cái môi đỏ đẹp quá chị em ơi!" Tức thời bao nhiêu cặp mắt đổ dồn nhìn tui, báo hại tui quê quá, tui cũng phát quạu vì thằng anh bà con thay vì nó che chở cho tui khỏi mắc cỡ, nó lại như mấy bà bán ở chợ quay lại trân trân nhìn tui như nó chưa bao giờ biết tui. Thiệt tui quê quá cỡ, từ đó không dám bước vô chợ đó nữa. Về nhà tui vô nhà tắm nhìn hình tui trong kiếng tui thấy cũng thường thôi chớ có gì lạ đâu mà cái bà mắc dịch kia làm tui quê hết cỡ.

Tui Học Tiểu Học

Khi đi học trường Taberd, tui rất thích nhà văn Pháp Alphonse Daudet. Má tui cũng khuyến khích tui đọc nhiều tác giả Pháp để học thêm tiếng này, trong *Lettres de mon moulin* (tạm dịch là Những lá thư từ chiếc cối xay của tôi), có bài viết về Les étoiles (những vì sao), tụi tôi rất mê chuyện này, ông kể chuyện mối cảm xúc của một chàng trai chăn cừu và cô chủ xinh đẹp, vì đường về khó khăn nên cô chủ cùng chàng chăn cừu ngồi bên nhau giữa một đêm trời đầy sao, chuyện kể rất tuyệt vời có đoạn tạm dịch như sau:

... Và trong khi tui đang cố giải thích cho nàng thế nào là những hôn lễ của các vì sao, thì tui cảm thấy như có vật gì tươi mát và mịn màng đè nhẹ lên vai tui. Thì ra đầu nàng, nặng trĩu vì buồn ngủ, đã tựa vào vai tui với tiếng sột soạt êm ái của những dải đăng ten và mái tóc gợn sóng của nàng. Nàng ngồi yên không nhúc nhích, đầu tựa vào vai tui như thế cho đến khi những vì sao bắt đầu lu mờ dần và nhoà đi trong những tia sáng đầu tiên của buổi ban mai. Còn tui, tui nhìn nàng ngủ, trong đáy lòng hơi xao xuyến một chút, nhưng vẫn giữ được sự thanh khiết của tâm hồn vì đêm sao sáng như thế kia bao giờ cũng đem lại cho tui những ý nghĩ cao đẹp. Chung quanh chúng tui, ngàn sao vẫn tiếp tục cuộc hành trình thầm lặng, ngoan ngoãn như một đàn cừu vĩ đại, và đôi lúc tui có cảm tưởng như một trong những ngôi sao kia, ngôi sao thanh tú nhất, sáng ngời nhất, vì lạc mất đường đã đến tựa đầu vào vai tui và ngủ giấc yên lành...

Ngày xưa đi học nhớ lại là cả một khung trời mơ mộng.

Ngày Đầu Đi Học Ai Cũng Vậy

Hôm nay vợ chồng tui đưa đứa cháu nội gần 3 tuổi đi học ngày đầu tiên. Nói đi học ngày đầu tiên thì cũng chưa đúng hẳn vì cháu chưa đi học thực sự mà trường học muốn cháu đến 2 hôm để làm quen với lớp học, có thể

1, 2 tuần nữa mới nhập học. Đây là trường Pre-K school, cháu phải học cho đến 5 tuổi để vào mẫu giáo (kindergarten.) Đại khái là như vậy. Gặp một cô giáo là người Mỹ gốc Ấn Độ và đa phần học sinh là gốc Ấn Độ. Thấy họ tui thấy họ may mắn vì nước Ấn Độ không có chiến tranh và giành độc lập từ Anh một cách tuyệt vời, không phải đốt cả núi Hy Mã Lạp Sơn, tốn bao nhiêu triệu sinh mạng thanh niên thiếu nữ một cách vô ích... Còn một điều nữa là khi lên đại học thì sinh viên Ấn học bằng tiếng Anh, do đó khi sang Bắc Mỹ họ không khó khăn với ngôn ngữ này, khác với Việt Nam. Người Ấn cũng giống như người Việt chúng ta, lúc tui còn đi làm có quen một người Ấn, anh ta nói nhiều gia đình phải bán nhà để có tiền cho con đi học và học sinh Ấn thích học về khoa học kỹ thuật lắm. Hồi tui đưa thằng con học ở đại học Waterloo (Canada), tui thấy ngoài dân da trắng, da vàng (Việt Nam và Trung Hoa) còn da nâu, đen đều là học sinh Ấn.

Sáng hôm đó, cháu nội phải dậy sớm, bú sữa và ăn một chút bánh mì và thiếu 10 phút 9 giờ là đi học. Trường ở ngay sau nhà, lái xe chỉ năm phút là tới.

Đưa cháu đi học làm tui chạnh nhớ lại ngày đầu tiên tui cắp sách đến trường cô Sáu. Sáng sớm Má tui kêu thức dậy mấy lần mà tui cứ lăn qua lăn lại trên giường không chịu thức dậy vì tui biết hôm nay là ngày đầu tiên tui đi học. Chưa đi học lần nào mà sao tui sợ đi học quá. Tui cũng được Má tui cho biết trước cả tuần ngày tui đi học mà sao tui sợ tới cái ngày này làm sao. Song cuối cùng cái ngày đi học cũng đến và tui cũng phải thức dậy vì Ba tui cầm cây roi mây vô giường tui. Ba tui nhịp roi nghe lốp bốp. Thức dậy đi học còn hơn phải ăn mấy roi vô đít. Tui rửa mặt, thay quần áo mới mà tui không thấy vui chút nào hết. Áo trắng mới tinh, nhét vô quần sọt màu xanh cũng mới toanh, đôi giày cũng mới, tóc cũng mới hớt và được Má tui chải đường ngôi thẳng tắp, tui thấy không thoải mái với quần áo mới này và đôi giày mới với da hơi cứng chắc sẽ làm phồng bàn chân tui. Tui thấy quyến luyến với mọi thứ trong nhà như mấy con cá xiêm trong các chai mà tui hay cho tụi nó đá bóng nhau, cái ná thun, các viên đạn (bi), mọi thứ quen thuộc với tui nay phải xa rời chúng nó đi học, tui buồn muốn khóc. Má tui nói lớn rồi con phải đi học chớ ở nhà hoài sao được. Còn tui, tui cứ cà rà, cà rịt cà tang sao mà đi học đối với tui nó khó quá, nó làm tui không muốn đi học chút nào. Sau cùng rồi tui cũng cầm tay để Má tui dắt đi học. Tui tần ngần, bịn rịn khi bước ra cửa, đi qua sân trước nơi có mấy cây bông bụp (huỳnh anh) mà tui hay hái bông và ngắt các cánh hoa rồi chụm 4 ngón tay trái với ngón cái, đặt cánh hoa lên và xòe bàn tay mặt đập xuống nghe cái bốp. Rồi đi đến cổng nhà, và dọc đường tui nhìn thấy mấy cây cỏ cựa gà mà các bông là một cọng dài, rất dai, bông mọc ở đầu là 4 nhánh nhỏ và có một nhánh mọc phía thấp hơn trông toàn thể như cái chưn gà có cựa ngửa lên. Tụi tui hay ngắt và chơi đá gà bằng các nhánh này, hễ nhánh đứa nào đứt là bị thua. Tự nhiên tui lại bùi ngùi nhớ lại các chuyện này trên những bước chưn tui đi từ từ đến trường. Thú thực lúc đó tui chán đi học làm sao. Má tui khuyến khích tui là con đi học đi, rán học giỏi thì Má sẽ thưởng, sẽ cho đi Sở Thú... Trong lòng tui thực là ngổn ngang buồn phiền, tui không cần thưởng, không cần Sở Thú, tui chỉ muốn ở nhà, không đi học.

Tâm tình tui là như vậy đó và nhìn đứa cháu nội tui cũng thông cảm, cảm thông với những lo âu của nó.

Lớp Học Trẻ Con

Ngày trước tui đi học ở trường cô Sáu - chị Nhàn, sau đó thì Ba Má cho tui học ở Sài Gòn, trường đó có tên là Institution Taberd, tui vào học lớp bét (lớp chót) bao nhiêu cái tui học ở trường cũ đều không giống như học lớp bét này. Thay vì đọc là a, b, c thì phải đọc là a, bờ, cờ... và bạn học của tui thì đa phần là da đen, da trắng, da nâu... như thằng Leon Bardochan, thằng Louis, thằng Bouquet,... khác hẳn với mấy bạn học cũ như con Hồng, con Lan, thằng Bền, thằng Hải... Thực ra tui rầu rĩ lắm, nhớ lại tụi bạn cũ, tụi nó trông xốc xếch, từ quần áo cho đến giày dép, tập sách và có đứa hôi hôi nữa song sao tui thấy tụi nó gần tui, thân thương với tui biết bao nhiêu. Tui có nói cho Má tui biết, Má tui có vẻ hiểu tình cảm của tui song an ủi tui nên cố gắng học, Má tui nói học trường này tốn tiền nhiều lắm và mấy anh em tui đều phải học ở đây cả. Bây giờ tui đi học không có đi bộ mà có xe xích lô chở đi. Mỗi sáng ra gần đầu đường Nguyễn Đình Chiểu thì chú xích lô cho xe ngừng lại mua cho tui một gói xôi nếp trong đó có nhét vô đường cát mỡ gà, một chút muối mè và vài miếng dừa nạo. Tui thích mấy miếng dừa nạo, ăn nó béo béo ngon khó tả, tui thấy mấy miếng dừa là do chị bán xôi lấy cái nút khoén cạo cạo vào phần cơm của nửa trái dừa khô và bốc vài miếng bỏ vô gói xôi của tui. Sau đó chị cuốn lá chuối bọc ngoài và cuộn gói xôi tròn lại và lấy tay bóp 2 đầu lại. Nói thì lâu song chị bán xôi làm mau lắm, chỉ chờ một chút xíu là xong. Sau đó thì xe ra đường Verdun... Thường thì đến trường hơi sớm nên tui phải ôm cặp táp đứng chờ ở một cái cổng sắt lớn lắm cho tới khi ông Portier (giữ cửa) mở cửa mới vô được và tui đi thẳng xuống sân, ở đó chờ đến khi chuông reng và ra sắp hàng theo lớp tui và ông thầy hướng dẫn vô lớp. Thầy tui mày râu nhẵn nhụi, tóc chải keo bóng láng, áo sơ mi nhét vào quần tây ủi láng cón, chưn mang giày màu nâu đỏ cũng bóng láng, tui trông thấy cũng hơi sợ sợ vì không có vẻ thân thiện như cô Sáu, chị Nhàn thầy cũ của tui.

Thuở đó tui đi học ngày 2 buổi, học sáng và học chiều. Thứ Bảy thì học buổi sáng thôi. Thầy tui tên là Thầy Hoàng vì trên cặp táp thầy có viết chữ rất to (chắc muốn cho mọi học sinh thấy), là Professeur Hoàng. Tuy thầy dạy lớp bét song cũng rất là le lói. Trong lớp khi thầy dạy đọc thì mọi đứa học trò phải chăm chú cái đầu và hai mắt phải hướng về thầy, có đứa không nhìn thì thầy bước xuống và giáng cho một cái tát tay nẩy lửa, tui nói nẩy lửa vì tui thấy rõ 5 dấu ngón tay in trên cái má trắng mịn bầu bĩnh của thằng bạn tui. Thầy bảo học thì phải ra học, học phải có kỷ luật mới ra là học. Tui ngán thầy này hết biết luôn. (Bây giờ mà oánh học trò như vậy thì ủ tờ là cái chắc.) Tui còn nhớ khi học lớp 3 có một ông Frère mà tụi tui hay gọi là giống con quạ đen vì ổng mặc áo dài đen gài tới 23 cái nút từ trên xuống dưới, trên cổ có gắn cái miếng trắng trắng, đó là y phục của các tu sĩ dòng La San. Ông này rất dữ dội lắm nha. Ổng ngồi trên một cái bàn cao đặt phía trước lớp và ổng tự trang bị cho mình một cây roi mây rất dài, ngồi trên bàn mà ổng có thể đánh tới học trò cuối lớp. Ổng hay nói tụi bây nói chuyện trong khi ông giảng bài là ông (xưng là ông) nện cho một roi dù ngồi bàn đầu hay bàn chót. Tụi tui ngán ông thầy dòng này lắm vì khi ổng quơ cây roi mây thì một loạt thằng bạn đều u đầu trên đường cây roi giáng xuống. Trên tường ông thầy này khắc chữ: tiên học lễ, hậu học văn. Thầy thì dữ như cọp như beo mà học trò cũng phá nghịch như ma như quỷ. Có đứa chơi nghịch lấy viết màu sửa lại là: tiên học lễ hậu học ăn, báo hại cả lớp phải tìm cho ra đứa nào bôi chữ v của ông thầy, thế thì cả lớp bị phạt đi học chiều thứ Bảy. Mà phạt cũng kỳ lắm mỗi đứa đem một cuốn tập mới và viết từ đầu cho tới trang cuối chỉ một câu: tiên học lễ hậu học văn. Tui viết mà phải bơm 2 lần mực vô cây viết Kao-lô mới hết cuốn tập 100 trang. Viết mỏi tay bá thở mà viết xong mỗi trang lại phải lấy giấy chậm để mực khô khỏi bị lem. Khi tui học lớp

Nhì (8 è) lại gặp một ông Frère rất kỳ cục. Ông này bị mắt lé nên khi ổng nhìn tui thì thằng bạn ngồi kế tui nói: ổng (thầy) nhìn tao chớ không phải nhìn mầy đâu nha. Đặc điểm của ông thầy lé này là hay liệng cái chùi bảng vào tụi tui khi lên bảng làm toán. Khi thằng nào đó làm toán trật ổng nói: "Cha mầy, sao mầy làm toán Ấn Độ dzậy?" Ông thầy lại dùng cây thước bảng to và dài khi đánh học sinh. Ổng hay nói ông chẻ đầu tụi bây ra cho bớt ngu, báo hại thằng bạn bị ổng đánh trên đầu u không phải một cục mà u một đường dài đau điếng. Có hôm ông này xuống cuối lớp xem tụi tui làm bài, ông thầy đứng gần thùng rác (là 1 thùng giấy) và đứa bạn nào ăn vụng mà thức ăn còn thừa vứt vào đó nên bọn kiến lửa bu lại, bọn kiến bèn chui vào quần ông thầy và cắn, ổng đau và giận quá, giáng cho thằng bạn tui là thằng Bạch tóc quăn, ngồi gần đó một bộp tay như trời đánh, thằng này la bài hãi... Em đâu có bỏ đồ ăn, thằng Xuân tây lai nó bỏ đâu phải tại em. Ông thầy nói: "Mầy lấy cái thùng rác ụp lên đầu thằng Xuân cho tao." Khi thằng Bạch ụp cái thùng rác dơ bẩn, thằng Xuân nói: "Mày mà ụp trúng đầu tao thì ra về tao sẽ oánh mầy." Thằng Bạch lưỡng lự thì ông thầy hét lên: "Ụp cho mau sao còn cà rịch cà tang như vậy hở thằng kia?" Thằng Bạch ụp cái thùng dơ đầy kiến lên đầu Xuân tây lai, báo hại thằng Xuân đầy kiến và đồ dơ lên tóc, ông thầy nói "Nếu mà thằng Bạch mét tao mày đánh nó thì tao sẽ đuổi mày về nhà mà đạp xích lô đa."

Đưa Cháu Đi Học Lại Nhớ...

Hôm nay tui và con dâu đưa thằng cháu nội đi học ngày đầu tiên trong đời. Nhìn vào đôi mắt thơ ngây của nó tui thấy đầy những lo âu sợ sệt. Làm cho tui lại nghĩ đến ngày xưa tui được Má tui dẫn đến trường lần đầu tiên. Trường học chỉ là một gian nhà được chia làm 2 lớp, nền lót gạch tàu màu đỏ, mái lợp tôn, có một lớp gọi là lớp vỡ lòng (lớp bét hay lớp chót), do cô Sáu và chị Ba Nhàn dạy, tui vô học lớp này và một lớp nữa là lớp tư do cô Hai Trong dạy. Phải nói là các Cậu tui cũng đã học trường này khi còn nhỏ và 4 anh em tui cũng học ở đó luôn. Trường này nằm trên đường Hàng Thị, cùng một phía với nhà ông Ngoại tui, cách nhau cũng không xa, chỉ cần băng qua một con đường mà thôi. Buổi sáng hôm đó tui thức dậy rất sớm, ăn sáng xong, tóc chải ngay ngắn, quần sọt xanh, áo trắng, tay ôm cặp táp cũng mới toanh, trong đó chỉ có một cuốn tập và một cây viết đầu có gắn một ngòi viết cũng mới toanh. Má tui còn cẩn thận bỏ vô cặp một bình sữa, một khúc bánh mì thịt và một tờ giấy chậm màu hồng. Cuốn tập có bìa cứng, Má tui bao rất cẩn thận cuốn tập bằng giấy dầu màu xám, phía trên đầu tập ở góc phải có dán một ê ti kết màu trắng, Má tui có viết tên của tui. Má tui dắt tay phải tui và đi dọc theo con mương dẫn đến trường. Lòng tui ngổn ngang nhiều nỗi và nhớ các buổi rong chơi với các anh em tui và anh em bà con mà tiếc hùi hụi. Việc học thì tui không lo lắm vì tui đã được Má tui dạy cả năm rồi. Mười bảng cửu chương ở phía sau bìa tập tui đã thuộc lòng (thuộc một bảng thì Má tui thưởng một đồng để mua bánh ăn), còn chữ nghĩa đánh vần tui cũng học trước như chữ i thì đi học, u thì đánh đu, ê là con dê, a là quả na (quả này sau này tui mới biết nó là trái mãng cầu ta - không phải là trái lựu đạn đâu nha.) Còn tập viết thì tui cũng rành lắm, chữ i, chữ u, chữ o tui viết không biết bao nhiêu trang rồi, mòn biết bao nhiêu cây viết chì, bao nhiêu cục gôm, đồ đi đồ lại. Cái tui lo là mấy giờ học phải xa nhà, xa anh em và Má tui, mấy giờ đó nó dài lê thê làm sao, nó buồn chán làm sao và ngồi chung với mấy đứa mà chưa quen gì hết, biết tụi nó hiền dữ ra sao? *Thân bé nhỏ đa mang sầu vạn cổ!*

Trở lại lớp học thì cô Sáu đã già, da nhăn nheo, miệng sún 2, 3 cái răng cửa, song ánh mắt của cô Sáu nó hiền dịu làm sao, giọng nói êm đềm làm cho tui đỡ lo mà lại thấy thương thương trong lòng. Còn chị Nhàn thì gương mặt cũng rất nhơn từ, cái mũi hơi to, đôi mắt cũng to, giọng nói ồm ồm song rất đầm ấm. Hồi đó đi học thì dùng viết chấm vào lọ mực tím mà viết. Bình mực thì hình như trái mận, có một cái lỗ để rót thêm mực và cũng để chấm vào mà viết và cứ vài ngày thì chị Ba Nhàn châm thêm mực vào lọ mực cho mỗi học trò.

Sáng nay (17-06-2015) tui chở thằng cháu đi học ngày thứ 2, thằng cháu nội cũng tiếp tục khóc lóc dữ lắm, cứ ôm ông Nội chặt cứng, nghề ông Nội này cũng đau lòng, khó khăn lắm đó. Từ 7 giờ sáng thằng cháu nội tỏ ra rất dễ thương, bẻo lẻo mồm mép... Dạ thưa ông Nội con muốn thức dậy, dạ thưa ông Nội sau khi rửa mặt thì làm gì tiếp... Đại khái là nó không muốn đi học nên nó tỏ ra nhũn nhặn, song nó cũng biết là phải đi học chớ bình thường nhiều khi kêu nó thì nó giả điếc, làm lơ không nghe... Tui thấy Ba tui nói đúng là đứa con đầu thì người cha thiếu kinh nghiệm nên có khi chiều chuộng quá sức hay nghiêm khắc quá làm cho thằng con khó mà thích nghi với hoàn cảnh mới lắm. Vì vậy phải thương nó nhiều hơn mấy đứa con khác. Khi tui đi ra khỏi lớp học thì nó chạy ra cửa kính vừa khóc vừa kêu ông Nội ơi, ông Nội hỡi, con muốn ông Nội ở với con. Nhìn qua cửa kính thấy đôi mắt mờ lệ của nó tui chợt nhớ bài hát *Rong Rêu*, có câu... *Bên song... có một người... nhìn theo...*

Ký ức tui lại quay về khi tui đưa thằng con út, bây giờ là tía thằng cháu nội này, đi học ở Waterloo, lúc đó thằng con vừa 18 tuổi, 18 năm dài sống với sự chăm sóc thương yêu của Ba Má và bà Nội, bây giờ phải đi học xa một mình, khi đưa nó đến phòng thuê, và sau đó vợ chồng tui ra xe đi về, tui cũng gặp ánh mắt thằng con nhìn theo, ánh mắt của thằng con làm nước mắt vợ chồng tui rơi suốt quãng đường về trên 100 km. Và đến năm 2000, khi thằng con này sang San Jose làm việc, tui đưa nó sang và khi về, mặc dù đã 25 tuổi mà tui thấy nó quyến luyến bịn rịn nhìn tui với ánh mắt buồn vời vợi... Cha nào con nấy.

Vì vậy khi mới sang đây nhận Job mới, bà xã tui ghi danh học lớp nuôi dạy trẻ do Trung Tâm ICAN tổ chức trong 6 buổi học vào thứ Bảy mỗi tuần nhằm giảng dạy những kiến thức hiện đại cho các bậc cha mẹ, ông bà có con cháu nhỏ. Tui thấy rất hay và rất khác với cách nuôi dạy ngày xưa. Có 5 điều cho Bé yên vui như: Cho bé ăn món gì, ăn ở đâu, ăn lúc nào thì cha mẹ ông bà quyết định. Ăn món nào, ăn bao nhiêu thì đứa bé chọn, không ép buộc cháu bé phải ăn hết.

Tui còn nhớ cách nay 16 năm có cặp vợ chồng kia ở Úc đến Montréal làm việc, người vợ tính rất cứng rắn, cho con bú bình, đứa bé bú một phần bình sữa, rồi không bú nữa người mẹ cứ nhét núm vú vào miệng con bé, bình tĩnh, nhẫn nại, kiên trì và... tao xem coi mày có bú hết hay không cho biết, mày lì bằng tao hay không nha... Người chồng ngủ một giấc thức dậy thấy vợ mình ngồi như hóa đá, cứ bình tĩnh nhét núm vú vào con bé, lúc đầu nó còn lè ra, giãy giụa, song sau đó nó cũng nằm im, nhứt định không bú. Bà mẹ nói không bú tao cứ nhét... Sau đó đưa con bé đi khám bác sĩ, ông bác sĩ khám cháu bé xong nói: *"Tui nghĩ là cháu bé bình thường, khỏe mạnh, cân nặng đạt 75%, chiều cao 65%, và tui nghĩ người bệnh chính là... bà đó. Bà cần nên học hỏi việc chăm sóc cháu bé đúng cách, không được abuse cháu bé như vậy."*

Chuyện 2 vợ chồng tui kể ra đây có thật 100% nha, lúc pha sữa bột cho cháu bé cũng múc từ muỗng sữa bột, lấy cây gạt qua gạt lại, nhìn ngang nhìn trên, nhìn dưới... rách cả việc, mất cả thời giờ. Bây giờ cháu đã 17 tuổi rồi hỏi về quãng đời sống dưới sự giám sát của mẹ nó, nó lắc đầu lè lưỡi... bảo như một cơn ác mộng.

Tiếng Mưa Rơi Và Bài Luận Văn

Mấy hôm nay trời mưa tầm tã, mây xám giăng đầy khung trời San Jose, tui ngồi nhìn qua cửa kiếng mà lòng lại nhớ đến những cơn mưa ở Sài Gòn hồi còn nhỏ. Hồi đi học thì thầy giáo cho bài tả một trận mưa. Lần làm bài đó (nhớ tới đâu thì tui ghi lại tới đó, chắc chắn là không y chang như bài tui làm hồi đó nha) tui được thầy cho đọc bài luận văn tui miêu tả, lý do có nhiều ý rất là lạ và không giống các bài văn của tụi bạn tui.

Đa phần thì các bạn tui tả trời đang nắng sáng sủa thì bỗng gió nổi lên cát bụi bay mù mịt, mây đen vùn vụt kéo về, trời bỗng chút tối sầm lại và khi mưa bắt đầu nhà thì đóng cửa, người đi đường nắm chặt nón, người thì nhanh chơn chạy trốn mưa vào hiên các nhà, tiệm gần đó, người thì mặc áo mưa, kẻ mở dù che, xe xích lô thì mở mái vải che cho khách, lấy tấm bạt che phía trước, khách chỉ thấy đường qua khe nhỏ của tấm bạt. Mùi hơi đất bốc lên từ đất ngai ngái khó chịu... Mưa rơi càng lúc càng to, nước mưa ướt đường xá, lôi cuốn rác rến chảy vào cống rãnh. Tội nghiệp các người bán hàng rong mặt bí xị buồn hiu, các tiệm ăn thì trong tiệm khách vắng teo mà phía ngoài hiên thì chật nức người trú mưa. Tiếng mưa lộp độp trên mái tôn, rào rào qua các hàng cây bên đường... Cảnh ồn ào náo nhiệt đông vui bỗng phút chốc biến mất, thỉnh thoảng một chiếc xe hơi chạy qua, nước văng tung tóe bên lề đường... Cái cảnh tượng trước khi mưa ồn ào náo nhiệt đông đảo hoạt động bao nhiêu thì khi mưa xuống nó tiêu điều buồn bã vắng vẻ bấy nhiêu... Bài tả cảnh mưa thật là buồn bã...

Trái lại bài văn tui tả cảnh mưa rất là vui. Bọn tui đang chơi trong sân nhà nắng chang chang thì gió thổi ào ào, mây đen bị gió thổi bay đến, phút chốc trời bắt đầu tối rồi thì cơn mưa ập đến, nhanh ơi là nhanh. Tụi tôi cởi quần áo, nhào ra sân hiên quanh nhà, mưa càng lớn nước trên mái nhà chảy xuống ào ào, tụi tui đưa đầu vào những nơi nước đổ xuống thấy đã thiệt, chưa bao giờ thấy khoái như vậy. Đứa này đưa đầu vào một chút thì đứa khác nhảy vô, tiếng cười nói la hét lẫn tiếng mưa ào ào trên mái nhà, rì rào trên mái tôn lẫn tiếng mưa lộp độp vào những tàu lá chuối hột (bà Ngoại tui trồng nhiều bụi chuối hột không phải để ăn trái vì nó toàn là hột, mà để ăn chuối non chát, lấy bắp chuối bào ra ăn ghém và để lấy lá gói bánh tét, bánh ích, bánh ú... mà thỉnh thoảng có một chỗ lá bị cuốn lại và dưới đất phía đó có nhiều cứt sâu và phía trên là con sâu lá chuối thì xanh rờn, to lắm, dài hơn gang tay và nó lớn lên hóa ra con bươm bướm bà, rất to.) Gió thổi các nhánh cây uốn éo như những vũ công múa các vũ điệu vô cùng điêu luyện. Trời mưa đối với tụi tui phải nói là vô cùng mê ly rùng rợn. Cùng một cảnh tượng mà mỗi người nhìn một cách khác nhau.

Chai Dầu Nhị Thiên Đường

Tui nhớ một chuyện tức cười hồi học lớp 3 ở trường La San Taberd Sài Gòn. Có thằng hay ghiền xức dầu Nhị Thiên Đường vào lỗ mũi mà cứ mượn dầu của thằng Sơn (cũng ghiền mùi Nhị Thiên Đường) mà thằng đó mượn thì xức dữ lắm vì lần mượn lần khó. Thằng Sơn cho mượn chai dầu thấy bạn xức mà đau lòng lắm lắm. Thế là tui bèn hiến kế một lần cho thằng đó tởn đến 100 tuổi. Tụi tui nhỏ vào chai dầu 2 giọt mực xanh đen. Thằng bạn quen thói mượn chai dầu rồi xức 2 lỗ mũi, 2 bên thái dương, xức tới, xức lui quá sức. Một lúc sau thì ông Frère dạy học ngó xuống, ông ta ngạc nhiên nhìn thằng bạn chằm chằm, rồi ông hỏi nó: "Thằng kia mày đi học hay đi hát bội mà vẽ mặt vẽ mày như vậy?" Thằng bạn tưởng ông thầy nói đùa với nó nên cười cười cầu tài: "Dạ em đi học." Ông Frère bảo nó lên đứng trên bục và quay mặt ra, cả lớp cười ầm ĩ. Ông Frère nói: "Cha mày, dám đùa với ông." Rồi ông sả cho một thước. Ông Frère này dữ lắm, có cây thước dài mà hay đánh học trò như là Vô Kỵ dùng kiếm chém kẻ địch vậy. Các kỷ niệm này tui còn nhớ mãi đến hôm nay.

Ông Frère Quân Đội

Nói về ông Frère dạy tui hồi lớp Ba trường Taberd, tên trong dòng là Frère Marcien, tên cúng cơm là Nguyễn Văn Luật. Nhắc tới ông thầy dạy tui thì năm nay được 93 tuổi, tuy răng không còn song có thể lái xe hơi, đi đứng rất bình thường. Hồi xưa, các thầy tu như thầy chùa, ông linh mục... dù đi tu vẫn phải đi lính vài ba năm, sau đó được cho về tu tiếp. Frère Marcien, nhũ danh Nguyễn Văn Luật không ngoài cái ngoại lệ ấy. Ông nhập ngũ trường Bộ Binh Thủ Đức cùng khóa và chung Đại Đội với cậu Út Mạnh, nhũ danh là Trần Xuân Sơn. Cậu tui kể có lần đi phép chơi bèn rủ ông thầy dòng này đi... nhà thổ, khi đến nơi ông la oái oái làm ai nấy cười lộn ruột (chơi ác thật nha.) Cậu tui còn kể vài kỷ niệm với ông Frère này, ổng mê đời lính lắm, nó oai hùng lắm lắm đó. Khi về lại trường Taberd thì Frère này dạy học lớp tui. Ông thầy chia lớp ra 4 đội và ông làm Đại Đội trưởng. Mỗi lần sắp hàng là trưởng lớp hô to: "Nghe lịnh tui: NGHIÊM!" Ai nấy đứng im thin thít (lạng quạng là xịt máu à nha.) Trong lúc đó con ruồi bay cũng nghe tiếng thì bỗng nhiên (ma dẫn lối, quỷ đưa đường) ở hàng dưới bỗng nghe một tiếng bộp ("xì pủng sảng"), tui còn nhớ cái thằng xì ra tiếng đó là thằng Phan Tấn Phước, gọi là Phước Mập để phân

biệt với thằng Phước Lé. Thế là ông thầy giận xanh mặt, lôi tên Phước cho một trận tơi bời xí quách. Sau này tui mới biết thằng Phước này ăn hột mít lùi tro bị ém hơi nên xì pủng sảng mà nó nín không nổi. Nó nói hơi được nén từ bao tử qua ruột non, rồi ruột già mà phóng ra ngoài. Nó đã cố nín, càng nín nó càng nổ to. Thật ra nó đâu dám trêu ông thầy.

Mỗi lần vô lớp trước khi đọc kinh thì trưởng lớp phải hô NGHIÊM và hô to: "*Trưởng Lớp là Lê Văn Tiết, trưởng lớp Ba, tổng số 45, hiện diện 44, 1 đi mổ mắt vắng mặt có lý do, HẾT.*" Rồi Trưởng lớp hô NGHỈ. Và sau đó đọc kinh. Tui về nhà kể lại Ba tui nói ông thầy bị quân đội ám. Ông thầy bắt cả lớp tập hát bài Bộ Binh Việt Nam... *Ngày bao hùng binh tiến lên, bờ cõi vang lừng câu quyết chiến* và nhiều bài hùng ca như bài Không Quân Việt Nam, bắt cả lớp đóng kịch Hội Nghị Diên Hồng... Hồi đó tui có giọng lớn nên tui được hát to, tay cầm cái loa bằng giấy vừa la (chớ không phải hát nha): *Toàn dân nghe chăng... ư ư... Sơn hà nguy biến, hận thù đằng đẵng...*

Hồi đó, mỗi thứ Năm thì giờ đầu học Phúc Âm, thay vào đó ông thầy lấy quyển Tâm Hồn Cao Thượng do Hà Mai Anh dịch từ quyển Les Grandes Cœurs của Edmond De Amicis, bắt tụi tui học thuộc lòng bài: Lòng Yêu Nước. Tôi còn nhớ cũng khá như sau: *Bây giờ con còn bé, con chưa hiểu thấu được thế nào là lòng yêu nước. Khi con du lịch ở xa về, một buổi sáng khi con dựa bao lơn tàu, con thấy ở chân trời một dãy núi xanh của xứ sở con hiện ra, bấy giờ con sẽ thấy trào lệ cảm ở lòng con dâng lên và miệng con la lên những tiếng kêu mừng rỡ...*

(Điều này tui còn nhớ năm 1995, lần đầu tui trở về quê, bước xuống phi cơ tui ngửi thấy trong không khí cái mùi thương thương quen quen... Đó là cái mùi sình, cái mùi mà ngày Má tui dẫn tui đi học ở trường cô Sáu, chị Nhàn, khi băng qua cái mương đầy sình, tui đã ngửi cái mùi đó, rồi tui nhớ Má tui, anh em tui, nhớ cái lớp học ngày xưa, ôi cả một trời thơ ấu, làm mắt tôi mờ lệ.)

... Con sẽ cảm thấy tình yêu nước khi con ở nước ngoài chợt nghe thấy một người trong đám thợ thuyền nói tiếng nước con, theo lòng con xui giục tự nhiên con đến hỏi chuyện người thợ không quen ấy... Bài này còn khá dài, tui sau này vào nội trú và mua quyển sách này (bằng tiếng Pháp), làm sách gối đầu giường, mỗi lần vừa đọc vừa rưng rưng nước mắt vì trong quyển này có nhiều chuyện kể về các con người như Mẹ tui, thầy giáo mới, lòng biết ơn... rất là cảm động. Tui cũng cám ơn thầy tui đã gieo vào lòng tui những điều, những câu chuyện quí giá, những nỗi niềm riêng theo tui mỗi ngày, vạn ngày, tui sẽ không quên suốt cuộc đời tui.

Frère Bernard Bường

Hồi tui đi học, tui ở nội trú trường Taberd Sài Gòn nên có một vài kỷ niệm với Frère Bernard Bường. Mỗi chiều Thứ Năm trong tuần hầu hết học sinh trung học nội trú đều phải học hát những bài hát đạo do Frère Vial hướng dẫn. Đa phần học sinh đều không thích vì làm mất thì giờ học và làm bài, nhứt là các học sinh sắp thi trung học hay tú tài. Do đó vài học sinh thay vì học hát thì lại rống lên, hát loạn xà bần không dè sư huynh Bernard đi qua, sư huynh quá bực mình bèn vô phòng hát nói Frère Vial không nên mất công dạy các học sinh như vậy và sư huynh Bernard quay sang tụi tôi, Frère nói: "Các em hát như bò rống, thật là đàn gảy tai trâu, về nói với Ba Má các em nội trú chớ không phải trại tù nên không nên gởi những em cứng đầu, cứng cổ, ngỗ nghịch, hư hỏng vô đây." Tụi tui đứa nào cũng xanh mặt vì Frère Bernard là người rất uy nghi tui rất kính trọng Frère. Mới hôm nào gặp Frère Phong ở San Jose, Frère nói Frère Bernard vẫn còn sống khỏe mạnh, nay nghe tin Frère đã ra đi tui rất xúc động cầu xin Thiên Chúa cho Frère sớm về Thiên Đàng. Amen.

Thứ Ba Học Trò

Hồi còn nhỏ đi học tui được đọc truyện *Trận Giặc Trẻ Con* của Lâm Nhân viết năm 1949 và sách này còn lưu trữ tại thư viện ở Paris, thuộc loại sách xưa và quý. Cuốn sách viết về học trò hồi xưa phá phách như thế nào, cái hay là ở chỗ người lớn viết chuyện con nít mà giọng điệu như con nít kể chuyện của mình.

Sang đây tui có đọc những quyển sách của bà J.K Rowling. Bà viết rất hay tuyệt vời như các sách Harry Potter và nhờ đó bà vừa nổi danh vừa giàu có chỉ bằng khối óc và cây viết (không có công ty, nhà máy.) Bà viết về những suy nghĩ, giấc mơ của các trẻ nhỏ rất đúng như tụi con nít suy nghĩ thành ra các câu chuyện mà bà viết tụi con nít và cả người lớn rất mê thích quá cỡ thợ mộc.

Hồi tui còn học nội trú ở Institution Taberd Sài Gòn, ông Frère Hiệu Trưởng (còn gọi là ông Đia - Dir.) cũng có nói là tụi bây phá như quỷ mà sao không có thằng nào viết kể lại chuyện tụi bây làm để cho con cháu tụi bây biết tụi bây phá phách như thế nào vậy? Nhiều lúc ông tức giận và khùng luôn vì tụi tui phá quá xá cỡ (có 200 đứa học sinh nội trú) và nói là: "Đây là trường học, nơi tôn nghiêm, chốn trau dồi trí óc, tụi bây về nói với Ba Má tụi bây như vậy, chớ không phải là trại tù để giam giữ tụi bây mà Ba Má tụi bây giữ tụi bây không nổi lại tống vào đây. Tụi tui đứa nào cũng tức cười vì phá phách là một chuyện, học hành lại là một chuyện khác. Năm nào học sinh Taberd Sài Gòn vẫn là học sinh ưu tú, xuất sắc và tuyệt vời so với các trường khác khi thi Tú Tài, mà hầu hết là các học sinh nội trú trong trường.

Bạn Cũ Thầy Xưa Trên Xứ Người

Đổi đề tài một chút. Số là hồi Trung học, tui học ở Trường Taberd Sài Gòn, trường có tên là Institution La Salle Taberd, Taberd là tên của một Giám Mục, Jean-Louis Taberd, sau này thường gọi là trường La San Sài Gòn, để phân biệt nhiều Trường La San khác như La San Sóc Trăng, La San Đức Minh, Cần Thơ, Kontum, La San Trường Mù... Hệ thống trường La San là lớn nhứt Miền Nam trước 1975. Vì vậy các cựu học sinh La San hiện nay có đến hàng ngàn và gần đây, năm 2014 có tổ chức La San hội ngộ, các cựu học sinh La San khắp nơi trên thế giới về họp mặt, tui đoán là rất đông và rất vui. Anh em cũng đang xây dựng một trường dạy nghề ở Đà Lạt, chắc cũng sắp khai trương.

Nhờ đó tui gặp lại một số bạn học cũ, trên lớp tui hay dưới lớp, anh em gặp lại là vui như Tết. Hôm sang San Jose, các bạn mời ra nhà hàng La Paloma ăn sáng, sau đó uống cà phê ở cà phê Toi et Moi ở Great Mall vui lắm. Không gì vui bằng tha hương ngộ cố tri. Có thằng bạn biết cả Ba Má và các anh em tui (4 anh em tui cùng học ở trường Taberd), ôn chuyện xưa hỏi chuyện nay cùng nói chuyện rôm rả quên cả mình đang ở Mỹ mà cứ tưởng đang ở trường Taberd. Có thằng lại nghêu ngao hát: *"Khi nắng nhẹ vương trên lưng đồi, xa vắng nhà em bao lâu rồi... Anh ở Trường Taberd xa vời... Thăm em 2, 3 ngày rồi Anh đi..."* Thằng khác nói giờ thì chắc đi luôn, khỏi gặp lại em vì cũng 6, 7 bó rồi còn gì. Có thằng lại nói đứa nào chắc cũng không quá hạn: 5 năm, 7 tháng, 8 tuần, 10 ngày... Đứa nào mà không có nhắn tin email cho tao trong 10 ngày là tao làm cơm cúng thằng đó, nghe mà thấy ớn quá. Nhờ có mục tìm người trong Cựu Học Sinh La San, tôi tìm được một ông Frère dạy tui hồi học lớp Ba, trước gọi theo Tây là lớp Neuvième, Frère năm nay 93 tuổi, còn lái xe được, minh mẫn lắm, tui bèn cùng vợ chồng thằng con út lái xe từ San Jose đến San Diego, khoảng một ngàn miles (nhà Frère ở đó). Có gì vui hơn gặp lại thầy cũ, thầy trò đều già khú đế.

Tui Dạy Học

Mất Mát

Hôm qua tui nhớ lại 1 câu chuyện nhỏ nhưng làm cho tui phải bùi ngùi xúc động. Số là có 1 sinh viên học ban cao học của tui ở Đại Học Khoa Học Sài Gòn, người sinh viên này rất tâm đắc với cách hướng dẫn của tui và có nói là học với tui một năm mà thôi làm cho anh mở mắt ra, không còn mặc cảm là đã theo học ngành địa chất mà các bậc thức giả đều cho là không thực tế, mệt mài với mấy cục đá, mấy con fossil (vật hóa đá), một mớ kiến thức chỉ dùng dạy học hay nói chuyện đời xưa từ mấy ngàn năm của trái đất.

Hồi đó ngoài những môn học căn bản, tui cho anh làm 1 tiểu luận về nước ngầm ở miền Nam. Tui hướng dẫn anh sinh viên này đọc các tài liệu về khoan giếng của một công ty tư khoan giếng của một tiến sĩ Mỹ, công ty này đã khoan rất nhiều giếng sâu nhiều trăm mét từ mặt đất theo hợp đồng của cục Công Binh Mỹ để dò tìm các lớp đất đá và các mạch nước ngầm sâu dưới đất cùng theo dõi các không ảnh để hiểu thêm sự liên quan của thế đất với các mạch nước ngầm. Tài liệu thì nhiều lắm và mất nhiều thời gian xem các mẫu đất đá (carrots) vì cứ mỗi lần khoan thì họ lấy lên các lớp đất đá và lưu trữ. Mỗi mạch nước ngầm đều được phân tích xem mạch ở độ sâu nào thì nước rất tốt và nhiều nước. Tui vẫn thường tâm sự với các sinh viên là chúng ta học, ngoài việc có được văn bằng thì điều quan trọng hơn hết là hiểu được, thực hành được công việc làm từ mớ kiến thức của mình. Tui và anh đã sơ giải các lớp nước ngầm ở một số vùng nổi tiếng là khô, thiếu nước mặt trầm trọng để canh tác, sinh sống và trồng trọt như ở Thái Mỹ, Củ Chi... (không thể làm cả miền Nam được.) Nhờ vậy, sau đó, anh được biên chế vào làm chuyên viên của Nha Cấp Thủy và đóng góp nhiều cho cơ quan này. Tuy nhiên anh lại có dự định đi vượt biên, nên đến nhờ tui bảo lãnh giùm số vàng còn lại (3 lượng) phải trả khi anh viết thư về với mật mã là cuộc vượt biên thành công. Tuy nhiên sau nhiều tháng tui trông chờ mà không thấy ai đến đưa thư để nhận số vàng này. Bỗng một hôm mẹ anh sinh viên cùng với em gái đến nhà hỏi thăm có tin tức gì của anh không. Trước lúc lên đường anh có nói cho gia đình biết tui là người bảo lãnh số tiền còn nợ của anh. Chúng tui rất buồn vì có lẽ chuyến vượt biên này đã thất bại và anh đã chết. Đâu phải ai đi đều may mắn đến bến bờ tự do đâu! Thương quá cho một người học trò.

Anh nằm xuống sau một lần đã đến đây... Và từ đó trong cuộc đời thiếu vắng anh... (bài hát thật là buồn.)

Nhớ Về Đà Lạt

Hôm nay tháng 11 trời San Jose se lạnh, một cái lạnh rất dễ thương làm tui nhớ đến những ngày sống ở Đà Lạt ngày xưa. Năm đó là năm đầu tiên tui dạy ở Đại Học Đà Lạt nằm trên ngọn đồi Năng Tĩnh cao cao và thơ mộng. Nhìn qua cửa sổ những cây thông thẳng tắp và bình thản, ảnh lờ mờ sau làn sương mỏng. Với khí hậu và không gian yên tĩnh tại đây quả là một nơi lý tưởng cho một trường Đại Học. Tui vẫn mơ một ngày nào đó sẽ có một Đại Học Kỹ Thuật Quốc Tế tại đây để thu hút các sinh viên Đông Nam Á đến học cùng so tài với các sinh viên Việt. Với số Giáo Sư đã có ở các Đại Học Sài Gòn và những Giáo Sư từ Trường Võ Bị Đà Lạt cùng 1 số đang tu học ở Pháp, Mỹ, Úc... mơ ước này rất gần với tương lai.

Sau khi ăn sáng xong tui đi xuống giảng đường Hội Hữu là nơi tôi sẽ dạy giờ đầu tiên. Một giảng đường đẹp, không lớn lắm và sinh viên năm thứ 2 Kỹ Sư Địa Chất cũng vào khoảng 50 người. Khi đến giảng đường một sinh viên chận tui lại hỏi là tui có biết ông thầy này ra sao không? Ngày đó tui còn rất trẻ chưa đến 27 tuổi trông như một sinh viên mà thôi. Tui mỉm cười trả lời là chắc chút nữa mình sẽ biết ông thầy này nha.

Giờ học đầu tiên tui cố gắng trình bày lý do tại sao địa chất là một ngành rất cần thiết vì khi bước chơn ra khỏi cửa nhà là gặp ngay đất đá dưới gót giày, nhìn ra chung quanh thì toàn là đồi núi. Nhìn vào trong nhà thì chén, bát, tô, dĩa, bình bông, lu khạp..., tường nhà, mái ngói, đều được chế biến từ đất đá. Địa chất rất gần, gần lắm với mọi người chúng ta. Đất nước chúng ta ngoài ra còn có rất nhiều sản vật quí giá nằm dưới lòng đất mà qua sách Việt Nam Sử Lược do ông Trần Trọng Kim viết thì từ lâu lắm rồi người Tàu đã qua khai thác trộm và lấy đi nhiều khoáng sản quí giá như vàng, bạc, các kim loại quí, họ sang từng nhóm có khi đến cả ngàn người. Gần đây các kỹ thuật cao cấp cần các loại như đá uranit (trích ra uranium), các loại đất hiếm mà ở đất nước mình cũng có.

Ngay ngày trước 75 ở Bình Dương, Lái Thiêu, Búng, Biên Hòa, nhiều lò lu, lò chén đất, chén kiểu, các tô dĩa, đều do người Tàu làm chủ, như lò chén Khưu Long, lò lu của La Thành, La Kiều, lò chén kiểu do người Nùng làm chủ, lò Minh Long, lò Cường Phát, đa phần chủ là người Tàu. Có một lò do ông Lý Phúc Dình làm chủ, ông là em ruột của ông Lý Quang Diệu, cố Thủ Tướng Singapore. Về mặt kỹ thuật, hầu hết dùng củi để nung (cho nên tốn vô cùng cây rừng và các phế phẩm rất nhiều) và có 1 số lò là loại lò ống, hay lò đứng, lửa đảo cho nóng đều mọi chỗ trong lò... Nói chung kỹ thuật còn rất lạc hậu và cổ xưa lắm. Có 1 lần chuyên gia Nhựt Bổn có đề nghị sẽ trao đổi nâng cao kỹ thuật với điều kiện cho họ độc quyền bán hóa chất. Sau này chúng ta có nhà máy Thiên Thanh, Thanh Thanh làm gạch men, dụng cụ phòng tắm như bàn cầu, lavabo... kỹ thuật dùng dầu để nấu và rất ít phế phẩm và thời gian (bớt đốn gỗ phá rừng.) Có một nhà máy làm gạch ở Biên Hòa dùng kỹ thuật mới ép chân không đất sét, ngói rất tốt, hay có chủ lò cho con cháu du học sang Canada, Pháp, học các kỹ thuật mới, mua các thiết bị, nhờ đó sản phẩm được nhiều hơn, tốt hơn, ít phí phạm tài nguyên hơn.

Các bạn sẽ là những người kỹ thuật trong tương lai để canh tân ngành địa chất đem lại sự thịnh vượng cho nước mình vậy.

Sau giờ học tui thấy ánh mắt của các sinh viên sáng lên niềm tự tin và lòng tự hào về ngành học mình đã chọn.

Chuyện Làm Việc

Trong Chủ Nghĩa Xã Hội

Bước Đầu Mưu Sinh

Cho đến năm 79, tui còn nhớ mỗi lần Tết đến thì chỉ mua có nải chuối bôm và cả gia đình đón xuân. Sau đó thì có người ở Lái Thiêu hỏi màu vàng của các cái lu da lươn làm sao mà có. Người ta đang phục hồi các lò làm lu, khạp như lò sản xuất lu La Thành, lò A Tỷ, Khưu Long, lò thẳng Bụng, Cường Phác... Lúc đó lò Minh Long chưa phát đạt. Hồi đi học tui thích học những cái thực tế, cái gì đem ra sử dụng, bán có tiền thì tui chú ý cách riêng, như vỏ sò, nang mực, đều là nguồn vôi động vật như đá vôi, khoáng can-xít, vì vậy tui hiểu màu vàng da lươn chẳng qua là oxit sắt mà thôi, còn gọi là hoàng thổ, trước nhập từ nước ngoài, giờ thì cái gì cũng phải tự túc nên không biết lấy đâu ra. Thật ra thì đá ong, các đá màu vàng ở Long Bình, và các nơi họ chôn ba-vớ sắt, phôi tiện... đều là nguồn cung cấp dễ có để tinh chế. Thế là tui nghiên cứu chế ra một loại bột pha vào men cho lu da lươn. La Thành, hay đúng ra là anh La Kiều (chắc có họ với tướng La Thành nhà Đường) đặt mua một số lượng rất lớn, thế là tui mượn tiền mua máy móc, mướn mặt bằng và cung cấp độc quyền cho anh La Kiều. Từ đó cuộc sống dễ thở và tui thấy một chút xíu hy vọng. Từ đó nhiều nơi nhờ tui nghiên cứu như bột tà tràng (rất cần cho men gốm, tinh chế cát lồi ở Phan Rang để giặt tẩy), và từ đó nhiều người biết, họ đến nhờ nghiên cứu làm bột cát và hàng trăm thứ. Nhờ đó tui có nhiều việc làm, có nhiều cơ hội giúp bạn bè sa cơ lỡ vận và các cơ sở tui lập ra hoạt động 365 ngày một năm. Cuộc sống không phải dễ dàng, nào thuế, nào ăn chia, nào quà cáp lia chia. Tuy nhiên nhờ gặp và giúp các bạn cũ và giúp nhiều gia đình có việc làm, chia cơm sẻ áo với nhau tui cũng tìm lại phần nào niềm vui đã mất.

Dầu Hỏa Miền Duyên Hải

Thời gian sau này các chuyên gia người Pháp chỉ muốn nghiên cứu tại miền Nam thuần túy khoa học mà thôi. Nhân dịp có một nhà địa chất Mỹ vẽ bản đồ dầu hỏa ở thềm lục địa và bảo đảm là thềm lục địa VNCH 100% có dầu hỏa, ông này là một nhà địa chất người Mỹ, đi quân dịch Hải Quân vì vậy cho nên tui được dịp cho đi tháp theo một phái đoàn Liên Hiệp Quốc nghiên cứu về tin tức này và nhờ đó tui đi đến nhiều hòn đảo của Miền Nam từ cực Nam đến Hoàng Sa và Trường Sa, các hòn Côn Sơn, Tekere (Minh Hòa), quần đảo An Thới, Phú Quốc, Củ Tron, Hải Tặc... Chuyến đi nhiều ngày nhờ tàu Hải Quân VNCH chuyên chở, những hòn đảo phía Nam còn lưu giữ nhiều di tích lịch sử của cuộc bôn tẩu của vua Gia Long như dân trên đảo thờ cây gươm gãy, các cây khoai mì to chưa từng thấy có lẽ quan quân trồng từ hồi lâu lắm, những cây gỗ hóa đá (dân đảo nói cây gì mà chụm không cháy), các con sóc biết bay, và qua chuyến đi tui mới thấy các đảo rất đẹp, đẹp vô cùng cho nên có một chuyên viên ngoại quốc nói muốn sau này xin phép sống ở đảo, mà đảo nào có nước (suối, rạch, ao, hồ) là có người ở. Tài nguyên các đảo rất phong phú, cá, tôm, sò, ốc rất nhiều, các đảo to lớn thì có tên, còn các đảo nhỏ thì thường gọi là hòn Rùa, hòn Tre...

Theo tài liệu người Pháp trước kia họ cho biết khó có hy vọng có dầu hỏa vì khoảng năm 1921 (?) có 1 núi lửa xuất hiện ở thềm lục địa miền Trung và dưới đáy biển có nhiều đường nứt to lớn, cấu trúc của đá của các đảo cho thấy thềm lục địa rất cứng chắc, khó cho các túi dầu tồn đọng. Tuy nhiên sau này sự khoan dò cho thấy một trữ lượng dầu to tát như ở giếng Bạch Hổ và cộng sản Việt Nam có lẽ đang khai thác dầu hỏa ở đây. Ngày trước, trước viễn ảnh bị cúp viện trợ Mỹ, Tổng Thống Việt Nam Cộng Hòa dường như định bán khu mỏ này cho Ả Rập để có tiền chiến đấu song đáng buồn là việc không thành.

Sau chuyến đi này tui có nỗ lực ghi lại trong quyển sách về tài nguyên của Việt Nam Cộng Hòa, song song là ở Đại Học Đà Lạt đề nghị của tui được chấp thuận là mở ngành Kỹ Sư Địa Chất Công Nghiệp, khác hẳn với sự đào tạo tại Đại Học Khoa Học Sài Gòn giảng dạy chuyên về khoa học thuần túy - phần thực hành ngoài thực địa quá ít, chưa hữu hiệu - song mới được hơn 2 năm thì bị chấm dứt năm 1975. Trong đề án này tui dự tính chia lãnh thổ miền Nam ra 35 khu vực, mỗi khu vực có các Kỹ Sư địa chất có khả năng để tìm kiếm về tài nguyên khoáng sản, nhứt là ở miền Trung, đất trồng trọt thì ít mà tài nguyên khoáng sản có nhiều. Tui đưa vào chương trình học môn hóa học vô cơ, môn không ảnh... Chỉ tiếc là mơ ước còn xanh mà đầu đã bạc.

Khoáng Sản Miền Nam

Ngày xưa khi học ở đại học, bỏ ngành Y, Dược mà theo Ngành Địa Chất tui biết Ba Má tui buồn lắm, song chỉ thở dài mà không nói ra. Nhưng tui may lắm có một giáo sư là Kỹ Sư Hầm Mỏ bên Pháp dạy môn khoáng sản (nguyên là giám đốc công ty Vicasa) và tui có dịp nghe giáo sư nói về Nhựt Bổn mua cát trắng ở Cam Ranh (Thủy Triều), với hệ thống thổi của Pháp thì chỉ một hai giờ là mòn hết, sau Nhựt họ đưa lại ống bằng ceramic thì mới dùng được. Khái niệm về ceramic sau này tui bỏ công nghiên cứu và được tui dùng để nghiền mịn cát trắng, cát đen titan Vũng Tàu, cát đen cromit (Thanh hóa)... vô cùng hữu hiệu.

Khi tốt nghiệp tui làm ở Nha Tài Nguyên Thiên Nhiên, ở đây có một kho tài liệu do Pháp để lại cho nên tui có dịp đọc mê mệt, ghi chép lại rất nhiều tài liệu mà gần như ít có ai quan tâm đến. Công việc của Kỹ Sư của Nha này thì thoải mái lắm ít có ai lu bu bận rộn như tui, buổi sáng thì họ uống cà phê ở quán Pagode, công việc hầu hết là ký giấy tờ...

Sau 75, khi đi tù cải tạo tui được cho về công tác tại Công Ty Xây Dựng Số 8 tại Sài Gòn, đây cũng một chi nhánh của Công ty Eiffel trong đó có một thư viện lưu trữ mà gần như bỏ hoang cho chuột, gián, nhện ở. Công tác của tui ở Công Ty Số 8 này là nối lại một hợp đồng do Tổng Thống Thiệu ký và chi trả 50% nâng cấp Nhà Máy Xi Măng Hà Tiên sản xuất từ 240 ngàn tấn/năm lên 2 triệu tấn/năm, trong hợp đồng đó tui là người ký tên chịu trách nhiệm nghiên cứu trữ lượng đá vôi, đất sét cung ứng đủ cho Nhà Máy Kiên Lương, Hà Tiên trong 100 năm. Pháp nói chỉ cần trả 50% còn lại thì sẽ được một nhà máy sản xuất xi măng 2 triệu tấn/năm. Tui được cho tiếp xúc với công ty Pháp và dịch các tài liệu liên quan, tất nhiên là lúc nào cũng có 2, 3 cái "đuôi" theo sau. Như vậy tui có dịp bổ sung các tài liệu có trước kia và gần như viết xong quyển Khoáng Sản Miền Nam dầy khoảng 1000 trang.

Quyển khoáng sản miền Nam một phần nhỏ có đăng trên báo trước 75 và tới năm 75 thì còn chưa xong và được tui bổ sung về sau tương đối đầy đủ các nơi có quặng và đá quí với bản đồ và tọa độ. Trước 75 tui đã đi các nơi mà người Pháp đã nghiên cứu (có các tài liệu ghi chép), khai thác như mỏ vàng Bồng Miêu, mỏ than Nông Sơn, mỏ sắt ở Mộ Đức, các hải đảo ở thềm lục địa miền Nam (nghiên cứu về dầu hỏa) và tìm ra nơi người Pháp khoan thăm dò dầu hỏa ở làng Hợi Lộc, miền Trung... Sau 75 tui có được xí nghiệp Khai Thác Gỗ ở Hạ Lào mướn đi tìm vàng, đá quí, kim cương thiên nhiên ở đây (Lạc Xao - Phathon). Tui có dịp tìm ra các mạch vàng (thường nằm chung với bạc) ở một núi ở đây, tui lần mò theo các suối có vàng lẫn trong cát (đãi vàng) và tìm ra các mạch vàng bạc trong núi. Lý do xí nghiệp muốn tìm vàng và đá quí, ngoài khai thác gỗ thông bán cho Nhựt Bổn là vì tin tức cho biết Tướng Vàng Pao và thủ hạ thường mang theo các thỏi vàng thô (chưa tinh chế, chỉ nấu đúc sơ sài) để lỡ bị bắt thì hối lộ để được thả. Sau đó xí nghiệp này lấy về cũng khá nhiều vàng và đá quí. Các suối nước nóng có khá nhiều ở miền Trung, có thể nóng đủ để luộc trứng gà như ở Thiên Tân, Hòa Mỹ... Địa chất của miền Nam khá đặc biệt là đá vôi chỉ xuất hiện ở vùng cực Nam (Hà Tiên), ở hải đảo như Hòn Tekere (Hòn Minh Hòa) và ở Ngũ Hành Sơn (Đà Nẵng), cũng như Long Thọ (Huế), vì vậy chính quyền Việt Nam Cộng Hòa chọn nhà máy nấu xi măng thì đặt ở Kiên Lương mà nhà máy xay ra xi măng thì đặt ở Thủ Đức để tránh phá hoại và dễ phân phối. Xi măng sản xuất ra rất tốt, đạt tiêu chuẩn quốc tế và đa phần các nước như Ấn Độ chỉ muốn đổi sắt của họ lấy xi măng Hà Tiên mà thôi. Sau khi tạm hoàn tất quyển sách tui dự định xin phép để in thì được cho vào tủ khóa lại, ở Ban Khoa Học - Kỹ Thuật Nhà Nước, vì là bí mật quốc gia.

Có lần 1 học trò có cho tui xem một số hạt đá mà anh ta nghi là kim cương thiên nhiên. Hạt đá nhỏ, hình giống cái bánh ú nhỏ, nếu cắt, gọt mài ra thì là các hột xoàn từ vài ly cho đến 1 carat. Anh này không cho biết nhặt ở đâu (giấu) chỉ nhờ tui xem giùm. Tui đoán là ở các vùng núi lửa Kontum, Pleiku, Ban Mê Thuột... Tui xem và thử... thì đúng là kim cương thiên nhiên và may mắn lúc đó có một bà là chủ tiệm hột xoàn ở Paris sang chơi, tui có nhờ Bà xem lại cho chắc ăn, bà xác nhận là đúng và thích lắm có ý định mời cậu này và tui sang Paris 1 chuyến. Cậu học trò sau này là giám đốc Xí Nghiệp Vàng và Đá Quí ở Sài Gòn.

Suy nghĩ của tui trước 75 là cố gắng tìm tài nguyên của miền Nam để rồi trên nền móng đó có thể góp 1 chút gì cho các kế hoạch kinh tế của Việt Nam Cộng Hòa. Tui biết từ khi Pháp rút ra khỏi miền Nam (1954) thì vài Cố Vấn của Pháp còn lưu lại chỉ muốn hoặc là dạy Đại Học hay nghiên cứu địa chất thuần túy khoa học (như đất sét, san hô, các lớp đá trầm tích, các địa khai...) chớ họ tỏ ra không quan tâm gì về các khoáng sản (vì có tìm thấy thì chắc cũng không có quyền khai thác.)

Tài Nguyên Thuộc Về Ai

Cộng sản Việt Nam chỉ muốn bán cho Tàu các tài nguyên quốc gia như bauxit (quặng để sản xuất nhôm), nhứt là dầu hỏa và khí đốt ở thềm lục địa Việt Nam mà theo bản đồ trước 75 chạy dài theo thềm lục địa và 1 phần rất gần Sài Gòn, giếng dầu Bạch Hổ là 1 thí dụ. Trên lục địa thì đã xác nhận một khu mỏ khá lớn dọc theo từ làng Đại Lộc theo trục Mường Phin Tchepone mà cuộc chiến hỗn hợp Mỹ - Việt Nam Cộng Hòa tại đây nhằm xác nhận vị trí và địa điểm khai thác. Ngày nay các mỏ dầu nằm trong cát như ở Alberta, Canada), các mỏ dầu trong đá diệp thạch ở Mỹ, nhờ kỹ thuật tân tiến giúp khai thác được. Ngoài khơi, ngoài thềm lục địa cũng có những túi dầu do vệ tinh tìm thấy song kỹ thuật khai thác chưa hoàn tất. Nói chung có những nơi chưa khai thác được thì chưa gọi là quặng mỏ nhưng khi có kỹ thuật mới thì lại trở thành quặng mỏ. Mỹ nhờ kỹ thuật tân tiến nhứt thế giới nên giàu mạnh không những về kỹ nghệ mà hầu hết các lãnh vực khác - kỹ sư ở đây đều được trả lương cao nhứt thế giới để họ tìm tòi, nghiên cứu khám phá cho Mỹ. Biển Đông tài nguyên phong phú khiến Tàu cộng muốn chiếm là một thí dụ.

Hạ Lào

Khi còn ở Sài Gòn tui có 2 chuyến đi đầy kỷ niệm, một lần sang vùng cao nguyên Hạ Lào (tỉnh Bơ Ri Khăm Sai - Lạc Sao - Pha Thon) với xí nghiệp Khai Thác Gỗ ở Minh Hải - Cà Mau và chuyến đi Hà Nội khoảng 1988 với xí nghiệp Gạch Bông Đời Tân. Hồi đó tui chỉ làm tự do để kiếm cơm cho gia đình (vì tui phải nghỉ làm khi nộp đơn xuất cảnh đi Canada). Hai chuyến đi này là đi bằng đường bộ, bằng xe hơi.

Khi ra khỏi Sài gòn thì mọi tiện nghi bắt đầu xuống cấp, tức là bắt đầu khổ.

Chuyến đi đầu tiên sang Hạ Lào bằng một xe Toyota mới toanh loại đi rừng (land cruiser) và đi với giám đốc Xí Nghiệp Gỗ. Xí nghiệp này rất giàu vì lúc đó xuất khẩu gỗ thông bán cho Nhựt Bổn. Trước khi đi tui nhận chi phí 2 tuần là 5 cây vàng, cô thủ quỹ đưa mà không cần ký tên gì hết (coi như chơi.) Xe chạy đến Nha Trang ở 1 đêm, ăn cơm với tôm hùm, rượu đỏ. Trạm thứ 2 là đến phường Bến Thủy thuộc thành phố Vinh, ở đó 1 đêm rồi theo đường mòn HCM (giống như đường làng đất đỏ), rất là nguy hiểm vì rất hẹp, qua cua 2 xe chạy ngược chiều có thể đâm vào nhau và rơi xuống hố sâu như chơi, dọc đường tui thấy có 1 xe chở gỗ nằm dưới hố, xe là loại xe tải gỗ Nhựt hiệu Hino của Toyota còn mới tinh. Ông giám đốc cho biết trung bình vài mươi chuyến thì xuống hố 1 chuyến và cười nói rất tự tin, vô tư là mình còn lời chán. Từ đó đến biên giới Lào và lính gác ở đó chạy xuống lấy bia, rượu và bao thơ rồi xe tiếp tục chạy, không xét hỏi cũng như cần Visa, Passport gì hết. Giám đốc nói "Mọi người yên tâm mọi việc tui lo hết", kể cả 2 tài xế thay phiên nhau lái (trước là tài xế cho Ông Nguyễn Cao Kỳ.) Tới nơi tui thấy có nhiều công nhân lắm và có cất một nhà rất xịn bằng gỗ thông cho giám đốc và khách, còn công nhân thì ở các láng trại chia ra nhiều phòng nối tiếp. Thời tiết khá lạnh, tắm phải dùng nước pha nước nóng. Các cây thông to lắm, cao ngất trời vì đây là khu rừng thông rất lâu năm và việc khai thác gỗ rất tự do, các cây cao, to thì bị cưa, nhiều khi đốn 1 cây làm ngã 1, 2 cây thông nhỏ là thường. Rừng thông trùng trùng điệp điệp tha hồ mà chặt, cưa vô tội vạ.

Hôm sau thì xe đưa tui đi vào khu núi có con suối mà trong cát lấp lánh vài miếng vàng nhỏ xíu và có khoảng chục người đang dưới suối đãi vàng. Một cái rổ xúc đầy cát mà người ta làm nhanh lắm, đãi một hồi còn lại 3, 4 miếng vàng mà thôi. Theo xe tui có 2 chú lính người Lào có súng để bảo vệ. Dọc đường thỉnh thoảng gặp vài đống phân cọp, có nhiều lông của các con mồi bị ông cọp xơi mà không tiêu được. Tui lội bộ dọc theo suối nhặt được một vài khối đá saphia (sapphire, xoàn Xiêm) định về thì mài thành hột tặng giám đốc. Ngược dòng suối khá xa thì là vùng núi đá cao sừng sững. Suối chảy quanh sườn núi lôi theo những phần đá bị phân hủy vì thời tiết. Các khoáng mềm thì tiêu mất còn lại các phần cứng như thạch anh, loại này mình gọi là cát. Các mảnh vàng thì rất bền trôi nổi theo dòng suối chảy mạnh, khi dòng chảy yếu dần thì rơi xuống những chỗ trũng ở đáy suối lẫn với cát nơi mà người ta đến để đãi vàng (cách đãi vàng tui nhớ giống như ở Bồng Miêu, Việt Nam.)

Nhớ Nước Non Xứ Lào

Trong chuyến đi qua Lào tui có dịp học được nhiều cái hay. Đi dọc theo con suối để tìm ra nơi có vàng và đá quí như đã hợp đồng với ông giám đốc Xí Nghiệp Gỗ, tôi lần mò ra những mạch vàng nằm trong núi. Khi núi được hình thành thì có 1 số đường nứt trong núi và đó là nơi tụ tập kết tinh nhiều kim loại thường, nhưng đa phần là thạch anh dưới dạng vô định hình hay tinh thể thường thấy được chưng trong các tiệm vàng. Nếu tìm được loại màu tím đậm mài thành hột rất đẹp. Ngoài ra có sắt, tinh thể óng ánh mà tên thường là vàng gâm, lấp lánh như vàng... Quí nhứt là vàng và bạc, thường vàng có hình lá mỏng vì cấu trúc vàng đặc biệt bền bỉ nên khi đá bị hư (thoái hóa) thì dòng nước cuốn trôi đi, và tích tụ lại gần hay xa tùy dòng nước chảy mạnh hay yếu. Đi tìm cũng không khó lắm vì dân địa phương thường biết những nơi này. Tuy nhiên muốn khai thác thì rất khó vì cần máy khoan vào núi theo đúng cách và dùng mìn để nổ... Sau khi tui cho tọa độ, cách khai thác là xong bổn phận. Còn vài ngày còn lại tui đi để biết là ở đây xí nghiệp chở xi măng để đổi gỗ thông, rồi bán gỗ thông cho Nhựt, việc buôn bán này lúc đó rất lời. Công nhân ở đây đa phần là dân Minh Hải (Bạc Liêu). Tui đi đến một làng người Lào ở đây có nhiều người Việt (người miền Trung hay Bắc) lập gia đình với người Lào. Họ thích người Việt mình và người Lào đa phần hiền hòa và sống đơn giản, từ quần áo như sà-rông (tui có mua 1 cái về làm kỷ niệm), họ uống rượu cần, hầu như đi chơn không và họ nuôi loại heo nhỏ con, thường màu đen, bụng xệ gần đụng đất và thả rong với gà, vịt (không nuôi chuồng.) Tui nghe nói loại heo này tên là heo mọi, mỡ ít, thịt ngon hơn heo chợ Việt Nam. Một điều tui mới biết là đất nước Lào rộng gần gấp rưởi Việt Nam Cộng Hòa mà dân số rất là ít, khoảng 6-7 triệu người và một số lớn ở Thái, Việt Nam, và ở Mỹ... Lá cờ của Lào cũng lạ, có 3 sọc nằm ngang, hai sọc bìa màu đỏ, sọc giữa màu xanh blue và có một vòng tròn màu trắng ở giữa. Cuộc sống ở nơi này thực yên tĩnh và bình an.

Ra về đi lại con đường mòn HCM tui để ý nó ngoằn ngoèo khi chui vô rừng, khi chạy ven vách núi cheo leo rất đáng sợ, dọc đường có ống dẫn dầu để tiếp xăng cho Việt Cộng.

Tui bỗng nhớ đến một bài hát (ai mà biết bài này chắc cũng già lắm đó) mà ngày xưa tui có 1 bà chị bà con (nay trên 80) vừa hát vừa múa mỗi khi các anh chị em chơi với nhau ở sân nhà ông Ngoại tui ở Bà Chiểu. Tui xin ghi lại bài hát này như sau nha.

Nhớ Lào
Lê Thương

Nhớ nước non xứ Lào	Nhớ thú vui trong làng
Cùng tiếng "khène" bên rừng	Kỳ hát boun trang hoàng
Noòng khoe xiêm áo	Người Lào giàu sang
Múa hát ca không ngừng	Hát múa bên dân thường
Noòng khoe xiêm áo	Người Lào giàu sang
Múa hát ca không ngừng	Hát múa bên dân thường
Nhớ suối reo bên rừng	Nhớ đám trai an nhàn
Cất tiếng ca đồi thông	Quấn quít bên người quen
Nhớ những cô má hồng	Nhớ những hơi rượu cần
Ngồi dệt sà rông	Của mọi người dân
Nhớ bóng dăm cô nàng	Nhớ bóng thưa khiêm nhường
Ngoài bờ Mê Không	Của một Lào Nương
Gánh nước đi vô làng	Cất bước đi trên đường
Ngoài bờ Mê Không	Của một Lào Nương
Gánh nước đi vô làng	Cất bước đi trên đường

CHÚ THÍCH:

Khène: kèn thổi Ai Lao làm bằng ống sậy
Noòng: tức là Nàng
Sa-rông: chăn người Ai Lao hay phủ mặc
Hát boun: kỳ hội lớn có nhiều múa hát của Ai Lao
Mê Không: sông Cửu Long chảy dọc suốt quốc gia Ai Lao

Chậu Lu Hũ Khạp

Chuyến đi thứ hai là chuyến đi ra Hà Nội vào khoảng 1987-88 cũng gây cho tui nhiều kỷ niệm khó quên. Một hôm có dịp gặp Ban Gíam Đốc Xí Nghiệp Đời Tân cho biết hiện nay màu xanh chrome thiếu hụt rất trầm trọng vì không còn để sử dụng trong các nơi sản xuất gạch men, các hợp đồng to lớn đành phải hủy bỏ vì thiếu nguyên liệu này. Tui cũng được cho biết trước đây nguyên liệu chrome này phải nhập từ ngoại quốc và số còn lại trước 75 nay không còn nữa mà mua thì không có ngoại tệ để chi trả.

Tui được yêu cầu xem có biết ai chế tạo được từ nguồn quặng chromite sand ở Thái Nguyên (Bắc Việt) hay tui có thể làm được thì sẽ ký hợp đồng. Tui về đọc lại các sách nói về việc chế biến chrome dùng trong ngành gốm sứ, gạch men... Tui thấy chỉ có phương pháp chế biến xưa từ khoảng 1920-30 mà tui gọi là phương pháp "chậu, lu, hũ, khạp" thì hy vọng có thể chế biến được. Các thiết bị máy móc tân tiến trước 75 không thể dùng được cũng như Đại Học Bách Khoa Hà Nội có làm thử mà kết quả chỉ ở dạng phòng thí nghiệm vài gram mà thôi.

Tui xin được xí nghiệp gởi cho vài trăm kg để làm thử. Tui cùng với 1 kỹ sư năm thứ 3 (chưa ra trường năm 75 ở Đại Học Bách Khoa Phú Thọ) cùng nghiên cứu và làm thử. Tính tui thích những việc khó khăn thử thách và liều lĩnh như vậy.

Trước đây tui có 1 người bạn dạy ở Đại Học Bách Khoa nhờ giúp đỡ cho 1 sinh viên đang gặp khó khăn vì sau khi anh sinh viên này bị cho thôi học vì là con của sĩ quan Việt Nam Cộng Hòa và chàng này thất chí, buồn bã nên đi lang thang và sau khi đi vượt biên không thành, bị cắt hộ khẩu nên phải ngủ đình ngủ chợ. Tui đồng ý giúp và anh sinh viên này theo tui thực hiện vài chương trình nghiên cứu trong tổ hợp sau đó. Nhờ vậy về sau anh này có tiền nên xin lại được hộ khẩu, cưới vợ và được sang Mỹ với gia đình. Nhờ có tổ hợp và công việc thì quá nhiều nên tui có dịp giúp công việc làm cho các bạn sĩ quan tù cải tạo hay con em của họ. Chuyện tào lao trong nhà ngoài phố này còn dài lắm sẽ kể sau.

Sau khi nhận được khoảng 300 kg quặng chromite Thái Nguyên tui bắt đầu làm thử bằng phương pháp "chậu, lu, hũ, khạp" nói trên. Phương pháp này tuy cũ nhưng rất thích hợp với trình độ xã hội bấy giờ. Cái khó mà hầu hết các nơi không làm được là xay quặng chromite này ra thành bột mịn (bột mịn đến mức sờ tay như sờ bột mì.) Đây là phương pháp nghiền mà tui đã bỏ rất nhiều ngày đêm suy nghĩ và tìm ra. Có rất nhiều phương pháp xay nghiền dễ như xay bột gạo bằng cối đá (đổ bánh xèo, làm bún, bánh hỏi) hay xay khô như xay bột khoai mì hoặc như xay xi-măng... Có nhiều cách xay lắm và với các độ mịn khác nhau và các nguyên liệu khác nhau mà khó nhứt là cát.

Ngày trước (sau 75) khi các xí nghiệp mướn các tổ hợp xay cát trắng để làm xà bông cát (dùng trong công nghiệp để rửa tay dính mỡ, dầu, rất mau sạch), hầu như không có tổ hợp nào thành công, vì vậy tổ hợp với phương pháp tui tìm ra cung ứng trong vài năm trên ngàn tấn bột cát mịn. Điều tức cười là cát trắng nằm trong đất sét kaolin (đất sét trắng) được các lò gốm ở Búng, Lái Thiêu, Bình Dương sau khi họ xối nước để lấy đất sét thì cát trắng còn lại cao như núi làm chật đất. Ai mà xin thì họ xúc và chở đến tận nơi không tính tiền. Thực làm một mà bán lời 10 là vậy.

Kỹ Thuật Tiên Tiến

Sau khi nhận 300 kg quặng Thanh Hóa tui và anh em cùng nhau thực hiện qui trình chế biến theo phương pháp "chậu, lu, hũ, khạp". Ròng rã gần một tháng làm xịt khói đã sản xuất được 108kg chrome oxide màu xanh rất đẹp. Ai nấy đều mừng, phương pháp này trích ly khoảng 30% từ quặng - thực ra quặng có chứa tới khoảng 48%. Tui mừng lắm và đem nhờ thử ở phòng Hóa Vô Cơ ở Đại Học Khoa Học Sài Gòn, người bạn cho biết kết quả phân tích rất tốt và tui đem sang nhà máy Thiên Thanh thử thực tế vào men thì kết quả cho biết không thua gì bột chrome mua ở nước ngoài. Sau đó tui lên khung một qui trình sản xuất qui mô lớn hơn và được Xí Nghiệp Đời Tân ký hợp đồng với điều kiện là sản xuất 2000 kg một năm, thiết kế nhà máy sản xuất với sự bảo vệ phương án và sự chấp thuận của Bộ Xây Dựng ở Hà Nội.

Công việc tiếp theo là tui phải ra Hà Nội thuyết trình và bảo vệ phương án thế nào để được phê chuẩn đồng ý của Bộ Xây Dựng, cơ quan chủ quản cao nhứt của Xí Nghiệp Đời Tân. Mô phỏng theo một nhà máy sản xuất chrome oxide năm 1930 trong sách, nhờ một kiến trúc sư bạn học phác họa giùm kèm theo các chiết tính về nguyên liệu, hóa chất cần thiết,... của một nhà máy như làm luận án tiến sĩ một lần nữa.

Sau khi thỏa thuận về giá công việc làm tui được xí nghiệp cho ra Hà Nội bằng đường bộ, trong giấy tờ thì tui đi với chức vụ là Giám Đốc. Thực ra tui biết được và hiểu vì anh tài xế cho biết như vậy thì sẽ được ưu tiên khi kẹt xe, qua cầu...

Lần này cũng vậy, ra khỏi Sài Gòn thì các tiện nghi xuống dốc thê thảm. Có nơi phải chờ cho sông cạn rồi mới băng qua vì không có cầu. Càng xa Sài Gòn tui mới thấy cuộc sống vô cùng bi đát, nghèo khổ vô cùng.

Tui được ở một phòng gọi là Nhà Khách của Bộ Xây Dựng, một căn nhà lầu khá rộng, cũ kỹ với các tiện nghi cổ xưa như chỗ đi tắm thì xách nước giếng đổ vào một cái thùng và dùng một ca nhựa múc tắm, bàn cầu ngồi chồm hổm kiểu thổ, dội nước bằng tay, hay ra giếng kéo nước mà tắm tại chỗ. Có 1 lần tui kéo xong một thùng ở giếng thì bỗng có một bàn tay vỗ vào vai. Tui nhìn lại là một bà mập Liên Xô cũng tự nhiên lấy ca nhựa tắm, tự nhiên như người Liên Xô vĩ đại.

Theo lịch trình thì 2 ngày sau tui phải đến văn phòng của Bộ Xây Dựng để trình bày về đồ án sản xuất chrome oxide với khoảng 15 người tham dự trong đó có ông Bộ Trưởng, các ban, ngành và đại diện của Đại Học Bách Khoa, Ban Khoa Học Kỹ Thuật Nhà Nước...

Trước những người tham dự như giới thiệu tui cũng thấy hơi run nha. Tuy nhiên tui vững tin vì đã làm, đã chuẩn bị rất kỹ nên buổi trình bày tốt đẹp. Những câu hỏi được trả lời thỏa đáng và câu hỏi của vị Bộ Trưởng là yêu cầu tui xem như là một bài giảng cho các học trò, tức là chi tiết và qui trình này có bảo tồn năng lượng không, đại khái như khi mình đun nguyên liệu thì nhiệt độ có được bảo tồn không. Tui cũng trả lời đại khái chớ thực ra tui không hiểu ông muốn hỏi cái gì.

Sau đó ông Bộ Trưởng mời tui đến nhà để uống trà. Căn nhà khá lớn, chắc là hồi xưa nhà của một vị quan Pháp nào ở. Tui lầm. Thực ra nhà thì rộng mà chia ra gần như là 10 hộ ở (mười gia đình), ông Bộ Trưởng được 2 phòng, nhà rất nóng (vì mùa hè) nên có 4 quạt đứng chạy vù vù, vừa vào nhà là đóng cửa liền vì sợ người ta thấy rồi phê bình như ông cho biết. Buổi uống trà mất gần 2 tiếng và tui không thể nào cạn được tách trà vì nó đắng quá trời.

Một Niềm Vui Nhỏ

Xe đi về càng gần Sài Gòn thì tiện nghi cuộc sống càng tốt hơn. Hơn 20 năm miền Nam vừa chống lại cuộc chiến tranh phá hoại vừa xây dựng được các tiện nghi cho cuộc sống tui phải thừa nhận là miền Nam hết sức tuyệt vời.

Về tới nhà gặp lại gia đình thì không có nỗi vui mừng nào bằng. Mới có mươi ngày mà thấy như con cái lớn hơn vợ đẹp hơn và với kết quả của cuộc đi Hà Nội thì vô cùng sung sướng.

Mấy hôm sau thì gặp lại ban giám đốc Xí Nghiệp Đời Tân và tui trình bày kế hoạch xây dựng nhà máy sản xuất chrome oxide và chi phí cho nhà máy, máy móc và dĩ nhiên là tiền công cho tui. Với tiền công này thì cần 6 tháng làm việc gia đình tui sống với sinh hoạt hiện nay đủ cho 20 năm nữa.

Theo ước tính và đề nghị của tui là nhơn dịp này dời nhà máy hiện nay ra cơ sở mới vì nhà máy ở trung tâm thành phố Sài Gòn vừa không có lợi vừa ô nhiễm và chuyên chở đi lại rất khó khăn. Nhà máy chrome được chọn ở Hóc Môn, bên cạnh kinh Tham Lương, và tui đề nghị là trên 5 mẫu đất ruộng. Ruộng ở đây không trồng trọt được (bỏ hoang) vì nước mặt bị ô nhiễm nặng, phèn sắt nổi lên khi trời nắng nóng, cho nên ruộng được phép bán làm đất thổ cư xây dựng nhà máy. Trước hết là đổ đất lấp nền sao cho cao hơn mặt đường, hạ thế điện xuống 220 volt, đào giếng (đóng giếng sâu 200 mét), làm hệ thống cống thoát nước và hồ để xử lý nước thải trước khi xả ra kinh. Kế hoạch được chấp thuận là chỉ trên 2 mẫu đất thay vì 5 mẫu, một quyết định mà sau này Xí Nghiệp vô cùng hối hận khi kinh tế phát triển.

Trong thời gian xây nhà máy thì có thêm một dịp may. Số là có một sĩ quan đi cải tạo về do người bà con nhờ giúp đỡ, anh này có gia đình và 6 người con, nhà thì che tạm một mái tranh và vợ bán bún bò Huế, cuộc sống vô cùng khó khăn. Có 1 hôm một người ở Bảo Lộc, Lâm Đồng do Liên Hiệp Xã giới thiệu nhờ xem coi có thể giúp mua một loại đá do Xí Nghiệp Đá Bảo Lộc khai thác mà xí nghiệp này nghèo đến nỗi không nuôi nổi khoảng 20 nhơn công (vì đá khai thác không có nơi tiêu thụ.) Tui nhờ anh sĩ quan này đi Bảo Lộc lấy mẫu đá về. Xí Nghiệp Đá khai thác trên một mạch đá thạch anh khá lớn (thạch anh hay silic là đề tài thứ 2 của luận án tiến sĩ của tui), như vậy tui có thể nhận anh sĩ quan này và 2 đứa con trai vào làm việc. Cũng nói thêm là gia đình anh sĩ quan này hiện nay định cư ở Los Angeles và khi tui có dịp thăm thì rất khá ổn định. Nhắc lại với nhau những kỷ niệm cũ ai nấy cũng bùi ngùi xúc động và anh hỏi tui sao không làm nhà máy, anh sẽ vào làm.

Tui đến một xí nghiệp đang hợp đồng với khách Đài Loan cung cấp cho họ sản phẩm ferro-silic, xí nghiệp này đang gặp khó khăn vì không có đủ nguyên liệu, nhứt là đá silic. Tui xin nói sơ về ferro-silic là một nguyên liệu rất cần trong luyện chất chống mòn, luyện thép (gồm silic + than coke + sắt), chứa 15-90% silic. Khi tui tiếp xúc xí nghiệp này bên Khánh Hội thì họ mừng như bắt được vàng mà tui cũng mừng muốn khóc luôn. Xí Nghiệp Khánh Hội hợp đồng mua liền 100 tấn theo mẫu silic này. Đá này chở đến nơi thì tui nhờ 3 cha con anh sĩ quan này lựa chọn, bỏ các tạp chất khoảng 5% rồi giao cho xí nghiệp. Hợp đồng này rất dễ ăn và giao được trên 200 tấn đá silic. Mọi người đều vui vì Xí Nghiệp Đá Bảo Lộc có việc làm, gia đình anh sĩ quan này cũng có việc làm và xí nghiệp làm ferro-silic cũng đủ hàng giao cho khách Đài Loan và tui cũng có lời.

May mắn đến quá bất ngờ!

Đến khoảng cuối năm 1988 thì tui đã hoàn tất hợp đồng với Xí Nghiệp Đời Tân và trong 20 ngày hệ thống đạt sản xuất trên 250Kg chrome oxide, như vậy yêu cầu đã đạt hơn mức quy định (2,000 kg/năm.) Sau đó thì có 3 việc xảy ra. Một phái đoàn 5 người miền Bắc được gởi vào để quan sát việc làm ở Xí Nghiệp Đời Tân này. Họ chụp hình lấy mẫu và hỏi thăm các nhơn công để xem "có thực làm ra chrome oxide hay không", sau là để nghiên cứu. Ban giám đốc xí nghiệp rất khó chịu song vì là cơ quan trực thuộc của Bộ nên đành để cho họ làm. Thực sự khi họ hỏi tui thì họ nói theo tinh thần xã hội chủ nghĩa mình phải giúp nhau, phải nói thật các cách làm, các thông số kỹ thuật... Giám đốc xí nghiệp nói không có tinh thần nào hết mà chẳng qua là ăn cắp nghề và nói với tui là trả lời họ đại khái thôi. Riêng tui, tui biết là tổng quát xem thì dễ, mà thực tế thì có nhiều chi tiết rất phức tạp về điện, về cơ học, về hóa, về nhiệt...

Việc thứ 2 là mấy hôm sau có 2 người được 1 công nhơn của xí nghiệp tìm tui và đề nghị giúp làm cho họ một dây chuyền sản xuất tại Thanh Hóa. Tui trả lời là tui không có quyền và nên hỏi Ban giám đốc xí nghiệp xem.

Sau 1 thời gian thì ở Liên Hiệp Xã có gởi xuống 1 người Tàu, nói rằng muốn cho không chrome oxide 1,000kg mỗi năm và làm sản xuất chi cho mắc công nên ngưng lại thì tốt hơn. Xí nghiệp không đồng ý và tiếp tục việc sản xuất.

Sau khi hoàn tất hợp đồng với Xí Nghiệp Đời Tân và với Xí Nghiệp Khai Thác Đá Bảo lộc, tui thấy nên giảm dần các công việc vì nghe nói sắp cho phép xuất cảnh theo diện bảo lãnh. Điều làm tui suy nghĩ là gần 40 anh em đã làm với mình bao lâu nay sẽ ra sao nếu gia đình tui ra đi. Điều hành một cơ sở kinh doanh đòi hỏi mình phải có kiến thức, phải có sáng tạo, biết nhanh tay chụp lấy cơ hội và khó khăn là anh em làm với tui đều được mức lương khá cao nay làm nơi khác họ sẽ khó khăn. May là trong nhóm anh em thì có người cũng hy vọng được xuất ngoại. Sau đó tui cũng được biết tin gia đình một người bạn trước khi xuất cảnh là giám đốc Tôm Đông Lạnh xuất khẩu, khi ra phi trường cùng với gia đình thì bị giữ lại lý do vì là người trí thức và tài năng. Tui cũng hơi lo.

Đời Tui Có Bốn Lần Ngu

Trong cuộc đời tui, tui bị cho là ngu ít nhứt là 4 lần. Lần đầu khi xuất cảnh đi Canada, bạn bè nói mầy làm ăn ở Sài Gòn quá thành công. Mầy có một tổ hợp với 4 cái xưởng sản xuất ở Quận 8, Bình Thạnh, Quận 6, Phú Nhuận và với 40 nhân công, được nhiều người hợp đồng, cố vấn kỹ thuật cho 3, 4 xí nghiệp nhà nước, mầy có nhiều máy móc, nhiều sản phẩm độc đáo lại bỏ hết ra đi. Qua đó mầy chỉ làm cu li hay chạy bàn nhà hàng... Thế có phải là không khôn ngoan (NGU) không? Trong lúc các bạn bè dạy học ở Đại Học với mầy trước 75 thì đói khổ, vất vả, thì mày lại giàu có, nhà có TV màu, con học đàn piano... Họ quên một điều là trong hộ khẩu của tui có viết chủ hộ đi cải tạo, là tù vượt biên, và nơi lý lịch 2 con trai của tui là vượt biên theo cha mẹ, họ đâu biết là nhà cửa tui bị tịch thu trước đây, gia đình anh em tui tan tác, bạn bè, bà con tui người nào cũng ốm o, nghèo khổ. Họ đâu có biết 2 con tui đi học hễ trời mưa là lớp bị ngập lụt phải nghỉ học, bài vở thì không ra gì, đầu thì đầy chí vì bị lây, người ta phân cho 2 con tui vào những lớp học không ra lớp (trưng dụng nhà để làm trường học), bị bịnh thì van xin bác sĩ bồi dưỡng cho con 1 hộp sữa, thầy cô đói meo, ốm nhom ốm nhách. Họ đâu biết rằng tui phải trả tiền nhờ một cán bộ làm giùm sổ sách mà họ cũng là người kiểm tra sổ sách của tổ hợp của tui, và một cán bộ lo việc ngân hàng (để mỗi lần làm đơn xin lãnh tiền không phải nhận mấy bao toàn là tiền rách, tiền nhỏ, chưa kể là thiếu mất, chưa kể là đơn xin phức tạp, xin một đường, duyệt cho 1 nẻo, đủ mọi thứ hành tội.) Mỗi lần xin hợp đồng là phải ký thêm một hợp đồng miệng với công ty hay xí nghiệp, khi giao hàng thì phải trả nước, lì xì, nếu không thì không nhận hàng, vì vậy tui có mướn 1 người phải biết nhậu, biết lì xì kín đáo, biết chỗ chơi bời. Họ đâu biết tiền tui có là do tui bán sự hiểu biết của mình chớ làm sản xuất thì chi phí tào lao nó ăn hết. Thí dụ như Cơ Sở Sản Xuất Lu ở Búng không còn bột màu cho vô men là ra cái lu màu da lươn, ông chủ lò nói trước đây họ nhập bột từ Đài Loan, Pháp... Tui làm cho họ nửa kí lô, sau khi thử, ông chủ đồng ý mua độc quyền và ứng trước 50%, số tiền này đủ cho gia đình tui sống mấy năm. Tui có mấy tài lặt vặt như sản xuất ra sỏi sạn từ đá và sạn sỏi này đẹp hơn sạn sỏi thiên nhiên 1.000 lần, đủ màu sắc, có thể trộn theo tỷ lệ trắng, đen hay xanh đen... Nói chung khi nghiên cứu làm luận án, tui có dịp học hỏi, đọc sách phần lớn ngoài bài vở chuyên môn, tui chú ý nhiều đến việc sử dụng, chế biến và các máy móc chuyên môn để làm ra tiền của. Nếu bạn bè tui biết thì chắc họ không nói quyết định của tui ra đi là ngu nữa. Có lần 1 xí nghiệp khai thác gỗ mướn tui đi Nam Lào theo trục Mường Phin - Tchepone (Xépôn) để tìm vàng và đá quí cho họ. Tui nhận lời vì trước đây tui có dịp đến làng Hợi Lộc ở Miền Trung và đã tìm thấy 54 lỗ khoan dầu hỏa (đi với phái đoàn Liên Hiệp Quốc) nơi mà một kỹ sư Pháp khám phá ra dầu thiên nhiên lấp lánh trên mặt nước ở gần đó. Theo kế hoạch họ vạch ra là túi dầu sẽ đi về trục Mường Phin và vùng 3 biên giới Việt -Miên-Lào. Sau đó thì Công ty này phá sản vì kỹ sư của họ đạp phải mìn của Việt Minh chết, họ phải thường tiền. Mà nếu gặp túi dầu thì phải thương lượng với Miên-Lào rất phức tạp nên họ đình lại.

Trong Chủ Nghĩa Tư Bản

Kéo Cày Lần Đầu

Ngày 30 tháng 4 năm 1990 là ngày tui quyết đi làm. Tui còn nhớ rõ Cha Tuyên đã cầu nguyện và dặn dò cho gia đình tui khi ra đi cho nên tui an tâm phó thác. Hôm đó Toronto trời nắng đẹp, tui dự lễ 30-4 và gặp được em trai của một người bạn thân và giúp tôi xin được việc làm ở một công ty chủ là người Đức. Mấy tuần trước làm ở tiệm tạp hóa chỉ 5$/giờ, nay được 12$/giờ, tui rất mừng đến khóc được khi báo tin cho vợ tui. Dù làm người giúp việc chung chung như quét dọn, hốt rác... tui rất vui mà làm. Như vậy tui có thể có đủ tiền để sống rồi. Công ty này là một tòa nhà rất lớn. Được người xếp và ông chủ dẫn xem toàn xưởng, qua mỗi khu họ cho tui biết là khu này làm gì và tui thấy có người liếc mắt nhìn tui (ma mới) song ai nấy đều chăm chỉ làm việc. Mọi người đều là dân tứ xứ, khác tui. Không gian ồn ào, dồn dập không thư thả tà tà khoan thai như ở Sài Gòn. Có lẽ mọi việc diễn ra trước mắt là từ bàn tay cầm viết, cục phấn nay là tay cầm chổi, xẻng, với tiếng máy dập, máy cưa cắt, khung trời hoàn toàn khác hẳn. Một điều nữa là khi bước ra khỏi nhà không còn được nói tiếng Việt. Tui có cảm nhận là một xã hội hoàn toàn khác lạ. Sau đó người xếp của tui chỉ cho tui công việc tui phải làm, các nơi tui phải làm, giờ nghỉ ngơi, ăn trưa và giờ về. Xếp là một người Nga, tiếng ông nói dễ nghe cũng như ông chủ Đức. Sau khi làm vài tuần ông xếp chuyển tui qua sử dụng một máy cắt sắt cung cấp cho các máy dập, máy tiện. Máy cưa được điều khiển bằng program, các thanh sắt to, dài được nâng bằng cần cẩu và đặt vào máy cưa. Xếp chỉ tui cách làm, cách nhận giấy đặt hàng, làm sao làm cho nhanh và chính xác. Mỗi ngày tui đến chỗ làm và về mất từ 3 đến 4 giờ, song tui không cảm thấy mệt vì có tia sáng cuối đường hầm.

Kế Hoạch Làm Lại Cuộc Đời

Dù có việc làm song lòng tui có nhiều băn khoăn trắc trở lắm. Nhiều đêm có nhiều câu hỏi làm tui không ngủ được. Phần tui đã tàm tạm ổn, vợ tui cũng có việc làm song lúc nào cũng buồn cũng sụt sịt khóc. Phần nhớ gia đình, phần ở Việt Nam thì cuộc sống dù sao cũng ít bận rộn có giờ học tiếng Anh, học làm bánh, có bạn bè, các em để tâm sự, chuyện trò. Tui phải cố gắng tỏ ra vui vẻ, hy vọng tương lai, và vững mạnh. Hai con trai dù không biết tiếng Anh, qua thông dịch cũng thi test để xếp lớp. Về Toán thằng lớn đủ điểm vào Đại Học. 2 đứa 17 và 15 được nhận vào lớp 10, như vậy phải 3 năm học mới xong Trung Học và các tín chỉ OAC (sau này Canada bỏ) thì mới được vô Đại Học. Tui và vợ tui đến trường và được bà

Hiệu Trưởng cho biết nên học thêm Anh văn và rèn luyện đức tính trách nhiệm cho 2 cháu. Tui vẫn khuyến khích 2 con phải cố gắng và phải luôn rèn luyện đạo đức. Ở Sài Gòn dù hoàn cảnh khó khăn, 2 con tui đã theo các Sœur học giáo lý 10 năm trời, giúp lễ (để biết sai, đúng), học đàn để tâm hồn trong sáng, học võ, học bơi lội để rèn luyện cơ thể, đó là căn bản. Sau 3 năm học, mỗi năm học 12 tháng, không nghỉ hè và thằng lớn học thêm bơi lội và tốt nghiệp Lifeguard, 2 đứa khi rảnh làm đủ nghề như bartender, làm data entry job, bắt trùn, bán xe cà rem, chùi ống khói... và nhứt là làm thiện nguyện như Tutor Assistant trong lớp, giúp các bạn học kém, cuối cùng tốt nghiệp Trung Học với nhiều giấy khen và được nhận vào Đại Học Toronto và Waterloo. Có người góp ý là 3 năm học Trung Học không đủ tiếng Anh theo 2 Đại Học này đâu, đừng trèo cao, té nặng hoặc liệu cơm gắp mắm... Ý là nên chọn các Đại Học thường thường và các môn dễ dễ. Tui không nghĩ như vậy và suy nghĩ Đại Học họ nhận là họ biết theo học được và khi hỏi, 2 con tui nói tụi con là thợ học, không có gì Ba phải lo. Càng khó càng khoái. Nghe quá đã!

Trở lại khi tui đi làm, trong giờ nghỉ, tui hay làm quen mời cà phê các người cùng làm, lúc nào tui cũng tỏ ra phục tài nghệ của họ và cố vạch ra cho tui con đường ngắn nhứt để tiến thân. Nhờ đó tui cũng được biết anh đang chạy máy tiện là kỹ sư ở nước họ, anh kia là ca sĩ, có anh đang chà giấy nhám các khuôn nhôm là kỹ sư hàng không tốt nghiệp ở University of Karachi (Pakistan.) Biết được như vậy làm cho việc ray rứt trong lòng tui vơi bớt rất nhiều. Gặp thời thế, thế thời phải thế. Khi làm việc tui luôn mở to mắt nhìn, tìm hiểu, suy nghĩ, học hỏi. Sau cùng tui tìm ra công thức: phải có 1 nghề vững chắc, nên phải học, phải có bằng cấp chuyên môn và phải làm được việc.

Tiếp theo là phải giải quyết được thất nghiệp. Đây là việc ai đi làm cũng lo sợ và luôn bị ám ảnh. Thất nghiệp là chuyện rất thông thường. Cuối cùng tui cũng tìm ra công thức: muốn có việc làm, không chờ đến bị thất nghiệp, khi có việc, phải nghĩ đến khi thất nghiệp, phải luôn cải tiến kiến thức, học thêm cái mới, phải tìm biết những công ty, hãng có những công việc gần giống như việc mình đang làm, nơi nào tốt, lương cao. Mỗi năm có 2, 3 tuần nghỉ phép, nộp resume, nhiều khi xin làm thử 2 tuần không lương, nếu Công ty trả lương cao thì nhảy hãng.

Ngoài ra tui biết có nhiều văn phòng chuyên tìm việc làm thời vụ hay toàn thời gian (full time jobs) từ job cu ly, cho đến kỹ sư, từ 7-8$/giờ cho đến 100K, 200K/năm, ở khắp nơi, Canada, Mỹ... Song tui cũng biết muốn họ chú ý tới hồ sơ mình thì gặp người phụ trách của mình và nói nếu tìm có job tốt thì sẽ thưởng công hậu hỉ. Tui cũng hiểu các VP tìm việc này được các công ty, hãng biết và tìm người giỏi cho họ, khỏi phải đăng báo (7-80% jobs không đăng báo), không cần tổ chức, mướn người phỏng vấn tốn tiền, còn nhận người ở các văn phòng tìm Job mà xài được thì nhận, nhận một lần 3-4 người, lựa người giỏi thì lấy, không được thì trả lại văn phòng này, không có gì phiền phức với luật Lao Động... Sau này tui cũng hiểu thêm một chút, một phần cái xã hội ở Bắc Mỹ này. Bản tính của tui thì hay nhìn và nghiên cứu nhứt là đọc sách, đọc báo, đọc các sách của các đại gia viết, cách suy nghĩ, cách đi lên của họ... Tui đọc sách không phải biết câu chuyện của họ mà học cách giải quyết của họ, làm sao từ thất bại mà họ đứng dậy được, trong đời này có sự may mắn không. Phải nói là sách báo cho nhiều thông tin, hiện tại và tương lai gần, nhiều bài học rất thực tế cũng như các quảng cáo trong báo giúp cho tui có cái nhìn chung chung về công việc làm hiện tại ở nơi tôi đang ở.

Đọc Báo Và Nhìn Đời Để Học Hỏi

Mỗi ngày phải đọc báo. Ở Toronto có 2 tờ báo lớn, một tờ viết dễ nhắm vào các độc giả bình dân, trình độ từ lớp 9 trở xuống, hình nhiều, chữ ít (tờ SUN) và một tờ cho người đọc khoảng lớp 12 trở lên (tờ STAR), làm sao biết được như vậy? Mỗi ngày đi xe bus nhìn những người mua, đọc báo thì tạm biết được, phần đăng về việc làm cũng cho tui đoán được, ngoài ra các bài viết tin tức, bình luận cũng giúp hiểu 1 phần. Tui mua báo STAR dài hạn cho đỡ tiền, mục đích để học thêm tiếng Anh, cho cả nhà đọc để biết tin tức về thời tiết, nóng lạnh mỗi ngày, tôi mua báo này suốt 24 năm khi sống ở Canada. Ngoài ra khi có xe hơi mỗi ngày tui nghe tiếng Anh đi về khoảng 1 giờ rưỡi, tui biết tiếng Anh cũng là 1 trong những chìa khóa của thành công. Khi có thể, tui đi nghe các diễn giả nói về nhiều vấn đề như chính trị, kinh tế... Tui thích nghe về kinh tế hơn. Nhờ đó tui học và biết được có các trung tâm tiểu thương của chính phủ giúp cho người có tay nghề đặc biệt có chỗ để làm, chỉ cách làm business plan, mượn tiền nhà bank, cách tìm khách hàng... Một số những tiểu thương phát sinh từ các trung tâm này. Có 1 lần một diễn giả kinh tế hỏi các người tham dự là ai biết làm hamburger và so với McDonald's thì ra sao? Hầu hết đều cho là ngon hơn nhiều nhiều lắm. Diễn giả hỏi sao bây giờ các anh còn ngồi đây? Ông nói đưa một sản phẩm ra thị trường là 1 việc không đơn giản. Phải hệ thống hóa 100, 1000 cái phải ngon y chang như nhau, còn phải vệ sinh, giá cả... Như vậy phải có tài năng đặc biệt hay phải có nhiều $ để thuê mướn người tài năng, tui chưa có gì hết nên phải làm công. Dần dà về sau tui khám phá ra nhiều cái khác các nhận xét lúc đầu của tui.

Lên Đời Làm Thợ Tiện

Sau hơn nửa năm làm thợ cưa sắt thì một hôm tui được gọi lên văn phòng. Ông giám đốc và kỹ sư phụ trách xưởng sau khi hỏi về khả năng toán học của tui mới cho biết ngày mai tui sẽ đổi chạy máy tiện. Sáng hôm sau tui đứng trước một máy tiện do Nhựt chế tạo, máy này to, dài trên 10 mét có gắn 24 dụng cụ cắt, phay, khoan, làm răng... Đứng trước máy tui thấy mình quá bé nhỏ, trước mặt là một hộp trên đó có khoảng trên 50 nút đủ hình dạng, màu, bên cạnh là một màn hình màu với các dòng của một program đang chạy. Người xếp phụ trách 5 cái máy chỉ cho tui việc phải làm là chỉ được đụng vào nút Start (xanh) và Stop màu đỏ. Anh ta lấy viết khoanh 2 cái nút xanh đỏ này và tui chỉ được bấm chúng. Vài ngày thử, theo dõi, tui được chính thức chạy máy. Sau đó tui hỏi xếp tui sách hướng dẫn song bị từ chối. Tui bèn ghi tên máy, nơi sản xuất và gởi 1 lá thư cho hãng sản xuất tại Nhựt ca tụng máy này quá tuyệt vời, nhờ đó tui có những sản phẩm giá trị, và xin sách hướng dẫn cho máy. Bất ngờ ngoài mong ước là sau hai tuần tui nhận được 2 bộ sách hướng dẫn và chỉ cách sử dụng. Tui lại nhận được khoảng 10 tập sách bằng tiếng Pháp do em tui bên Pháp gởi. Ngoài giờ làm, dạy 2 con học tui vùi đầu đọc sách. Nhờ 2 con vô trường hỏi Thầy có trường nào dạy về máy này, nhờ đó tui có tên trường dạy nổi tiếng về các máy CNC (Computer Numerical Control) công nghiệp. Công việc hãng quá nhiều và hãng mở thêm ca sáng, chiều, và tối. Tui được chuyển qua ca 3. Và tui đi học 3 ngày/tuần buổi sáng, còn tối đi làm. Tui rất hăng nên ít thấy mệt, ngủ bù vào weekend. Càng lúc trí tui càng mở không chỉ có ngành địa chất công nghiệp mà còn có nhiều ngành cơ khí rất hiện đại. Mỗi ngày tui ghi chép việc làm, hết tập này sang tập khác. Sau một năm tui có bằng lái và mua một xe Honda Civic và gia đình tui có 6 người, vợ chồng, 2 con, Má tui và Dì tui mới được qua. Bây giờ đi làm, đi học, chở gia đình rất đỡ tốn giờ, cuộc sống dễ thở.

Vừa Làm Vừa Học - Học Nữa

Sau khi học xong 3 năm, tui xin làm việc ca chiều và được xếp đồng ý. Tuy nhiên dưới sự chỉ huy của 1 xếp Ấn Độ. Tay này cũng khoanh cho tui chỉ được xài nút xanh và nút đỏ. Có một hôm tui chỉnh sửa program và bị tên xếp biết được cho là vi phạm, đưa lên VP để cho tui thôi việc (đuổi.) Khi đó tui gặp giám đốc, con trai giám đốc, kỹ sư trưởng xưởng, và xếp Ấn Độ. Khi đi tui hơi lo song tui nhớ lời Ba tui hay dặn khi ở Sài Gòn nhà có chuyện bất ngờ xảy ra như bị cúp điện là bình tĩnh, chuyện đâu còn có đó. Tui đọc kinh xin Đức Mẹ giúp đỡ và yên tâm. Sau khi xếp Ấn Độ trình bày tội của tui, đứa con giám đốc (phó giám đốc) hỏi tui tại sao sửa program, tui trả lời là tui biết làm. Xếp Ấn Độ nói có bằng chứng gì không và sau đó tui được cho về nhà (hôm đó có lương) về nhà sớm để cho gia đình yên tâm tui nói máy hư nên được về sớm. Tui lấy hồ sơ đi học gồm 6 credits và một certificate do trường College cấp và có kèm theo 6 cái hóa đơn. Hôm sau tui trình bày mọi thứ kèm theo logbook (nhựt ký) tui ghi mỗi ngày số sản phẩm tui làm, thường nhiều hơn và chính xác hơn người khác. Cuối cùng tui được kỹ sư trưởng nói với xếp Ấn Độ không nên stop tui và sau đó giám đốc nói là ông đã khuyên mọi người đi học thêm việc mình đang làm, dù công ty trả tiền học (phải pass) mà cho đến nay chỉ thấy tui đi học mà thôi. Sau đó tin vui là tui được trả lại hết học phí. Vì vậy, tui tự do chỉnh sửa mọi thứ trên máy và tui học thêm được rất nhiều. Chuyện xảy ra cũng làm cho xếp Ấn Độ không vui, và từ đó tui nghĩ là nên tìm công ty khác. Dịp may khi tui được nghỉ holidays 3 tuần, tui liền lên văn phòng tìm việc làm, văn phòng này có mặt trên nhiều thành phố ở Canada và Mỹ. Tôi nộp resume và sau khi phỏng vấn tui cám ơn và không quên tặng cho người phụ trách 200$. Anh ta rất vui và là sinh viên làm thêm và hứa sẽ cố gắng giúp tui có chỗ làm tốt. Tui thấy khi có việc làm nên học thêm và nghĩ cách tự mình lên lương cho mình (nhảy hãng), không nên đợi khi bị sa thải mới kiếm việc làm, dù có lãnh tiền thất nghiệp song nhiều căng thẳng lắm. Tui cũng hiểu học thêm thì có 2 cách, học lên cao như có B.S. thì học M.S., Ph.D., còn học rộng thì học thêm những môn học mới có dây mơ với việc mình làm (có khi lương còn cao hơn cách 1) và tuyệt vời nhứt là thêm một nghề nữa như học địa ốc, khai thuế, dịch vụ di trú,... Nhiều lắm, có 2 incomes là đỡ lo. Viết các dòng này tui nhớ đến chuyện chàng viết mướn thành Phi ren zê trong sách đầu giường Tâm Hồn Cao Thượng (Hà Mai Anh dịch)... Ngoài việc sở ra, cha cậu còn nhặt việc ngoài để kiếm thêm. Cha cậu phàn nàn vì lớn tuổi làm việc đêm khó nhọc, vì vậy cậu muốn làm phụ cho cha... Sau khi khám phá ra cậu thức khuya giúp cha cậu... "Đã 4 tháng nay nó không ngủ để làm việc thay ta, ta đã phụ bạc la rầy vì học kém trong khi nó kiếm gạo nuôi gia đình", rồi ông bảo mẹ nó hãy hôn con đi... Đọc chuyện này khi học ở Taberd Sài Gòn, nước mắt tui chảy dài trên má, tui thấy thương Ba tui lắm và tôi tự nhủ sau này sẽ lo cho các con đầy đủ để cho các con không phải lo lắng bận tâm gì ngoài lo việc học hành. Vì dịch virus nên tui lo cho 2 cháu nội học hành ở nhà. 2 đứa ham chơi, học lơ là lắm. Tui gọi 2 đứa (8 và 6 tuổi) lại và nói tụi con biết không, tụi con ăn bằng miệng, thức ăn làm cho tụi con cao lớn ra, còn tụi con học là tụi con ăn bằng mắt. Đứa nhỏ hỏi mắt đâu có răng mà ăn rồi nó đi đâu hả ông Nội? Tui nói là so sánh thôi, khi con học nó qua con mắt của con nó đi vào óc của con, xe hơi, nhà cửa tiền bạc thì người ta có thể lấy đi, còn những gì con học ở trong đầu thì không ai lấy được và con sẽ dùng được suốt đời. Cho nên đừng quên ăn dù bằng miệng hay bằng mắt nha. Sau khi đó thì 2 đứa nhỏ chăm chỉ học. Đối với con nít thì nên giúp cho tụi nó hiểu (bằng những thí dụ cụ thể) thì tụi nó sẽ làm theo. Giải thích cho con cái bằng thí dụ dễ hiểu, tình thương thì hiệu quả hơn la om xòm, đập bàn đập ghế, lớn tiếng... Thằng 8 tuổi học đàn piano được 2 năm, nó đàn rất khá song mỗi ngày đàn nửa giờ thì đôi khi nó... quên. Tui nói "Con dạy cho em con, mỗi lần ông Nội trả cho con 10$ (bằng mỗi lần đi ăn Mc Donald)", và tui nói với nó "Con thấy sự hiểu biết đàn của con giúp đã giúp cho con rồi đó." Nó nói "Đã vậy sao ông Nội!"

Phỏng Vấn Việc Làm Mới, Nghỉ Việc Cũ

Một hôm tui về nhà thì nhận được tin văn phòng tìm việc làm báo cho biết tui sẽ có 3 phỏng vấn vào tuần sau. Mau quá mới đây có mấy hôm là có jobs đang chờ tui. Đúng biết dùng tiền đúng chỗ thì rất là hiệu quả. Sau này tui giúp các bạn tui tìm việc làm khi họ cần. Trong thư gởi của văn phòng có cho tui biết sẽ gặp ai và phỏng vấn khoảng 1 giờ. Từ hồi mới qua Canada chưa có hiểu biết nên chỉ tìm việc làm trên báo. Đa phần là tìm ở mục general helper mà phải mua báo thực sớm vì có nhiều người tìm việc này như tui vậy. Sau này thì ngoài các văn phòng tìm việc làm tui tìm đọc những mục người ta cần người có chuyên môn, có kinh nghiệm và có tên như CNC programmer, nơi đăng tin thì to hơn, chỗ đăng trên báo thì trang trọng hơn.

Trong 3 nơi tui chọn một công ty lớn của Mỹ đầu tiên. Khi tui vào thì chờ một chút có người đưa tui vào xưởng, xưởng lớn lắm, tui thấy có nhiều máy, lớn có vừa vừa có... Tui được đến trước một máy to hơn máy tui đang làm ở hãng cũ. Máy này cũng mua ở Nhựt và có mang 99 dụng cụ như cắt, khoan, làm răng,... sắp trên một vành tròn như bánh xe tăng vậy. Có 3 người phỏng vấn tui, đầu tiên là họ biểu tui mở máy, chuyện này thì dễ. Sau đó thì họ biểu đọc bản vẽ, gọi program, tui làm mọi thứ đều tốt. Thế là tui được nhận và mức lương cao gần 2 lần hãng cũ. Tui mừng quá và hẹn 1 tuần nữa sẽ bắt đầu. Lý do là tui phải xin nghỉ hãng cũ. Khi ra về lòng tui vui buồn lẫn lộn, vui vì có lương cao, mà buồn là nói làm sao với giám đốc hãng cũ đây? Chính nơi đây 5 năm qua đã giúp tui có việc làm có tiền mua gạo cho gia đình, giúp tui từ một người không có nghề ngỗng gì mà nay ăn nói làm sao để khỏi mang tiếng vô ơn bạc nghĩa. Cái nếp suy nghĩ trước đây đã cắn rứt lương tâm tui làm nhiều đêm tui không ngủ được.

Hôm đi làm cố gắng lắm tui mới dám nói với giám đốc là tui xin nghỉ việc. Ông hỏi tui lý do, do dự mãi tui mới nói lắp bắp là tìm việc mới rồi và ông hỏi tui họ trả cho tui bao nhiêu, tui nói ra và nghĩ sẽ bị ông la rầy dữ lắm song ngược lại ông làm tui ngạc nhiên vô cùng là ông vui vẻ ôn tồn chúc tui may mắn với nơi mới. Tui quá sức ngạc nhiên, cảm động đến rưng rưng tui nói lời cám ơn ông rất rất là nhiều trong xúc động nghẹn ngào. Ông bảo không nên nghĩ như vậy, tui làm việc ông trả tiền cho tui đầy đủ vậy là sòng phẳng, công bằng, hồi xưa đi làm mướn ai trả ông lương cao thì làm, ông nói ông hiểu những người di dân như tui, hiểu những khó khăn, hiểu cách suy nghĩ của họ. Quả thực tui học được nhiều quá ở con người, ở xã hội mới này. Cảm ơn Trời, cảm ơn người gia đình tui, con cái tui may mắn đã được sống ở nơi này.

Học Chăm Sóc Người Già

Sau khi được công ty mới nhận vào, tui làm Machine Programmer cho Raychem Part của công ty Tyco Electronics và công ty Tyco International. Ngày đầu ban giám đốc giao cho tui 1 bản vẽ và bảo tôi làm 1 program (vẽ lại trên computer bằng CAD và dùng MasterCam để làm program), sau đó set up và chạy một mẫu đầu tiên. Tất cả khoảng 2 giờ mà trong giấy họ cho tới 4 giờ. Trắc nghiệm xong, tui được phụ trách 5 máy.

Một hôm, đọc báo tui được biết một thông báo Hội Người Việt sẽ cấp học bổng cho một người đủ điều kiện (sau khi được trường College phỏng vấn) để theo học chương trình dạy HCA (Health Care Assistant - chăm sóc người già) tại George Brown College, tui nghĩ nhà tui có 2 bà cụ, Má tui và Dì tui cũng đã già mà tui chưa biết săn sóc làm sao nên tui xin theo học và sau đó xin làm việc buổi chiều ở công ty. Khóa học này là 2 năm được rút lại 1 năm rưỡi (không nghỉ hè) và sau đó phải thực tập tại các Nursing Homes và Hospitals 3 tháng. Người ta dạy nhiều lắm, tâm lý người già, sự tôn trọng phẩm giá của họ, có người là bác sĩ, là dược sĩ, công chức... và họ đã đóng góp nhiều cho xã hội khi còn trẻ, các cách săn sóc, giúp ăn uống, cách nói chuyện...

Phải nói người già ở thành phố Toronto được chăm sóc rất rất chu đáo vô cùng và nếu vào ở chỉ trả 1 phần chi phí và chính phủ trả 2 phần cho Nursing Home. Nhờ đó tui được hiểu thêm về cách săn sóc người già và được hiểu hệ thống Nursing Home ở Canada, có loại mỗi người 1 phòng, hay 2 người 1 phòng có TV, phone như ở nhà, nghe nhạc (Việt Nam nghe cải lương) và được theo dõi 24 giờ do y tá và bác sĩ trực đêm. Có loại ở khu tốt, khu bình dân và chia tầng 1, 2, 3, 4 tùy theo tình trạng sức khỏe của người già. Người già được săn sóc vệ sinh rất sạch sẽ, khám bịnh, uống thuốc và hớt tóc, uốn tóc, cắt móng tay, nghe nhạc, xem film, mừng sinh nhật, được dạo phố, đi mua sắm... vì hầu hết các Nursing Homes ở gần các malls, khu thị tứ.

Điều Khiển Máy Tiện

Sau khi học chăm sóc người già xong tui xin đổi lại làm ca sáng vì làm ca sáng thì học hỏi được nhiều hơn và được văn phòng biết việc mình làm. Tui rất thích học hỏi (mơ ước có dịp mở hãng) nên học thêm lái xe nâng hàng và một số khóa học như an toàn lao động, cải tiến việc làm, cách tránh và xử lý tai nạn lao động cấp cứu khi có tai nạn, băng bó cứu thương, phòng cháy, tổ chức và quản lý, phân công việc, phỏng vấn người xin việc... Tất cả do công ty tổ chức và trả. Rất ít người tham gia vì phải học bài, làm bài, về trễ, phải thi...

Trong thời gian phụ trách 5 máy tui thấy gần đó có 1 cái máy mà phải mướn 1 kỹ sư bên ngoài đến điều khiển. Đây là một máy của Mỹ, program cho máy khác với máy của Nhựt. Program này tui có dịp học ở trường, hơi khó hơn progam cho máy Nhựt, ít ai học vì nó vừa khó và không phổ thông. Tui về và đọc lại loại program này. Sau đó, tui làm quen và biết kỹ sư này sắp nghỉ hưu. Ông ta hỏi tui có biết chạy máy này và biết program này không. Máy này chạy các sản phẩm rất phức tạp, có 1 hôm quá bận ông ta nói ông vui vì check bằng laser thì sản phẩm chỉ 5 lỗi (cho sai tới 10 lỗi) và ông ta bận nên nói tui chạy giùm ông. Sau khi chạy tui tìm hiểu và cố gắng chỉnh sửa lại program cuối cùng check là zero lỗi. Sáng hôm sau ông kỹ sư này sau khi check lại ông vui quá vì ông ta nghĩ là hôm qua ông check vội vã nên không đúng. Sau đó vài tháng ông kỹ sư này nghỉ hưu và ông nói đã chỉ dạy cho tui (bán cái) đầy đủ cái máy này. Thế là tui phải coi 6 cái máy từ đó. Tui nghĩ tui tò mò, nhiều chuyện nên ôm thêm công việc.

So Sánh Các Việc Làm

Cũng cần nói thêm là trong quá trình học HCA thì khi học xong trường có giúp tìm việc làm (làm resume và cover letter và các nơi cần) và vì vậy sau đó tui nhận được 4 jobs của 2 Nursing Homes (tui làm thực tập), 2 văn phòng dịch vụ lo người già và 1 bịnh viện. Tui mới biết tại sao chương trình là 2 năm mà rút ngắn 1 năm rưỡi. Lý do là do nhu cầu HCA quá cần thiết, người già khá nhiều (vì môi trường sống Canada quá sạch, y tế rất tốt nên người ta sống lâu) và các trường Colleges họ luôn theo dõi các nhu cầu xã hội và mở các chương trình đào tạo để cung ứng kịp thời. Tui còn nhớ khi đi học các giáo sư thường nhắc nhở là cố gắng học giỏi để có việc làm ngay khi tốt nghiệp. Khi học tui cố gắng học vì đó là việc mình phải làm sau này nên ghi chép rất cẩn thận, tui vẫn thường tự nhủ là học để biết làm chớ không phải chỉ là lấy mảnh văn bằng. Khi đi thực tập là thời gian quí giá để tìm hiểu qua các người làm lâu năm, hỏi chuyện và học hỏi ở họ, nhiều người rất tận tình chỉ bảo. Tui có quen một người Việt làm ở Nursing Home 4 năm và được mời đến chơi nhà. Căn nhà khá khang trang và được biết trước kia anh ta là thợ hớt tóc vượt biên. Sang đây làm đủ nghề song sau đó con gái giúp học HCA. Cô con gái nói Ba con làm nghề gì cũng than khổ, chỉ khi làm HCA ở đây là Ba con vui. Ngoài 5 ngày đi làm, Ba con còn làm thêm cho văn phòng lo cho người già, mỗi thứ Bảy làm 10 giờ... nhờ đó gia đình mua căn nhà này, và mua một tiệm nail cho con và Má làm chủ. Lúc đầu tiếng Anh của Ba con ba trợn lắm, song sau một thời gian đi học và đi làm giờ thì đỡ lắm.

Tui lại học thêm được là các trường Colleges công cũng như tư, họ theo dõi nhu cầu xã hội ghê lắm. Có những lớp dạy nghề xã hội đang cần nên họ bảo đảm học xong là có việc làm ngay. Họ dạy rất thực tế không lý thuyết rườm rà. Trên Đại Học cũng vậy. Học sinh đã phải lo chọn nghề khi học lớp 9, lớp 10. Mỗi năm học, học sinh chọn những môn mình cần học. Thư viện cũng là nơi cần đến vì ở đây cũng có dạy miễn phí về nhiều môn do những người học ngành giáo dục cần có kinh nghiệm nên họ dạy miễn phí. Ngoài sách vở, phim ảnh, có nhiều chỗ yên tĩnh để vào học bài... Sau 3 năm Trung Học, 2 con tui vào Đại Học. Chương trình học có các môn bắt buộc và rất nhiều môn để chọn. Lý do là Đại Học chỉ dạy các môn căn bản và các môn tự chọn là giúp cho mình lựa chọn hướng đi, hay chọn các công ty mình định sẽ làm khi tốt nghiệp như IBM, Intel, Cisco... vì nhiều môn phải học quá (không thể học hết được) nên họ để cho mình lựa chọn 1 số môn mà học. 2 đứa con tui ngoài ra còn ghi thêm mấy môn học ở College có liên quan vì không có dạy ở Đại Học (Đại Học cho là dễ để SV tự học.) Như khi ra trường, công ty nhận vào làm, trên bàn là các bộ phận còn trong hộp của máy computer, nếu không học làm sao ráp computer để xài. Càng có nhiều hiểu biết về xã hội mới này, tui thấy không còn quá sợ thất nghiệp nữa, cái mà trước đây ám ảnh tui hoài. Cái cần là nếu có thể nên dành thì giờ học cái nghề nào cho có Certificate. Cái giấy này quan trọng lắm vì nó chứng nhận khả năng của mình và các công ty, xí nghiệp lớn đòi hỏi. Tui có một đứa cháu con của người bạn, lúc đầu đi làm nghề Xây Dựng, được 80$/ngày. Tui khuyên dành thì giờ theo các khóa học về Xây Dựng. Lúc đầu nó không nghe, sau hơn 3 năm lương là 120$/ngày và chỉ làm riêng tư. Nó có một thằng bạn có Certificate đi làm cho 1 công ty Xây Dựng, họ trả cho nó 50$/giờ, gấp 3 lần đứa cháu. Như vậy thằng bạn này chỉ làm 10 năm bằng thằng cháu làm 30 năm! Công việc có quanh năm, mùa nắng, mùa đông đều có việc làm.

Chuyện Rong Chơi

Đi Từ Sài Gòn

Nếp Sống Và Con Người

Trong một chuyến đi công tác ở Hà Nội, sau khi xong nhiệm vụ, còn lại một tuần thì có một người Chú họ bên vợ tui ra đón về nhà chú ở, đó là khu của đài phát thanh Hà Nội. Chú này là một ca sĩ và là xướng ngôn viên của đài Hà Nội. Chú này đã mấy lần vô Nam và thân với tui. Gặp nhau rất là vui và chiếc xe Vespa Chú chở tui là cái xe mà Ba vợ tui cho Chú. Chú vác được cái Vespa này về Bắc tui cũng phải quá sức nể phục.

Tui được người Chú vợ chở đi xem Hà Nội và vùng phụ cận. Người chính gốc Hà Nội hầu như không còn mấy. Hà Nội năm 1988. Hình như cả thành phố đổi đời. Từ những ngôi nhà gạch to lớn nhìn bên ngoài rất là dơ bẩn, cây cối xác xơ, cổng rào xiêu vẹo và người đi ra vô khá nhiều vì 1 cái nhà trước đây chỉ một gia đình ở mà nay trên dưới 10 hộ, các nơi vệ sinh thì mỗi gia đình tự chế, chỉ cần một tấm màn che là đại, tiểu, tắm rửa loạn xị và khi đầy thì bưng ra ngoài đổ cho nên không khí trong nhà có một mùi tổng hợp khủng khiếp mà trong đời tui chưa biết cái mùi này. Trên các phố (phố là đường trong Nam) hầu hết là xe đạp, người đa phần là ăn mặc đồ màu xám, nón cối, dép râu, và buổi chiều thì phía sau xe là một bó rau muống to tổ bố còn xe hơi lâu lâu chạy 1 chiếc mà cũ kỹ, kêu lụp cụp, lon con, còi (kèn) bóp inh ỏi khi qua mặt hay gặp khúc ngã ba ngã tư. Còn xe lửa cũ xì thì chạy chậm rì, người lên xuống thoải mái khi xe đang chạy. Cảnh tượng này làm tui nhớ hình ảnh của những năm 1930. Người Chú chở tui trên xe Vespa có vẻ hứng chí lắm. Xe đi đến khu chợ chồm hổm (người bán đa phần ngồi bệt xuống đường) và có nơi có máy hát đĩa nhựa, máy mở hết ga nào là Chế Linh, Tuấn Vũ, Thanh Tuyền, Duy Khánh... hát nhạc thời Việt Nam Cộng Hòa um cả khu chợ, nhiều anh đội nón cối, đeo cái đài trước ngực, tay đeo đồng hồ (chắc mới đi Nam về) sàng qua sàng lại mặt câng câng có vẻ đắc chí lắm với các món đồ họ mang trên người. Tui đi thăm một người Bác họ và tặng Bác 1 kg lạp xưởng và 1 gói bột ngọt, 2 món này người miền Bắc quí lắm và được mời đi ăn phở và uống bia hơi.

Tui thấy người chính gốc Hà Nội mà tui được biết phong cách của họ khi di cư vô Nam cũng như những người còn ở lại đã bị đẩy ra khỏi Hà Nội (y chang như dân Sài Gòn bị đẩy đi ra khỏi bằng chiến dịch kinh tế mới ở Nam) khi cộng sản chiếm miền Bắc và các tác phong tui đọc được trong sách, hay nghe kể thì đa phần ngày tui đến đã biến mất. Thay vào đó đưa những người của họ vào ở. Một cô gái Hà Nội vừa gặm một cái giò heo quay vừa nói chuyện với tui, miệng đầy mỡ khi tui hỏi thăm đường. Đó là văn hóa lúc bây giờ.

Khi đến nơi ăn phở (phở là món ăn gốc ở Hà Nội) chỉ là quán xập xệ bên đường, tui thấy tô phở Hà Nội ở tiệm nổi tiếng này chỉ là một tô có chút ít thịt và không giá rau gì hết. Người Bác họ móc ra trong túi 2 gói bằng giấy nhựt trình (giấy nhựt trình cũng đen xì) và đưa cho tui nói là chất bổ "mì chính" (bột ngọt) khoảng 1 muỗng cà phê cho vào tô phở. Sau khi ăn xong 2 bác cháu qua phía kia đường để uống nước chè (nước trà.) Phở, nước chè, cà phê bán riêng rẽ không như trong Nam.

Sau đó khi đi xem chùa Một Cột có đi qua ao cá Bác Hồ, mùi sình, mùi các rác rưởi làm tui chóng mặt, chùa Một Cột tui thấy nó như một cái am cũ mèm dưới nước thì rác rưởi rất là ghê gớm, và đến hồ Hoàn Kiếm thì hồ nước xanh rì, cái gì ở đây cũng cũ kỹ và dơ lắm.

Lần đó tui bị đau bụng cần đi W.C. thì Chú vợ tui dẫn đến một chỗ khuất, chỉ cách đi cầu, ngồi sát một tấm vách thấp bên cạnh chuồng heo, ị xuống một đống rơm rạ, để sau này người ta trộn lại làm phân bón.

Phía bên kia chùa là một chỗ bán bia hơi. Mỗi người cầm một cái ca ở nhà đem theo và sắp hàng dài. Mùa nắng nên người ta đông lắm, khi tới phiên thì họ rót bia vào ca, trả tiền rồi đi ra chỗ trống đứng hay ngồi chồm hỗm mà uống. Nếu muốn uống nữa thì lại sắp hàng lại. Tui thấy sao mà uống bia nó kỳ lạ và khổ thê thảm quá như vậy.

Người Chú này chở tui đi tùm lum hết các nơi gọi là danh lam thắng cảnh thủ đô Hà Nội như Chùa Quán Sứ, Chợ Hôm (bán ban đêm, lại ngồi chồm hỗm, mỗi người 1 cây đèn dầu leo lét như chợ ma vậy.) Tui đi thăm nhà thờ Chánh tòa Hà Nội, cái gì cũng mốc meo, rêu xanh bám đầy, bên trong thì cũ kỹ, các nấc thang thì mòn lẳng có lẽ từ lâu lắm không hề được tu sửa, tui có gặp một linh mục, ông lắc đầu nói là tưởng miền Nam ra giải phóng nào ngờ ngược lại vì vậy ở đây không có kế hoạch đào tạo linh mục trẻ (có thể bị cấm) các linh mục hầu hết đã già, chờ các linh mục trong Nam ra thay thế, không hiểu sao Chúa thử thách như vậy?

Chú chở tui đi Hà Hồi, nơi đây là quê bên vợ tui sống trước khi ông Nội vợ tui đưa Ba vợ tui vô Sài Gòn lập nghiệp trước 1940.

Khi tui vừa đến thì tin có người trong Nam ra chơi được thông báo nên cả làng biết hết, vì sáng hôm ấy Chú dẫn tui đi vô làng, ở đầu ngõ có sạp bán thịt heo, anh bán thịt nói có người bà con trong Nam ra chơi sướng nhé, mua thịt đi để đãi khách, nhiều người nhìn tui làm tui cũng phát ngượng.

Hà Hồi Quê Vợ

Trong gia đình, tui là người có cơ hội về thăm quê vợ. Thực ra gia đình cha mẹ vợ tui đã vào Sài Gòn rất lâu từ lúc Ba vợ tui còn nhỏ và lấy vợ tại Sài Gòn cũng là người Bắc. Vợ tui và bên vợ tui đều sinh tại Sài Gòn và không ai biết chút xíu gì về Hà Hồi hết. Khi tui đến Hà Hồi thì sự tiếp đãi của bà con bên vợ tui rất rất là nhiệt tình. Mỗi đêm nhà này mời đến ăn tối và ngủ lại. Thái độ của người dân quê thực chân tình. Dù đây là lần đầu tui ngủ giường tre, lăn qua lăn lại nghe cọt kẹt và hơi đau lưng dù đã lót một cái mền dày ở dưới. Các món ăn thì thuần túy Bắc như canh miến gà, bún riêu (tui cũng biết vì ở Sài Gòn tui đã ăn nhiều lần bên nhà vợ.) Tui nhớ lúc vợ Chú này đi Sài Gòn và cùng đi mua sắm với vợ chồng tui thì đa phần mua xì líp, xú chen. Lý do họ cho biết là đã không hề có các thứ này từ hồi lâu lắm, thèm lắm nên mua về mặc cho đã thèm. Họ nói sao người miền Nam quá sung sướng, quá văn minh như vậy mà bị thua. Tuy bị nhồi sọ qua các máy phóng thanh phát ra rả từ sáng sớm tinh mơ song tui thấy bà con ở đây ít bị ảnh hưởng nhứt là những người lớn tuổi. Nhà cửa tuy là nhà tranh vách đất, đồ đạc trong nhà từ thời cổ lủy cổ lai gì, không có như các nhà ở quê trong Nam, không máy móc như máy xay, đèn điện, tủ lạnh gì hết, đa phần là cái lò, cái ơ... thực sự mà nói lần đầu tiên tui mới ngó thấy, cũng các ống thổi lửa, cái quạt mo của thằng Bờm. Ở quê, người ta thường đi bộ và những con đường, lũy tre làng, cây đa đầu làng, giếng nước... lần đầu tiên tui mới thấy như những bản nhạc như bài hát Làng Tôi, trong các quyển Quốc Văn Giáo Khoa Thư mà tui học hồi nhỏ hay là đọc trong các truyện của Nguyễn Tuân, Nhất Linh. Thỉnh thoảng có nhà có xe đạp mà thôi. Cái cảm giác mà tui có mà nhớ lại cũng giống như lần đầu về Sài Gòn sau 5 năm sống ở Toronto, Canada. Người ở đây họ quý người trong Nam lắm và xem như sang trọng văn minh hơn họ. Tui thấy vô cùng cảm ơn những người chiến sĩ Việt Nam Cộng Hòa đã hy sinh để bảo vệ cho miền Nam giúp cho tui có cuộc sống sung túc từ bé và đã được học hành. Phải nói là sau gần mười mấy năm giải phóng mà cuộc sống ở 1 nơi chỉ cách thủ đô Hà Nội khoảng mười mấy cây số mà như vậy, con trai con gái ăn mặc rất đơn sơ, một màu đen trắng, không áo hoa áo kiểu gì hết, móng tay, móng chưn, tóc tai rất là bình dị, đi làm ruộng thì nón cối, dép râu... Một bức tranh ảm đạm gần như chỉ thấy vẽ trong các sách ngày xưa xa lắm. Ở quê chỉ mấy hôm mà bà con hình như tui gặp hết, nay ngủ nhà này, mai nhà khác, ăn sáng với người này, trưa người khác, tối cũng vậy, người ta hỏi tui nhiều lắm đủ mọi chuyện, nhiều khi nằm trong mùng mà nói chuyện đến khuya lắc khuya lơ.

Khi từ giã ra về bà con đi về nhà khách của Bộ Xây Dựng để về lại Sài Gòn, đưa tiễn có người rưng rưng nắm tay nắm chưn không biết bao giờ gặp lại, xúc động đến tận đáy lòng tui. Mới quen có mấy ngày mà sao quyến luyến nồng ấm như vậy. Kỳ thiệt.

Nhớ Về Hà Nội

Trên đường về nhà, nhớ đến những ngày sống ở Hà Nội lòng tui bỗng nhiên cảm thấy nhớ nhớ buồn buồn làm sao. Hình ảnh Hà Nội làm tui nghĩ đến 3 bài hát (trong nhiều bài hát về Hà Nội) mà hồi trước lúc còn nhỏ tui rất thích. Đó là Bài Hà Nội 49 của nhạc sĩ Trần Văn Nhơn (Nhơn Cầu Kho), bản nhạc Hướng Về Hà Nội của nhạc sĩ Hoàng Dương và Hà Nội Ngày Tháng Cũ của nhạc sĩ Song Ngọc. Không hiểu có phải vì vợ tui là người Bắc mà lòng tui thấy quyến luyến Hà Nội chăng? Lạ không?

Dù bây giờ Hà Nội có đổi thay quá nhiều đi nữa, có mất đi vẻ đẹp lãng mạn mơ hồ đi chăng nữa, thì nhạc sĩ Trần Văn Nhơn có viết:

Bước men quanh hồ Hoàn Kiếm giữa thu chiều úa,
Tôi nhớ tháng ngày sống nơi thủ đô hồi qua,
Hồ đẹp gương nước liễu xưa la đà bóng hồ,
Đời vui thái bình trước lúc chiến tranh...

Còn nhạc sĩ Hoàng Dương viết tuyệt vời làm sao:

Hà Nội ơi, mắt huyền ngây ngất đê mê,
Tóc thề thả gió lê thê...

Càng lạ lùng tuyệt vời hơn nữa nhạc sĩ Song Ngọc tiếp:

Có dáng em tôi áo trắng nghiêng nghiêng đường chiều,
Tiếng guốc lưa thưa lao xao khua trên vỉa hè...

Có phải cái cảm giác lâng lâng mơ hồ là mặc dầu nhạc sĩ Trần Văn Nhơn là người dân Cầu Kho (dân Sài Gòn) mà không biết trôi giạt làm sao ra tận Hà Nội sống và cũng hình như do cái thơ mộng mơ hồ cuốn hút của Hà Nội làm say mê cho nhạc sĩ Song Ngọc chưa một lần ra Hà Nội mà mơ tưởng đến cô gái Hà Nội áo trắng nghiêng nghiêng đường chiều mà ông còn nghe tiếng guốc của cô gái Hà Nội lưa thưa lao xao khua trên vỉa hè... Thế mới biết Hà Nội với các cô gái có sức quyến rũ thu hút mãnh liệt dù 1 lần đã đến hay chưa một lần đến.

Thế có lạ lùng kỳ diệu chưa?

Đi Từ Toronto

Về Quê Lần Đầu

Khi ấy chỉ còn khoảng 1 tuần là cả nhà lên máy bay đi Việt Nam sau 5 năm ra đi. Tui mấy đêm không ngủ vì tính toán tiền nong, các thứ phải mang theo kể cả xà bông tắm, kem đánh răng, thuốc uống trị cảm, tiêu chảy,... như nhiều bạn bè đã về rồi cho biết. Ngoài ra còn suy tính trong thời gian đó đi đâu, thăm lại nhà cũ, bà con lối xóm, đem theo quà cáp, thăm nhà ông Ngoại tui (nhà từ đường) vợ chồng tui lo nghĩ đủ thứ trong lúc 2 thằng cu thì hí hửng vì được ngồi trên phi cơ lần thứ hai. Đêm nằm tui trằn trọc lo lắng vì đường xa, việc nhập cảnh với passport Canada mới toanh chưa biết chuyến đi này có gì trục trặc khó khăn.

Khi đi thì máy bay ngừng ở Hồng Kông và sang máy bay Việt Nam đi Sài Gòn. Trên chuyến bay hầu hết là người Việt mình nên chuyện trò dễ dàng. Có người cho tui biết khi đến trạm kiểm soát nhớ kẹp vào 10 đồng thì mọi việc dễ dàng. Tui kẹp tiền vào 4 cái passports mà trong lòng cũng hồi hộp lắm. Tự nghĩ là rừng nào cọp nấy, nhập gia tùy tục. Gặp thần thì phải cúng. Khi phi cơ mở cửa thì một luồng không khí nóng ẩm ùa vào, tui ngửi và biết ngay là mùi quê hương tui. Cái mùi thum thủm của bùn ở các mương cạn bốc lên khi trời nắng nóng. Cái mùi quen thuộc và dễ thương này ngày còn bé đi học ở trường cô Sáu, trường cách nhà ông Ngoại tui khoảng 10 phút đi bộ dọc theo một cái mương trần cho nước mưa chảy vào mùa mưa. Mùa nắng thì mương cạn nên tui ngửi thấy mùi bùn quê hương, ngửi riết rồi đâm ra ghiền và nhớ mãi. Mùi này làm cho tui nhớ lại ngày còn bé tui nắm tay Má tui thật chặt trên đường đi đến trường. Quần short mới toanh mỗi bước đi thì vải mới cọ nhau nghe sột soạt và cái áo sơ mi trắng cũng mới toanh còn thơm mùi vải mới mà trên túi áo có thêu chữ đầu tên tui bằng chỉ đỏ. Trường học chỉ là 1 căn phố nhỏ chia làm 3 lớp: lớp vỡ lòng do cô Sáu (già) và chị Ba Nhàn giọng ồn ồn song rất hiền. Lớp kế do cô Hai Trong dạy, và 1 lớp cô gì đó tui còn nhớ mặt, mắt lé, mà quên tên. Trường này là dạy vỡ lòng cho 3 thế hệ là các cậu tui, 4 anh em tui và đứa con trai lớn của tui. Con mương vẫn chạy ngang qua trường. Kế bên trong sân thì có 1 sạp bằng tre, trên đó một bà cụ ngồi bán bánh, kẹo cho học sinh. Tui còn nhớ cái vị của kẹo ú (làm bằng đường thẻ cà mịn và bột mì), ăn cũng ngon ngon và bánh phục linh mà khi bỏ vô miệng là nó tan rất nhanh. Còn nhiều bánh khác gói bằng lá, trong là nếp như bánh ú, hay bánh tráng tròn tròn, màu vàng cam, ăn với muối ớt cũng ngon lắm. Có một cái hũ có trái cóc, gọt vỏ tỉa hình cái dù ngâm với nước cam thảo… Má tui cho đủ tiền để mua kẹo ú và bánh phục linh mà thôi.

Tới phi trường Tân Sơn Nhứt cũng không có gì thay đổi, ồn ào, nóng nực như ngày tôi đi xuất cảnh, song khác là trước thì tui sắp hàng đi ra giờ thì đi vô. Người ta nói chuyện um sùm, tiếng cười hay tiếng gọi nhau ơi ới hòa với tiếng bánh xe của các vali làm không khí trở nên rộn rịp lắm. Tui để ý thấy có người hành lý rất nhiều mà đi qua trạm dễ dàng, có người bị giữ lại đứng bên trong. Tui nghe người đứng trước tui nói chắc passport họ có vấn đề. Tui hồi hộp lắm song khi tui trình passport thì anh công an kiểm soát nhìn tui rồi ngoắc tay cho gia đình qua. Khi trả lại thì tiền tui kẹp trong đó không còn nữa. Ông thần đã nhận lễ cúng, tui mỉm cười và nghĩ như vậy.

Du Khảo San Jose

Tui đang ở San Jose để chào đón một đứa cháu nội sắp ra đời nay mai. Tui sẽ về lại sau 10 ngày. Tui có nói chuyện qua phone với Bình qua số phone của con gái Ngọc Trân cho, chưa biết lúc nào sẽ gặp Bình. Qua đây cũng bận rộn vì phải tìm hiểu nơi mà mình sẽ đến định cư, phải lo nhà cửa, xe cộ, và nhiều thứ, mặc dù gia đình hai đứa con trai cũng lo giúp dữ lắm, vì vậy muốn viết nhiều thêm về chuyện cậu Út tui cưới vợ, về ai đã khám phá ra mợ Út tui, chuyện rất lâm ly hấp dẫn lắm, chuyện anh Huỳnh Hữu Hùng tui cưới vợ ra sao, chuyện người bạn, người anh của tui là Trần Phước Thọ ra sao, vô vàn những câu chuyện chưa ai biết... Sẽ viết khi tui về lại Canada nha...

... Tui mới trở về lại Toronto, nơi tui đã sống từ tháng 4 năm 1990 tới giờ. Gần 24 năm sống ở đây thấy quen như ở quê mình vậy. Sang San Jose làm giấy tờ xong, ở đó để đón thằng cháu nội, con của thằng Khoa con trai lớn, chào đời vào hôm 17-04, lúc 0 giờ 45 phút cân nặng 6 lbs 11, gần được 3 kg. Bi giờ tui có 2 thằng cháu nội trai. Cả nhà vui mừng chào cháu ra đời sau khi ở trong bụng mẹ gần 40 tuần. Sau 10 hôm ở San Jose thời tiết rất khô và ấm áp, ngày hơi nóng, đêm hơi lạnh, cũng gần giống ở Sài Gòn song không khí trong lành và cuộc sống của người Việt Nam mình có vẻ khấm khá phát đạt hơn ở Toronto. Tui được 2 vợ chồng thằng con đưa đi uống cà phê của người Mễ, cà phê khá ngon mà có mùi h..ô..i ...nách[1]. Cũng có cơ hội đi ăn chè (đủ loại...) ở tiệm cà phê The Sweet Corner trong VietNam Town, còn được thưởng thức phở 90 Độ, cơm cũng 90 Độ (tui định sang San Jose sẽ mở tiệm phở 99 Độ, chắc đông khách lắm), uống nước mía, rồi ăn cơm gia đình ở Bô Đa rất ngon, giờ nhớ lại cũng còn thèm, như canh chua cá kho tộ, rau muống xào tỏi, cua hấp bia... Cũng ăn mít, mà dám mua cả trái - ở Toronto không dám ăn vì nó mắc lắm. Có khi đi chợ Toronto thấy một chị nói với 2 đứa con, mấy trái cây mà tụi bây đòi ăn (măng cụt, chôm chôm...) ăn độc lắm, ăn trái bôm tốt hơn tụi bây...

Sáng sớm mới hơn 6 giờ sáng thì thằng con của Minh Đức vừa đập cửa phòng tui rầm rầm vừa la ơi ới, "ông Nội ơi thức dậy", bình thường tui ngủ đến 9 giờ, thiệt thức dậy mà còn buồn ngủ lắm. Sau đó thì tụi con

---

[1] Mùi đặc trưng của *cumin*, thường gọi *sai* là "bột (của hột) thì là" do hột cumin rất giống hột của cây thì là (*dill*).

chở tui đi ăn cơm gà An Nam, tui thích món cơm gà Siu Siu với ức gà, có chén súp và kim chi hoặc cơm tấm Thiên Hương và làm một ly cà phê... rất là ấm cái bụng. Về lại nhà mà cũng còn lơ mơ như còn ở San Jose. Tui phone (số phone do tui xin của cháu Ngọc Trân) có gặp Bình rể của Anh Điện, trông nó hiền, ăn nói nhỏ nhẹ và đầu cạo trọc (có lẽ bị hói?) Tháng 6 tui qua chắc sẽ có dịp gặp Bình và tâm sự nhiều hơn. Ở San Jose, tui thấy khu Palo Alto có vẻ là trung tâm high tech của Bắc Cali. Cũng ở đây tui có dịp đi qua công ty SAP nơi thằng con út làm việc, công ty này có nhiều tòa nhà lắm, Minh Đức nói ở nước Đức, là trung tâm của công ty này còn đồ sộ hơn nhiều. 10 ngày cũng không biết gì bao nhiêu về nơi mà tui sẽ sang định cư, cũng thấy lòng lo lắng lắm lắm.

Đi Từ San Jose

Về Thăm Toronto

Kỳ này tui về lại Toronto cũng hồi hộp lắm nhen vì... nhớ bạn bè thèm ngồi bên nhau, nói thật nhiều toàn chuyện tào lao (bà xã mình nói mình như vậy), dù sao gặp bạn bè thì đỡ nhớ nhau. 24 năm ở Toronto, gần như 1 phần 3 đời mình ở đó thì biết bao nhiêu là kỷ niệm và thương mến. Có nhiều kỷ niệm rất... kỳ cục như khi thay tã cho thằng cháu nội (nó nói chỉ muốn ông Nội thay tã thôi), mùi c... của nó thúi um mà cũng gợi cho tui những ngày săn sóc cho Má tui và Dì 9 tui, ai cũng ớn mà tui thì không ớn nha. Chiều nay đi lễ ở nhà thờ St. Victor cũng giống như ở St. Jane (Cha Quý), chỉ có 1 lễ từ 7 giờ đến 8 giờ, tui gặp một bà cụ, cũng cái miệng móm móm gợi cho tui hình ảnh của Má tui và Dì tui... Các em giúp lễ cũng làm cho tui nhớ đám con của 6 Khỏe, cũng ca đoàn làm tui nhớ anh chị Ngọc, anh chị Giang Phượng, anh Chị Hiếu (em bà con xa của Chế Linh)... Và biết bao khuôn mặt thân quen ngày tui đi lễ ở Toronto. Mà kỳ này thì tui về solo vì cố gắng lắm mới được 15 ngày phép, số con rệp nên ở đâu cũng bận rộn lu bù (thật ra tôi tuổi Quý Mùi, cầm tinh con Dê Núi.)

Ngày Đó Mưa Không Còn...

...Nên Đường Dài Thật Dài

Chuyện Lan Man

Kinh Nghiệm Sống

Chọn Ngành Học

Trong đời cái khó là mình phải nhìn cho ra, cũng như cha mẹ phải nhìn cho ra con cái mình (từ bé cho đến lớp 9, 10) có thể học ngành gì về sau, cái mê thích của mình và của cha mẹ là 1 lẽ mà khả năng của mình là một lẽ, nếu chọn sai sẽ rất là tai hại, tai hại vô cùng có khi hư hỏng cả tương lai nếu không còn thời gian chỉnh sửa lại kịp thời. Trước tui cũng tính học ngành Y, nhưng khi đi thực tập mổ xác chết ở Cơ Thể Học Viện tui không chịu được mùi formone, rồi mùi nhà thương nên đổi sang học Dược và khi làm thực tập ở dược phòng thấy cứ đứng bán thuốc, tui nghĩ cả đời mà làm như vậy thì chán quá không hợp với tui, tính tui thích cuộc sống ngoài trời, thể thao, leo núi, nghiên cứu sưu tầm khám phá nên khi học về ngành địa chất thì tui rất khoái và rất thành công. Nhiều người không hiểu nghĩ là học địa chất là tầm thường, học về cục đá cục đất, chuyện trái đất mấy ngàn năm về trước, về các sinh vật xưa, chớ ít ai hiểu được ngành này nó cũng hấp dẫn, ích lợi vô cùng nếu mình chịu khó tìm hiểu rộng thêm về ứng dụng như tìm đất hiếm, về quặng vàng, bạc, về kim cương, đá quí, mỏ dầu, mỏ than đá, mỏ uranit (phóng xạ),... Sau năm 80, cuộc sống gia đình tui thoát khỏi cảnh ăn bo bo, mì gói vụn và khá thoải mái vì tui biết cách sản xuất ra sạn sỏi tuyệt đẹp từ đá thiên nhiên, làm sao xay cát thành bột mịn như bột mì, cách chọn đá để nung vôi, cách luyện đá thành cứng để làm đá mài, làm giấy nhám, thì chỉ một ứng dụng thôi mà tổ hợp tui làm và bán ra cả ngàn tấn sản phẩm. Kinh nghiệm xương máu này giúp tui ít nhiều hướng dẫn cho 2 con và 1 vài thanh niên có một cuộc sống thành công ở Sài Gòn, cũng như ở Toronto, mỗi ngày đi làm thì lòng vui như là 1 ngày Tết, tâm trí an nhiên tự tại, thoải mái, thích thú, vui vẻ chớ không lo âu, khổ sở, âu sầu hay đi làm như bị đá đeo, rất nhiều phiền muộn.

Địa Chất Coi Vậy Mà Hấp Dẫn

Tui xin nói lạc đề ra một chút lý do tui theo ngành địa chất, ngành mà nhiều bạn bè, anh em cho rất là tầm thường, nhàm chán. Thực ra nếu học mà không tìm hiểu cặn kẽ cái hay của ngành thì đúng là nhàm chán thực, vô cùng nhàm chán 100%. Tui theo học vì khi xong cử nhơn thì một buổi nói chuyện với một GS người Pháp ông khuyên tôi theo ông làm đệ tử để sau này được ông giúp, để như Ông. Nhìn công trình nghiên cứu dầy cộm và giảng dạy của ông trong bao nhiêu năm từ hồi Pháp thuộc đến nay từ Cao Mên, Lào, Việt Nam, và nhiều nơi trên thế giới đã chinh phục được quyết định của tui.

Tuy nhiên tui có may mắn tìm ra cho mình thêm một hướng đi là áp dụng kiến thức học được để đi vào ứng dụng (làm ra của cải và tiền bạc) vì vậy khi học tui hay tự hỏi học để mà biết thì chưa đủ mà phải biết học 1 loại đá thì đá này để làm gì đây? Nên khi dạy học các năm 3 ở Đại Học Đà Lạt cũng như sinh viên Ban Cao Học ở Đại Học Khoa Học Sài Gòn, ngoài các giờ học trong lớp, các sinh viên của tui phải ra ngoài thiên nhiên tập chấm tọa độ, xem địa hình địa vật, tiếp xúc thực tế và phải biết tìm những cái mình học trong giấy, trong vở để sờ tận tay, nhìn tận mắt cái mình học...

Thành ra như khi nghiên cứu một núi đá granite ở Phan Rang thì tui khám phá ra đây không phải là loại đá granite tầm thường. Nó có cấu trúc bởi các hạt tinh khoáng khá đều, mịn màng và có màu đen óng ả (thường có màu trắng xám hay ửng hồng.) Đây là loại đá rất quí hiếm (giá bán rất cao), người ta dùng làm các bàn để cho các dụng cụ đo rất chính xác trên đó vì nó có độ ổn định gần như tuyệt đối (không co rút, giãn nở như các tấm gỗ, kim loại với thời gian hay do thay đổi nhiệt độ, độ ẩm...) và nếu xin được phép khai thác thì giàu to là cái chắc. Tìm hiểu thêm tui có dịp quan sát hãng Terzago Macchine của Ý xem họ làm sao cưa cắt một núi đá (như mình cắt một bánh da lợn vậy) thành những khối đá hình chữ nhựt và sau đó đưa lên máy cưa, cắt, mài thành từng tấm, bán trên toàn thế giới. Người ta thường nói nghề nào cũng có tiến sĩ cả. Khi giúp một cơ sở do một người bạn tốt nghiệp Ph.D. về Hóa Công Nghiệp (ở Montréal, Canada) làm chủ (trước ông là Giáo Sư Trưởng Khoa Hóa ở Đại Học Kỹ Thuật Phú Thọ) ông luyện hoài loại đá bauxit để thành đá corindon (dùng phương pháp hồ quang để luyện như luyện khí đá) mà kết quả không tốt, tui thấy họ bán cho ông không phải là đá bauxit loại luyện ra đá corindon (tiếng Anh là corundum, đá này rất cứng, và bén) xay ra đúc thành đá mài như đá mài Norton hay làm giấy nhám, đắp làm cối chà gạo. Sau khi tui chỉ cho ông mua loại bauxit (Lâm Đồng) thứ thiệt thì mới có kết quả tuyệt vời, ông bạn chép miệng "Phải chi hồi đó mình theo học ngành địa chất nhỉ?" Có tếu không!

Học Đi Đôi Với Hành

Ngày đó tui còn nhớ rõ cơ quan thông báo cho nhơn viên biết con đường bí mật ra tàu Hải Quân ở bến Bạch Đằng để di tản. Ngày đó vì con mới sanh nên tôi bỏ lỡ cơ hội, trong lúc giúp đỡ các bạn bè và gia đình họ di tản và ở lại lãnh gần 3 năm cải tạo, một cái quyết định sai lầm mà tui phải sống 15 năm sau đó dưới chế độ CS. Hôm nay không phải viết về chuyện sống trong thời gian này mà về chuyện trước đó.

Ngày cắp sách đi học ở Đại Học Khoa Học nhìn các giáo sư giảng dạy, Tây, Đầm, Việt có, tui mơ ước một ngày mình sẽ được như quí vị này. Trông các vị toát ra đầy những thông minh, cao sang uyên bác sáng rỡ vô cùng. Khi tốt nghiệp tui mới hiểu Đại Học Khoa Học là một vòng khép kín, không dễ gì lọt vô được. May mắn nhờ Ba tui, tui được nhận vào Nha Tài Nguyên Thiên Nhiên thuộc Bộ Kinh Tế... Ở đây thường xuyên có các chuyên gia, cố vấn Pháp, Mỹ, Liên Hiệp Quốc đến viện trợ dụng cụ, máy móc và huấn luyện. Phải nói các dụng cụ này rất hiện đại không nơi nào ở Việt Nam có.

Một hôm có 1 chuyên gia về địa chất trong phái đoàn của Liên Hiệp Quốc đến và họp riêng với tui. Ông này người Nga, lớn tuổi và ăn mặc rất bình dân. Ông hỏi tui về kiến thức địa chất từ đất đá, sinh vật từ xa xưa cho đến nay. Ông khen tui dữ lắm vì toàn là các bài trong sách vở, các bài tui đã được dạy ở Đại Học Khoa Học. Sau đó ông đưa tui đi các hầm khai thác đá như núi Châu Thới, Bửu Long, núi Lớn (Vũng Tàu), núi Bà Đen, núi Sam, núi Sập, và vùng Kiên Lương (Hà Tiên). Ông đưa tui 1 cái địa bàn, một bản đồ và một túi các hóa chất, các dụng cụ đo đạc. Ông ta nhờ tui định tọa độ, định hướng đi và dùng các dụng cụ thử để định tên các đất, đá, khoáng vật ở các nơi đi đến.

Mèn ơi, hồi đi học tới giờ tui có biết xài các thứ này đâu? Cuối cùng ông này cho biết về thực hành của tui là số zero to tướng. Ông nói tui đừng buồn về nhận xét của ông. Thú thiệt tui cũng cảm thấy nhận xét của ông đúng 100% như vậy. Ông nói ông không ngạc nhiên vì các kỹ sư các nước Tàu, Phi, Campuchia,... phần thực hành đều rất kém. Không riêng gì ngành địa chất mà các ngành khác cũng vậy. Ông nói vì người Pháp giờ không có quyền, họ chỉ chú ý nghiên cứu thuần lý, ghi nhận hơn là về tìm kiếm khai thác. Một phần cũng dễ hiểu là các hãng xưởng ở đây chưa phát triển, môi trường để thực hành cho sinh viên, kỹ sư không có thì làm sao họ có kinh nghiệm được.

Đó là lý do ông này nói để an ủi và làm tui đỡ xấu hổ. Nhận xét của ông như một gáo nước lạnh tạt vào mặt tui làm tui bừng tỉnh, làm thay đổi hoàn toàn mọi suy nghĩ của tui. Ôm trong đầu một mớ lý thuyết để có danh, có chức, có quyền mà có giúp ích gì cho ai? Tui quyết định thay đổi hoàn toàn suy nghĩ của mình, tui nhớ lời Ba tui dạy là Học phải đi đôi với Hành. Mỗi lần học một cái gì tui phải tự hỏi cái đó để làm gì? Tui soạn một chương trình làm việc đưa cho giám đốc Nha và tui được chấp thuận, Ông giám đốc tưởng tui bị thất tình cô nào đó nên chán đời và với lời khuyên là ở văn phòng sướng hơn, mỗi sáng uống cà phê ở Pagode với ông mà sao xin đi những nơi theo tui đề nghị, chó ăn đá, gà ăn cát, khó khăn nhiều lắm. Ông hứa giúp tui hết mình. Ông cấp cho tui giấy lộ trình thư (nếu cần xin tiểu khu cho lính bảo vệ ở khu thiếu an ninh hay đến Tỉnh, Quận để mượn tiền khi thuê người đào, bới...), cấp xe Jeep, giấy giới thiệu, thẻ đặc biệt xin trực thăng, có thể xin quá giang tàu Hải Quân. Ông nói ông cần có những kỹ sư như tui. Tui tham gia đi các hải đảo từ Hoàng Sa, Trường Sa, đảo Phân Chim, đảo Minh Hòa, quần đảo Hải Tặc, Côn Sơn, các đảo quanh Phú Quốc, đảo Hòn Heo. Trên đất liền tui tìm hiểu xem các nơi dùng đất sét làm chén, dĩa, lu, hũ, khạp ở Bình Dương, Búng, Lái Thiêu, các nơi làm đồ mỹ nghệ ở Biên Hòa, gạch ngói kể cả Sa Đéc, các suối nước nóng, các nơi mà công ty Khoan Giếng của Mỹ hoạt động, vùng Ngũ Hành Sơn nơi sản xuất loại đá để mài làm băng, ghế, làm bia mồ mả... Tui quen được nhiều người thợ, ra khu khai thác than đá Nông Sơn học cách khoan, khu mỏ sắt Mộ Đức, cũng như tham gia vào chương trình tìm dầu hỏa ở thềm lục địa miền Nam. Tui lột bỏ được cái vỏ kỹ sư quần áo láng cón để say mê hiểu biết Hành cái việc mình Học ở trường. Những nhận xét của ông Liên Hiệp Quốc người Nga làm tui tỉnh ngộ. Sau này khi dạy ở Đại Học, mọi bài vở hầu như nằm sẵn trong đầu, tui chỉ cần một dàn bài đơn giản mà không mang theo những tập sách dày cui như những thầy của tui. Tất cả nằm trong đầu tui.

Sau khi đi cải tạo về cuối năm 78, cơm không có ăn, mỗi bữa trên bàn ăn các con thấy bo bo là khóc thét lên. Gạo thì vo kỹ mà nhiều cát sạn. Ăn mì vụn, cùi thơm, đầu heo... Sức mạnh trong tui bật dậy mãnh liệt và những gì tui học hỏi được trước kia giúp tui có được một cuộc sống vô cùng thoải mái, có khi buổi sáng đi uống cà phê người ta nhờ giúp cái này, chỉ cái kia, tiền họ trả xài 1 năm không hết. Thí dụ họ muốn làm gạch chịu lửa (nại hỏa) nguyên liệu lấy ở đâu, làm như thế nào. Cách làm sạn sỏi nhơn tạo từ đá, đẹp 100 lần hơn sạn sỏi thiên nhiên, có xí nghiệp thuê tui làm nhà máy sản xuất chrome oxide từ quặng ở Thanh Hóa...

Cho đến khi từ giã bạn bè sang định cư ở Toronto, Canada năm 1990, họ nói sao dại quá ở đây (Sài Gòn) sướng như vậy sao lại bỏ đi ?

Thiên hạ đua nhau nói dại khôn,
Biết ai là dại, biết ai khôn ?????

Phải hông mọi người!

Gương Hiếu Học

Hôm tuần rồi có gặp lại gia đình 2 người bạn thân, quen nhau từ thuở bơ vơ mới đến Canada vài năm, tính đến nay trên 20 năm, cả 2 người sang Canada cũng đã lớn tuổi mà còn ra sức học hành tiếp tục.

Hai anh bạn tui sinh năm 1957, tức là đến năm 1990 đã 33 tuổi vậy mà họ can đảm xuống high school học để có thể vô Đại Học được. Vừa học vừa đi làm để sinh sống. Sau đó đến năm 1999 một người đã xong Ph.D. và 1 người xong B.Sc. ở Đại Học Waterloo. Người xong Ph.D. mà luận án được chính phủ Canada thưởng huy chương bạc (toàn quốc Canada mỗi năm chọn cho 3 giải Vàng, Bạc, Đồng những luận án xuất sắc của các Đại Học.) Hôm tốt nghiệp người thân duy nhứt dự lễ của anh Ph. Hoán (Ph.D.) là vợ chồng tui. Sau đó vào năm 2001 đã sang làm việc cho công ty Intel ở Sacramento cho đến nay. Hôm gặp tại nhà thì rất vui mừng chuyện xưa, chuyện nay nhắc lại vô cùng cảm động. Cuộc sống bây giờ ai cũng ổn định cả. Tui là người cao tuổi nhứt nên như là anh cả trong nhà. Họ kể cho tui nghe những khó khăn khi mới sang Canada và cách vượt qua để thành công cũng như thời gian đầu khi qua Mỹ và cuộc phấn đấu của họ để tồn tại vì lúc còn hàn vi, tụi tôi cũng sát cánh khuyến khích và an ủi nhau, giúp đỡ nhau để vượt qua. Mỗi tuần vợ chồng tui nấu vài món và đem xuống Đại Học (cách nhà tui 125 Km) cho con tui (cũng học ở Waterloo) và 2 anh bạn cùng ăn, có khi cùng đi ăn phở Xe Lửa (gần trường.) Mùa hè cũng như mùa đông, đều đặn, có khi thăm rồi ra về thì tuyết đã phủ toàn xe, phải chà bảng số xe mới nhận ra xe của mình.

Nhờ 2 người bạn này tui đã học được ở họ ý chí quật cường, tính nhẫn nại vô bờ bến và luôn luôn tin ở tài sức của mình. Học bằng tiếng Việt đã không dễ vì ở tuổi 33 này, vì nợ nước tình nhà vợ con, anh em cần giúp đỡ và phải vào high school học chung với các người trẻ hơn mình mà tiếng Anh là tiếng mẹ đẻ của họ, học xong là lao đi làm ở tiệm phở, tiệm cà phê, mùa đông đi đứng rất là khó khăn gian khổ. Họ dành dụm. Tui không quên được khi học ở Waterloo họ thuê một căn một phòng ngủ 750$ mà ở tới 5 người trong đó có con tui và một người con của nhạc sĩ Trường Sa, như vậy mỗi người chỉ trả 150$/tháng và ngủ mỗi người một tấm nệm nhỏ và học, họ chỉ ngủ 5 giờ tối đa một ngày. Nhiều khi đi thăm con thấy cảnh khổ của nó mà không dám khóc, và suốt con đường 5 năm học co-op như vậy. Thằng con tui từ lúc học high school ở với vợ chồng tui lúc nào cũng phởn phơ, vui tươi, cười nói vui vẻ, hồn nhiên, vậy mà sau đó trở nên trầm mặc, tánh thơ ngây ngày nào đã biến mất và chỉ trở lại còn 50% khi ra trường. Phải nói nó đã vào trường Đại Học như vào một nhà máy luyện thép. Với kinh nghiệm này mà về sau tui đã giúp một vài bạn trẻ một phần nào trên con đường học hành của họ. Bây giờ khi giúp cháu nội vừa 3 tuổi đưa nó đi thư viện chơi comp (thực ra là học đọc, học cách đếm,...) rồi nghe các buổi người ta đọc sách, rồi có các lớp dạy về sự phát triển não bộ của các trẻ nhỏ, cách cho ăn, các thức ăn và nhiều sách vở báo chí cho mọi lứa tuổi (sách chữ Anh, Việt, Tàu, có băng Video, CD, và tràn ngập các computer trong một thư viện nhỏ, tất cả đều miễn phí, tui dần dần hiểu ra tui và các con, các cháu vô cùng may mắn hưởng được một hệ thống giáo dục giúp đỡ tuyệt vời. Trước đây tui chỉ có dịp học được hệ thống giáo dục ở high school và ở Đại Học với các thư viện đồ sộ, nay các thư viện ở các khu xóm cũng rất là hữu ích để nâng cao kiến thức từ bé cho đến người già, nhờ đó mở mang trí tuệ, hiểu biết và con người trở nên hiểu biết hơn, sống vị tha, bác ái, bớt đi hẹp hòi, thiển cận, cố chấp.

Vài Phong Tục Xứ Người

Hôm nay là tối Chúa Nhựt, dự báo thời tiết ở San Jose nơi tui ở thì nhiệt độ thấp nhứt là 35 độ F tức rất gần 0 độ C (32 độ F), vì vậy tui cảm thấy rất lạnh vì hệ thống nhà ở đây chống lạnh không bằng ở Toronto, Canada.

Tối nay khi cháu nội gái xem Ba nó làm việc thì bất ngờ nghe tiếng rột rạt của chiếc nhẫn cạ lên giấy từ ngón tay út của bàn tay phải của Ba nó. Nó rất lấy làm ngạc nhiên và hỏi tại sao Ba nó đeo nhẫn cưới ở ngón áp út bàn tay trái mà lại có chiếc nhẫn này ở bàn tay phải mà đeo ở ngón út?

Tui bỗng nhớ lại 2 lần dự lễ ra trường của 2 thằng con tui hồi còn ở Toronto, Canada khoảng 10 năm trước. Chiếc nhẫn làm bằng thép và đeo ở ngón tay út bàn tay phải có 1 câu chuyện như thế này nha.

Theo truyền thống thì các sinh viên khi học ở phân khoa kỹ thuật tại hầu hết các Đại Học Canada khi tốt nghiệp sẽ dự một buổi lễ gọi là Ring Ceremony (Lễ Nhẫn). Tại lễ này các sinh viên tốt nghiệp kỹ sư đo ngón tay út để làm nhẫn trước và buổi lễ đeo nhẫn tổ chức tại Đại Học, các sinh viên sắp hàng và khi đến nơi sẽ đưa bàn tay phải qua một cái vòng của một chiếc nhẫn lớn tượng trưng và một vị giáo sư sẽ đeo nhẫn vào tay cho kỹ sư tốt nghiệp. Buổi lễ rất trang trọng, chiếc nhẫn này trao cho các kỹ sư được đào tạo tại các phân khoa kỹ thuật của các Đại Học Canada.

Chiếc nhẫn này là một tượng trưng cho tinh thần trách nhiệm về chuyên môn của các kỹ sư này. Vì vậy mỗi khi làm việc thì chiếc nhẫn này cọ sột sạt vào giấy để nhắc nhở đến tinh thần chuyên môn và trách nhiệm của một người kỹ sư.

Lịch sử của chiếc nhẫn này bắt đầu từ một chiếc cầu xây ở 14 km phía Bắc tỉnh Québec bắc qua sông Lawrence bị sụp đổ ngày 29 tháng 8 năm 1907. Tai nạn này làm chết 86 hay 88 người thợ xây cầu và chỉ có khoảng 11 công nhân sống sót. Có nhiều lý do mà lý do chính là do sự thiết kế thiếu chính xác khiến phần chính chiếc cầu (span dài khoảng 1800 feet) rơi xuống sông Lawrence.

Buổi lễ trao nhẫn này hết sức cảm động và ý nghĩa của nó cũng nhắc nhở các kỹ sư phải luôn có tinh thần trách nhiệm khi làm việc.

Không còn mấy ngày nữa thì dân Mỹ ăn mừng lễ Thanksgiving, Việt Nam mình gọi là Lễ Tạ Ơn, ngày đó hầu như sẽ có gà tây đút lò trên bàn ăn buổi ăn tối, với khoai tây nghiền, rau củ, nước sốt... Con gà tây này ướp trước 1-2 ngày và nướng rất là lâu trong lò.

Ở Canada thì người ta ăn mừng lễ Thanksgiving này thứ Hai thứ nhì của tháng 10 (second Monday in October), trái lại ở Mỹ thì lại vào ngày thứ Năm thứ 4 của tháng 11 (fourth Thursday in November.) Sự khác nhau thì không nghe nói song theo tui đoán có lẽ ở Mỹ lễ này là bắt đầu cho các Lễ Xmas, New Year...

Vào khoảng năm 1621 thì có 1 số người dân nước Anh họ vượt biên để tìm một nơi để được tự do tôn giáo và họ đã đến được Plymouth. Sau đó thì chính phủ Mỹ và Canada để kỷ niệm đã cho phép người dân được tổ chức lễ này trên toàn quốc. Học sinh thì rất vui mừng vì được nghỉ 1 tuần, riêng cha mẹ thì rất mệt vì phải chăn lũ con nít này.

Riêng tui thì lễ Thanksgiving này là dịp nghĩ đến ơn của ba má, ông bà, tổ tiên đã gầy dựng cho tui và gia đình, nhớ ơn của người vợ thương yêu, các con các cháu và anh em của tui và nước Canada và Mỹ đã cưu mang gia đình con cháu tui và cũng nhớ đến các ơn quí giá của anh em, bạn bè trong bao năm qua giúp đỡ, nhờ đó gia đình tui mới có được những ngày sống vui, hạnh phúc và bình an hôm nay. Không thể có từ nào diễn tả được lòng biết ơn của tui nha.

Chọn Một Con Đường

Hôm thứ Sáu vừa qua, nhơn dịp cùng gia đình thằng Út trên đường cho 2 cháu nội đi chơi biển, tui có dịp ghé qua thăm một khu di tích truyền giáo tên là Old Mission San Juan Bautista (St. John The Baptist). Mission này đã được thành lập từ ngày 24 tháng 6 năm 1797, tức là cách nay trên 223 năm lận.

Khi đặt chơn bước vào khu di tích này lòng tui bỗng dâng trào một lòng biết ơn và sùng kính không tả nổi. Nơi đây từ lâu lắm rồi một số nhà truyền giáo người Tây Ban Nha với một lòng tin mãnh liệt và hy sinh tuyệt vời đã rời bỏ xứ sở của mình, từ bỏ những sung sướng nơi quê hương mình mà dấn thân vào nơi hoang vu này để mang tin mừng đến cho những người dân sống ở đây. Đem hết cuộc đời mình để phục vụ cho một lý tưởng là vô cùng cao đẹp dù có khi phải hy sinh cả mạng sống cho lý tưởng của mình. Hai đứa cháu nội thấy tui quá xúc động mới hỏi lý tưởng là cái gì mà các nhà truyền giáo phải hy sinh như vậy hả ông Nội? Tui nói lý tưởng như là một con đường mình chọn để mình đi trên con đường đó. Thí dụ như con muốn trở thành một kỹ sư, một dược sĩ là con đã chọn con đường đi, con đã có một lý tưởng cho chính mình. Kỹ sư, dược sĩ thì là lý tưởng rất dễ hiểu, dễ biết, song lý tưởng của các nhà truyền giáo mà hôm nay mình tới đây viếng thăm thì lý tưởng của các nhà truyền giáo này nó cao, đẹp hơn ngàn lần của mình. Ngày xưa con người sống cũng như con cọp, con beo, họ không biết giết người, nói dối, làm chứng gian, ăn cắp, không biết tôn kính cha mẹ, thờ phượng Đấng Tạo Hóa... là có tội. Các nhà truyền giáo có may mắn được biết những điều này nên đến những nơi như ở đây để giúp cho người dân hiểu và để họ sống tốt đẹp hơn. Cái mà ông Nội muốn nói cho tụi con biết là các nhà truyền giáo này làm vì người khác, họ hy sinh sống cuộc đời khó khăn vì người khác không vì con người của họ. Tui có đi xem nơi mà trước kia các nhà truyền giáo này ở rất đơn sơ, nghèo khó. Song điều rất đáng phục là họ sống với lý tưởng của họ. Tui luôn nhắc nhở các cháu nội tui luôn tạo cho mình một con đường, một lý tưởng và quyết hết tâm, hết sức lực của mình để đạt được lý tưởng đó dù khó khăn gian nan đến đâu.

Tui còn nhớ ngày đầu tiên 2 đứa con tui đi học ở Toronto, Canada, bà xã nhà tui đã vào hỏi bà Hiệu Trưởng, theo bà thì ở đây đức tính nào cần phải dạy cho các con. Bà trả lời là phải dạy cho các cháu có trách nhiệm với mình và với mọi hành động của mình. Bà nói tinh thần trách nhiệm là cần hơn hết. Bà còn nói trong hơn 20 năm đi dạy học mới có một phụ huynh hỏi Bà câu hỏi này. Tui nghĩ nếu vạch ra con đường cho mỗi đứa con thì cha mẹ cũng như con cái phải có trách nhiệm đi cho được con đường này.

Sau 3 năm 2 đứa con tui tốt nghiệp Trung Học và lớp 13 (gọi là 6 tín chỉ OAC) mới được vô Đại Học - sau này thì họ dời xuống lớp 12 cho đúng hệ 12 năm.) Từ lúc mới đến 2 thằng cu không biết 1 chữ tiếng Anh ghi tên học phải nhờ đến thông dịch vậy mà sau 3 năm (mỗi năm học 12 tháng) đã được Đại Học nổi tiếng nhận vào. Một vài người quen khuyên tui nên cho các cháu vào các Đại Học thường thôi vì trèo cao té đau, hay liệu cơm gấp mắm... Tui cũng cám ơn những lời khuyên này song với số điểm tốt nghiệp khá cao tức là Đại Học họ nhắm là sinh viên này học được, và tui hỏi mấy thằng con xem học nổi không, tụi nó trả lời là nổi. Đại Học Waterloo ngành kỹ thuật học 5 năm vừa học vừa làm (chương trình gọi là Co-op) như vậy Đại Học dồn 4 năm học còn 3 năm và dành thời gian đi làm, ra trường được xem như là kỹ sư có 2 năm kinh nghiệm. Phải nói học rất căng thẳng nên mỗi tuần dù mưa hay nắng, đường sạch hay đầy tuyết, vợ chồng tui cũng phải đi trên 150 km để ủng hộ cho các con. Sau khi học 4 tháng năm thứ 1 không kiếm được việc làm, vài người cũng nói ra nói vô nên tui cũng hơi lo nha nhưng nghĩ 4 tháng học sau trung học thì còn yếu lắm, công ty nào mà chịu mướn, nên tui cho cháu đi học thêm part-time ở các Đại Học gần nhà. Thế rồi các khóa tiếp theo thì có việc làm ở các công ty lớn như IBM, và khi tốt nghiệp thì có việc làm sau đó. Cuộc sống cứ như vậy cho đến khi được công ty Mỹ ở San Jose nhận vào năm 2000.

Trai Nam Lấy Vợ Bắc

Có vài bà con bạn bè hỏi thăm sao không thấy tin tức gì của tui thì hôm nay nhân dịp tui có đọc 2 bài viết về người Nam lấy dợ hay lấy chồng với người gốc Bắc (do anh bạn đại gia Sáu Long ở Việt Nam gởi), cả 2 bài viết rất hay vì những cảm nghĩ rất con người, chân thật và dễ thương, cũng như hôm rồi tui đọc trên báo Thằng Mõ xuất bản ở San Jose một chuyện hồi ký tựa là "Lấy Vợ" của một anh người Nam hay người Bắc (không rõ) lấy dợ người Huế rất xúc động và chân tình, rất hay. Sau khi đọc xong tui thấy hơi lâng lâng trong tim nên phải viết ít hàng tâm sự nỗi niềm này.

Tui cũng có con dâu Út người Bắc rặt vô Nam (chắc là đi tàu há mồm 54) và định cư ở Đức Trọng. Cũng không quên là dợ tui cũng là người Bắc rặt, song gia đình vô Nam khá lâu (trước 1946) và sinh ra và lớn lên ở Sài Gòn. Quê dợ tui ở làng Hà Hồi, cách Hà Nội khoảng mười mấy cây số (km), năm 1988 tui có dịp đi Hà Nội (chuyện mần ăn) tui còn nhớ câu nói của một người đi chung xe hơi nói là càng xa Sài Gòn bao nhiêu thì càng khó khăn khổ sở bấy nhiêu và có ghé thăm quê dợ, dù không quen biết nhau mà ông bà, cô bác ngoài đó tiếp đãi tui rất là chân tình và khi từ giã ai cũng rưng rưng nước mắt vì ai cũng biết... buổi chia tay là vĩnh biệt nhau rồi.

Tui còn nhớ có người bác vợ là Bác Hồi (đã chết rồi), đi cùng Bác ra Hồ Hoàn Kiếm uống bia hơi, phải xếp hàng rồng rắn và chỉ mua một ly bia tiêu chuẩn và muốn uống thêm thì lại phải xếp hàng lần nữa và nghe radio hát lải nhải: "Trăng Trung Quốc tròn hơn Trăng nước Mỹ...đồng hồ Liên Xô tốt hơn đồng hồ Thụy Sĩ"... toàn là chuyện thần tiên.

Tui lại đi lạc đường rồi mà hồi đi học lạc đề là ăn hột dịt là cái chắc.

Tui còn nhiều chuyện để kể cho bà con cô bác muốn biết là cuộc sống ở Mỹ (San Jose) và cuộc sống ở Canada (Toronto) có gì khác nhau không?

Tui có con dâu Út là dân Bắc Kỳ 54 nên dạy con trai bằng tiếng Bắc. Mấy hôm dẫn cháu nội đi dạo chơi thằng bé cứ nói "ông bế, ông bế'. Lúc đầu tui không biết nó nói cái gì nên trả lời đại là con ngoan đi, đừng lằm nhằm nữa, song thằng bé cứ ôm chân tui và đưa tay đòi "ẵm", à, thì ra nó đòi tui ẵm nó. Tui cười một mình vì ngôn ngữ Việt Nam mình Nam Bắc hơi khác nhau. Đến khi gió thổi, cái nón của nó rớt xuống đất, thằng cháu lại nói cái "mũ, cái mũ ông Nội ơi", tui nghe mà không biết thằng cu nói cái gì nữa. Sau cùng nó cứ nhào mình xuống phía cái... mũ... tui mới biết cái nón là cái mũ. Hồi đi học trường làng cô giáo dạy A là quả na, tui cũng chới với vì đó là trái mãng cầu ta (xem hình vẽ mới biết.) Về nhà thuật chuyện để mọi người nghe vui chơi nào ngờ bà Nội nó nói ông Nội dở quá chẳng hiểu cháu nội nói gì, người ta thường nói bồng bế, còn nói chụp mũ là Việt Cộng, vậy mà không hiểu. Trời đất ui, tui tức quá nói thằng cháu nội "mắc dịch", thằng cháu nội nghe và nói con hổng có mắc dịch đâu ông Nội ơi. Tui tức cười quá nói vậy là con mắc toi rồi, vợ tui cũng dân Bắc Kỳ cũ (vào Nam trước 1944, còn gọi là Bắc Kỳ mất gia phả) nói ông Nội dạy cháu nội bậy bạ quá... Cho đến một hôm ra Bank of America, bà xã tui vô làm bank card cho 2 vợ chồng, cô ngân hàng là người Việt mình, tui thì giữ cháu, dắt đi lòng vòng trong nhà bank. Bỗng máu tiếu lâm trong người nổi lên, tui biểu thằng cháu nội chạy đến bà Nội hỏi bà Nội có mắc dịch không sao mà lâu quá dậy? Trên đường về, bà Dung (bà xã tui) cự nự quá, ông Nội dạy cháu nói bậy bạ, xấu hổ quá. Thằng cháu nội nghe tui cười nó khoái chí nói: bà Nội không mắc dịch đâu ông nội, bà Nội chỉ mắc toi thôi. Bà xã tui nói dạy cháu nói như vậy rồi khi qua nhà sui gia người ta cười cho thúi đầu. Phần tui thì lại thấy vui vui...

Đam Mê

Tui sẽ viết về cá tính đam mê có thể giúp như thế nào để định hướng nghề nghiệp trong tương lai cho thanh thiếu niên. Cũng giống như một người đam mê cờ bạc, đam mê về xe mô tô, đam mê về một cái gì đó như chơi game, nuôi chó...

Mỗi người sinh ra và lớn lên đều có nhiều đam mê, có nghĩa là say mê muốn làm một cái gì đó. Thí dụ như say mê cá độ đá gà, say mê muốn có một xe mô tô, say mê uống bia và nhậu, say mê chơi game hoặc muốn trở thành kỹ sư, bác sĩ... Nhìn cho ra cái đam mê của con cháu, bạn bè của mình không phải dễ gì hết.

Những người trẻ này rất đáng được chú ý và cần được hướng sự say mê này vào những ngành nghề, những công việc nào đó. Nếu hướng dẫn được thì sự thành công của họ phải nói là ghê gớm vì có say mê họ sẽ vượt qua mọi khó khăn mà một người bình thường khác không thể vượt qua nổi. Như có người có đam mê về Tự Lập, khi đi học cố học cho xong, cho nhiều để đi làm có tiền sống tự lập, mà đam mê tự lập thì phải có tiền, muốn có tiền thì phải có nghề nghiệp, nghề phải tinh thì tiền mới nhiều... Con đường đi đúng rồi, nhưng mau hay chậm, có to lớn, ghê gớm hay không thì tùy sự cố gắng chịu khó học hỏi thêm, biết tính toán tiền bạc, ăn xài mà thôi.

Nhận ra sự đam mê của một người nào đó và giải thích cho người đó hiểu là họ có một tiềm năng, một sức mạnh ghê gớm, vĩ đại nếu biết khai thác đúng hướng tiềm năng này và phải biết chính xác là thực sự họ có đam mê đúng nghĩa. Có người bạn rất đam mê cờ bạc, mê cờ bạc đến nỗi thua sạch bách tiền bạc và còn đòi ly dị vợ để chia nửa căn nhà và bán nửa căn nhà này đánh bạc tiếp. Thực ra là anh này có đam mê là muốn làm giàu thật mau và chọn con đường sòng bạc để lập nghiệp hơn là góp nhặt để dành tiền sau mỗi ngày buôn bán. Có dịp nói chuyện với anh bạn này và thấy nếu anh hướng đam mê vào ngành địa ốc thì cũng làm giàu nhanh lắm mà lại chắc ăn. Anh ta đi học nghề mua bán nhà, đi học sửa chữa nhà, khi đi học ông thầy dạy cho biết ngành địa ốc này nếu say mê, biết tính toán thì income có thể là 6 con số mỗi năm. Anh ta nhờ đam mê nên học rất chăm chỉ, cố gắng tìm được những bí ẩn của nghề nghiệp, chịu cực chịu khổ tìm học hỏi trong những sách vở, học trang trí nội thất, ở những ông trùm địa ốc, những biến động về kinh tế, chính trị, về tâm lý người mua, bán nhà, các khách hàng như người Á Châu người Mỹ... Họ mua nhà thì thích bộ phận nào trong nhà như bếp rộng, phòng ngủ, nhà tắm, trần nhà. Nhờ sự đam mê anh này trở thành một nhà địa ốc lừng danh và dĩ nhiên là anh ta rất giàu có hiện nay. Hướng dẫn sự đam mê đúng hướng thì kết quả phải nói là hết sức to lớn. Tôi có giới thiệu anh này bán giùm căn nhà của người bà con, anh này hy vọng căn nhà bán được 800K mà thôi vì theo định giá nhà thì giá là 805K. Anh ta cố vấn sửa chút đỉnh, clean nhà sạch bóng và sau đó làm staging (đem đồ đạc giường tủ sa lông) trình bày căn nhà, khi chủ nhà được mời đến xem phải khóc vì không ngờ căn nhà mình đẹp lộng lẫy như vậy và chỉ 1 lần open house và sau đó bán được 899K. Trong vòng 1 tuần lễ sự sai biệt gần 100K, chính sự đam mê đã giúp anh chàng địa ốc này thành công như vậy.

May Mắn

Hôm nay nhơn đọc một bài viết của giáo sư Wiseman nói về sự May Mắn, tui thấy bài viết rất hay, song có những khúc hơi khó hiểu. Tui cũng đã từng tìm hiểu về sự May Mắn để làm sao mình được may mắn, đọc qua nhiều người viết về sự may mắn nầy và có vài câu hỏi: "Có sự may mắn thật không?" Có thể hiểu sự may mắn như thế nào cho đúng và có thể tu luyện cách nào để có được sự may mắn?

Thật ra là *không* có sự may mắn nào cả. May mắn có hay không là tùy thuộc vào cách nhìn sự việc xảy ra mà thôi. Có người bị tai nạn và gãy tay. Nếu cách nhìn của anh ta là anh ta may mắn nên chỉ bị gãy tay chớ không may mắn thì đã lên bàn thờ ngồi rồi. Còn nếu cách nhìn của anh ta cho là xui xẻo quá nên bị gãy tay thì trong cách nhìn này sẽ không có sự may mắn gì hết trơn.

Trái với May Mắn là Xui Xẻo. Cả hai chữ này xem ra thì rất trừu tượng và nó tùy thuộc vào cách nhìn các sự việc xảy ra.

Vì vậy, theo giáo sư Wiseman thì ta nên là người lạc quan trước những việc xảy ra trong đời chúng ta. Muốn có sự May Mắn thì phải tự luyện để luôn có cái nhìn lạc quan. Nên nhớ là khi gặp một cánh cửa đóng lại chận lối ta đi thì có rất nhiều cánh cửa khác mở cho chúng ta. Trong Kinh Thánh có câu: "Tìm thì sẽ thấy, Gõ thì cửa sẽ mở... Ở Canada nếu tìm hiểu về cà phê Tim Horton sẽ thấy sự may mắn của công ty này ra sao, KFC cũng như vậy... Luyện cách nhìn lạc quan là để tạo cho ta sức mạnh, kiên trì, cố gắng, chịu cực chịu khó làm việc thì sự may mắn sẽ đến với ta trong quá trình làm việc, tìm kiếm của mình. Vài dòng suy nghĩ thô thiển viết ra để các bạn bè đọc cho vui nha.

Huy Chương Vàng Olympic

Hổm rày xem Olympic ở Rio tui tự hỏi cái huy chương vàng nó ra làm sao mà các vận động viên tranh giành dữ dội quá? Tìm hiểu thì mỗi huy chương vàng chỉ có mạ bằng 6 gram vàng và bên trong là 525 gram bạc. Nếu tính giá phỏng chừng là 548 đô Mỹ mà thôi. Tuy nhiên phần thưởng của mỗi huy chương vàng có thể đến cả trăm ngàn đô Mỹ, tùy theo các quốc gia và ngoài ra thì tiền quảng cáo của các vận động viên cũng có sáu số không chớ không phải chơi.

Dung Hòa Lý Với Tình

Thân gởi lời cám ơn đến các anh chị đã xem hình Facebook và đã có những lời chúc tốt đẹp cho 2 vợ chồng già Sách Dung nha, như chị Bùi Bích Tiên, thầy Sáu Uông Đình Hùng, cô giáo Theresa Trần xinh đẹp và nhiều anh chị bạn bè xa gần... Xin cám ơn rất nhiều. Nhờ có Facebook chúng ta tuy xa mà gần gũi, tuy không ở gần mà vẫn luôn nhớ nhau, thật tui không biết nói làm sao hơn nữa. Cuộc sống của vợ chồng già ở San Jose tuy rất bận rộn với 4 cháu nội song các cháu cũng cho lại những cái cảm xúc mà chỉ có những ai chăm sóc các con cháu mình mới cảm nhận được. Có vài gia đình bạn già tỏ ra không đồng ý cho vợ chồng tui là sai khi lo cho các cháu nội, họ cho là bây giờ (tuổi già) phải sống và thưởng thức cuộc sống tối đa, song theo tui thì dù già dù trẻ sống sao cho có ích, dạy dỗ các cháu nên người tốt (dạy con từ thuở còn thơ) là một việc làm truyền thống của người Việt chúng ta như ngày trước ông bà Nội lo cho các con tui mà vui vẻ không hề cho là cực hay mất tự do bao giờ. Nhờ gần gũi các cháu tui đã dạy các cháu câu "Nhỏ mà không học lớn mò sao ra." Dạy các cháu biết thương yêu cha mẹ, anh em, biết hy sinh, nhường nhịn, ngăn nắp, trách nhiệm, biết cầu nguyện... Dạy các cháu bài hát Đến

Trường của Phạm Đình Chương... *Trên tường vôi*[1] *ngói âm thầm rêu mờ, nơi tôn nghiêm chốn trau dồi trí thơ, ta ước mong có ngày làm rạng danh cho quê nhà...* Sinh ra trên xứ Mỹ, căn bản nền văn hóa dựa trên cá nhân không thông qua gia đình, tương quan cá nhân và xã hội là một liên hệ trực tiếp, văn minh ở Mỹ là một nền văn minh kỹ thuật và pháp trị, một xã hội LÝ, còn ở Việt Nam thì căn bản này dựa trên gia đình, một xã hội TÌNH, cho nên cha mẹ lạc lõng khi ra đường, con cháu ngỡ ngàng khi về nhà... Để duy trì, để dung hòa hai nền văn hóa này, nếu ông bà cha mẹ không giúp đỡ thì ai làm cho các cháu đây?

Vài hàng cám ơn các anh chị, bạn bè , vài dòng tâm sự xin mọi người đọc cho vui vậy thôi nha.

Giải Pháp Thứ Ba

Lão hòa thượng hỏi tiểu hòa thượng: "Nếu bước lên trước một bước là tử, bước lùi lại một bước là vong, con sẽ làm thế nào?"

Tiểu hòa thượng không hề do dự đáp: "Con sẽ bước sang bên cạnh."

Câu chuyện nhỏ này thường xảy ra cho biết bao người mà tui quen biết, cũng đôi lúc xảy ra cho chính tui nữa chớ không có ngoại trừ ai đâu. Nhiều người sang Canada và có cơ hội học hành đến nơi đến chốn như Cử Nhơn, Thạc Sĩ, Tiến Sĩ,... song không hiểu vì sao lại không tìm được việc làm. Làm sao đây, tiền nợ học phí, nợ thuê nhà, ăn uống? Một bức tường chắn con đường tiến của họ. Tiến thì Tử mà lui thì Vong. Có người tốt nghiệp kỹ sư ngành Viễn Thông, kỹ sư về Địa Chất Hầm Mỏ mà vẫn không tìm ra việc làm. Họ không lao đầu vào bức tường, họ không làm như vậy mà họ làm theo chú tiểu hòa thượng, họ bước sang ngang (bên cạnh) tức là họ quay sang nghề khác, tui gặp họ đi bỏ báo mỗi buổi sáng sớm, đi phụ bán cà phê, bán chợ trời, họ làm bất cứ gì để có tiền, dù ít song còn hơn là nằm nhà, không làm gì hết. Bây giờ có người làm chủ một tiệm sửa xe rất đồ sộ, có người làm luật sư, có người là nhà địa ốc rất thành công, có người làm chủ 3, 4 tiệm pizza... Các bạn ơi, cái cách bước sang bên cạnh là một bước đi tuyệt vời lắm đó, các bạn có biết bác sĩ Lê

---

[1] Các phiên bản trên mạng đều chép lẫn nhau, chép cả cái sai "trên ~~trường vui~~..."

Quang Chu đã từng có bằng Ph.D. về Math không? Cũng tương tự như tui đã từng bàn về cái chữ May Mắn, sự May Mắn có hay không đó nha...

Sống Hạnh Phúc

Cuộc sống của chúng ta trên trái đất này suy nghĩ ra rất là phức tạp. Theo nhiều người thì chỉ là cõi tạm, hay là cõi phù du, thế mà theo tui thì không phải như vậy vì tui thấy hầu như ai nấy đều thích sống, lo cho cuộc sống đời mình, đời con rồi đời cháu, chắt... Người ta xây nhà cửa kiên cố, tích lũy tiền của, mọi thứ. Tui cũng nhận nhiều bài viết do bạn bè gửi tới toàn là khuyên nên buông thả, buông bỏ hết, nhứt là khi lớn tuổi, song tui lại thấy người ta tập thể dục, đi bác sĩ, uống các thứ cao đơn hoàn tán, đông trùng hạ thảo. Thật ra theo như một người bạn tui nói thì chẳng có ai biết sau cuộc sống đời này thì cái gì sẽ xảy ra sau đó, vì vậy các tôn giáo đều đúng khi nói đến Niết Bàn, Thiên Đàng, Cõi Vĩnh Hằng, Miền Cực Lạc... Thật ra không ai biết được sau cuộc đời này thì sẽ có cuộc đời nào khác hay không nữa rồi là chấm hết. Cũng ông bạn này kề tai tui nói nhỏ là ông ta biết sau đời này sẽ có một đời khác sướng hơn, mà nếu nói cho người ta biết thì mọi người sẽ chết hết, còn ai trên trái đất này. Tui nghĩ nát óc và quyết định sống vui vẻ bình thường, vì cái chuyện không ai chứng minh được thì không tìm hiểu làm chi.

Ở Đâu Vui Thú Hơn Cả

Một người đi du lịch đã nhiều nơi. Hôm về nhà, kẻ quen người thuộc, làng xóm, láng giềng đến chơi đông lắm. Một người bạn hỏi: "Ông đi du sơn du thủy, thế tất đã trông thấy nhiều cảnh đẹp. Vậy ông cho ở đâu là thú hơn cả?"

Người du lịch đáp lại rằng: "Cảnh đẹp mắt tôi trông thấy đã nhiều, nhưng không đâu làm cho tôi cảm động, vui thú bằng lúc trở lại chốn quê hương, trông thấy cái hàng rào, cái tường đất cũ kỹ của nhà cha mẹ tôi. Từ cái bụi tre ở xó vườn, cho đến con đường khúc khuỷu trong làng, cái gì cũng gợi ra cho tôi những mối cảm tình chứa chan, kể không sao xiết được."
(*Chép từ Quốc Văn Giáo Khoa Thư.*)

Cảnh Nhà Đầm Ấm

Cơm nước xong, trời vừa tối. Ngọn đèn treo, thắp giữa nhà. Cha ngồi đọc nhật báo. Anh đang ngồi cúi xuống xem sách hay làm bài. Mẹ và chị, kim chỉ vá may. Ở bên cạnh, hai đứa em nhỏ đang nghe bà kể câu chuyện cổ tích, thỉnh thoảng lại khúc khích cười với nhau rất vui vẻ.

Ban ngày đi làm ăn khó nhọc; tối đến cả nhà được đông đủ sum vầy như vậy, tưởng không có cảnh nào vui hơn. (*Chép từ Quốc Văn Giáo Khoa Thư lớp Đồng Ấu.*)

Hiểu Con Không Ai Bằng Mẹ

Con không nuôi được mẹ già, định cõng mẹ lên núi để mẹ lại đó. Buổi chiều tối, con nói với mẹ sẽ đưa mẹ lên núi dạo chơi. Mẹ phấn khởi trèo lên lưng con. Cả đường con chỉ nghĩ đến việc sẽ trèo lên thật cao rồi bỏ mẹ ở đó. Đến khi phát hiện ra mẹ đang âm thầm rắc hạt đậu xuống đường, con đã rất tức giận quát: "Mẹ rắc hạt đậu làm gì hả?"

Cuối cùng, mẹ đã trả lời một câu khiến đứa con khóc đẫm nước mắt: "Con ngốc của mẹ, mẹ sợ tý nữa con đi về một mình sẽ bị lạc đường."

Bảo Vệ Tâm Lý Trẻ Em

Nhiều năm trước, tại một thị trấn nhỏ ở Mỹ đã xảy ra một vụ cướp ngân hàng bằng súng. Tên cướp không thể lấy được tiền, mà lại bị bảo vệ bao vây trong ngân hàng. Hắn ta bắt một cậu bé 5 tuổi khi đó đang ở trong ngân hàng cùng mẹ, yêu cầu cảnh sát chuẩn bị 500.000 đô la và một chiếc xe, nếu không hắn sẽ nổ súng bắn chết người. Chuyên gia đàm phán Nelson đã đến thương lượng với tên cướp, sau khi không có kết quả, anh đành cố gắng kéo dài thời gian để các tay súng bắn tỉa vào vị trí.

Do kẻ bắt cóc muốn giết con tin nên các tay súng bắn tỉa đã bắn kẻ bắt cóc ngã xuống đất, lúc này máu bắn đầy người khiến cậu bé sợ hãi gào khóc. Anh Nelson lập tức chạy tới ôm và bế cậu bé lên. Khi đó, phóng viên truyền thông báo chí bên ngoài đến rất đông, họ nghe thấy anh Nelson hô lớn: "Diễn tập đến đây kết thúc!" Lúc này cậu bé mới ngừng khóc và hỏi mẹ liệu có phải là thật hay không? Mẹ cậu bé nghẹn ngào gật đầu nói phải, những cảnh sát bên cạnh cũng bước đến an ủi cậu bé, nói rằng cậu bé diễn rất giỏi, nên được nhận huân chương. Ngày hôm sau, truyền thông của thị trấn đồng loạt im lặng, không hề nhắc đến vụ cướp bằng súng, tất cả mọi người đều đồng lòng lựa chọn bảo vệ tâm hồn ngây thơ của cậu bé.

Xã hội Mỹ vô cùng chú trọng việc bảo vệ sức khỏe và tâm hồn trẻ nhỏ.

Nhiều năm sau, có một người trung niên tìm đến Nelson và hỏi về sự việc này, hỏi ông vì sao khi đó lại thốt ra câu nói ấy. Ông Nelson cười nói: "Thời điểm tiếng súng vang lên, tôi nghĩ rằng có thể cả đời cậu bé này sẽ không thể vượt qua được ám ảnh tâm lý. Nhưng khi tôi bước đến gần cậu bé, đột nhiên tôi bật ra ý nghĩ rằng mình sẽ nói câu 'Diễn tập kết thúc!'." Lúc này, người trung niên nọ ôm chặt lấy ông Nelson, một lúc sau mới nói: "Cháu đã bị giấu giếm tròn 30 năm, cách đây không lâu mẹ cháu mới cho cháu biết sự thật. Xin cảm ơn, cảm ơn bác Nelson, nhờ bác mà cháu đã có một cuộc sống khỏe mạnh". Ông Nelson nháy mắt, cười nói: "Cậu không cần cảm ơn tôi, nếu phải cảm ơn thì hãy cảm ơn tất cả mọi người đã giấu cậu lần đó ấy!"

Học Trò Nhớ Ơn Thầy

Hôm nay có chút giờ rảnh nên tui xin chép lại một bài đọc mà tui đã học lúc 6 tuổi, rất thích vì tui hiểu trước khi là thầy tui cũng là một học sinh nhỏ của trường cô Sáu (Bà Chiểu, Gia Định), cũng như tất cả các em học sinh ngày nay.

... Ông Carnot xưa là một ông quan to nước Pháp, một hôm nhân lúc rảnh việc về chơi quê nhà. Khi ông đi qua tràng học ở làng, trông thấy ông thầy dạy mình lúc bé, bây giờ đầu tóc đã bạc phơ, đang ngồi trong lớp dạy học. Ông ghé vào thăm tràng và chạy lại ngay trước mặt thầy giáo, chào hỏi lễ phép mà nói rằng: "Tôi là Carnot đây, thầy còn nhớ tôi không?" Rồi ông ngoảnh lại khuyên bảo học trò rằng: "Ta bình sinh, nhất là ơn cha, ơn mẹ ta, sau là ơn thầy ta đây vì nhờ có thầy chịu khó dạy bảo, ta mới làm nên sự nghiệp này nay. (*Chép từ Quốc Văn Giáo Khoa Thư.*)

Học Mãi Để Cầu Tiến

Lúc mới đến Toronto, Ontario, phần phải lo tài chánh cho gia đình, phần phải lo tìm cho mình một cái nghề nào dễ kiếm việc làm và có lương cao và hợp với tuổi tác của mình. Phần khác lo cho Má và Dì tui được an sống tuổi già và nhứt là lo cho 2 thằng con học hành. Lúc bước chơn lên đất Canada thì 2 thằng cu này một chữ tiếng Anh cũng không biết mà không biết tiếng Anh thì cái gì cũng sợ vì không biết mình nói cái gì và người ta nói cái gì. Tui khuyến khích tụi nhỏ học tiếng Anh ở thư viện (đa phần các cô thầy giáo dạy free để lấy kinh nghiệm trước khi xin dạy học) và ở nơi bán thức ăn vì người bán rất dễ tính, vui vẻ tìm hiểu 2 thằng cu ngố muốn mua cái gì, khi có giờ rảnh sau lớp học. Rồi theo thời gian nhờ sự cố gắng, nhẫn nại thì các cái khó lần lần bớt dần. Phần tui sau khi chọn được một nghề rất hot lúc đó và sau 4 năm vừa đi làm vừa học thì ông Thần May Mắn hiện ra. Số là khi tui học xong và một hôm tui hỏi một khách hàng về giá của sản phẩm tui đang làm, họ nói là 5K/1 sản phẩm. Mỗi ca 8 giờ tui hoàn tất 6 sản phẩm, máy chạy theo 1 program đã có sẵn trong máy. Tui suy nghĩ mình có thể làm thêm 1 sản phẩm với ca của mình không nhỉ? Tui nghiên cứu từng hàng trong program và bắt đầu tăng tốc độ các tools (10 tools) và sau khi xong ca thì sửa lại như cũ. Sau 1 tuần với sự hiểu biết ca tui làm hoàn tất được 7 sản phẩm. Tui rất mừng vì nhờ học hỏi tui đã biết cách chỉnh sửa an toàn program. Tui nghĩ thực đơn giản chỉ có vậy. Tuy nhiên sau 1 tháng thì người Kỹ Sư Trưởng của công ty mời tui lên văn phòng với một giấy khen và 1,000 đồng tiền thưởng. Ông nói nếu 3 ca theo sự chỉnh sửa của tui thì sẽ thêm được 3 sản phẩm, công ty sẽ xong hợp đồng nhanh hơn và có lời nhiều hơn. Tui nói tui mới học xong và tui được hoàn trả tiền học và 1 giấy khen. Tui vui lắm và tiếp tục học thêm về các ngành chuyên môn có liên hệ và từ đó tui bớt được nỗi lo thất nghiệp.

Tương Lai Và Cuộc Đời Của Con Cái

Hôm nay nhơn lúc đi xem một đám cưới trên mạng do một người bạn thân gởi làm tui sực nhớ đến các quan niệm chọn vợ của hai thằng cu nhà tui. Thời gian trôi nhanh lắm, 2 thằng cu tui đã học xong, có việc làm ở San Jose (may lắm 2 đứa đều làm ở các Công ty gần nhau) và tụi nó đều đến lúc lập gia đình. Kiếm vợ cho 2 thằng này khó khăn khoai củ lắm. Vợ chồng tui mong muốn từ lúc mới qua Canada là chọn người con gái Việt Nam (không thích lấy Tây, Mỹ, Phi, Tàu, Ấn, Mễ...) vì theo vợ chồng tôi thấy lấy người Việt thì gia đình dễ nói chuyện, dễ hòa hợp lắm. Cho nên tui khuyên tụi nhỏ tham gia vào các chương trình người Việt như đi lễ nhà thờ bằng tiếng Việt, gia nhập hội Sinh Viên Việt, bạn bè trai gái người Việt, cho nên 2 thằng cu có nhiều bạn trai, gái người Việt và kết bạn với mấy đứa con của bạn vợ chồng tui, mời tụi bạn đến nhà chơi, ăn cơm, đi các lễ hội Trung Thu, Tết Việt Nam... Có người nói nên cho tụi nhỏ tham gia vào các chương trình người Canada để giỏi tiếng Anh. Tui thấy không cần, học ở trường quá đủ như các cháu nội tui đều nói tiếng Việt lưu loát cũng như tiếng Anh. Theo tui nghĩ là nói được, đọc được, hiểu được tiếng Việt trên đất Mỹ mới là quan trọng.

Quan niệm về người bạn đời của 2 thằng cu nhà tui rất khác nhau dù uống cùng sữa mẹ, ăn cùng cơm mẹ nấu, được cha mẹ dạy y chang nhau mà tiêu chuẩn chọn vợ của tụi nhỏ khác nhau.

Thằng lớn thích chọn một cô gái giỏi, siêng năng, có học, biết tranh luận với chồng, tức thằng cu này không sợ phải cãi nhau, phải đấu lý, không thích con gái quá nhu mì, quá lệ thuộc chồng, không biết tự lập... Dĩ nhiên là phải biết âm nhạc và... phải đẹp. Thằng cu út thì trái lại, rất sợ các cô gái quá giỏi, nhanh nhẹn như bác sĩ, luật sư,... thích con gái nhu mì, hiền hòa, dễ dạy, dễ nói và không thích tranh luận, tức là 2 quan niệm hoàn toàn trái ngược nhau.

Về sự học và tiến thân cũng khá khác nhau. Thằng lớn thì thích học theo chiều ngang, tức là những môn nào mới, khó, phức tạp thì cố học cho được cho nên bắt đầu từ Cisco, rồi Jupiter, Yahoo và Apple. Nay lại nhảy qua Công ty AirBnb. Thằng nhỏ thì thích học theo chiều đứng như Master, Ph.D., và các ngành học cần thiết để tiến thân. Không thích bay nhảy như thằng lớn.

Lúc đầu không hiểu nên giới thiệu cho 2 thằng cu bao nhiêu là cô gái đều bị tụi nó không chịu. Bây giờ thì hiểu ra tụi nó đã tự lựa chọn và sống rất hạnh phúc theo quan niệm của tụi nó. Tui thấy nhiều ông bà bạn than thở là ngày xưa bố mẹ đặt con ở đâu thì ngồi đó, chớ bây giờ thì con đặt bố mẹ phải theo ý của con. Tui thấy hình như quan niệm này nó SAI 100%

vì cha mẹ không thấy cái sai của mình, không hiểu con cái, thiếu sự suy nghĩ, tìm hiểu rồi đổ thừa.

Chính tui đây cũng nhìn nhận mình đã SAI, hiểu SAI con cái. Quan niệm cũ đã làm cho mình hiểu SAI về con cái. Cái lỗi này là lỗi của chính bản thân mình. Mình nên đấm ngực và nói: "Lỗi tại tôi mọi đàng."

Chọn Trường Học Cho Con

Hồi ở Toronto, Canada, có mấy người bạn ở Sài Gòn hỏi ý kiến tui nên xin cho con học trường nào (cấp Trung học).

Kinh nghiệm hồi nhỏ Ba tui cho anh em tui học trường Taberd Sài Gòn, Ba tui nói đây là 1 trường lớn, học phí rất cao, tuy nhiên Ba tui nói Ba hy sinh để cho các con được đào tạo về học thức và đạo đức tác phong còn hơn để tiền bạc nhà cửa cho tụi tui. Tui cám ơn Ba tui nhiều lắm, nhứt là sự hiểu biết nhìn xa của Ba tui. Học một trường có kỹ luật, có dạy về đạo đức, tư cách, tác phong, ngoài kiến thức, thì Trường Taberd là số 1. Các thầy dạy là các tu sĩ dòng La San, hy sinh đời mình theo gương Thánh La San để đào tạo những thế hệ trẻ có nề nếp, phong cách, ngoài học thức. Như vậy tui nghĩ trường học tốt là môi trường vô cùng quan trọng cho các thiếu niên. Trường học là một xã hội nhỏ cho các thanh thiếu niên.

Ký ức khiến tui nhớ lại hồi chơn ướt chơn ráo đến Toronto sau khi 2 thằng cu nhà tui thi xếp lớp và được phân phối về học một trường gần khu nhà tui thuê. Tui đến trường này thì không vui chút nào, khu tui ở là khu nhà nghèo (mới qua thì nhà nào cho thuê rẻ thì nhào vô mướn), học sinh choai choai trai gái ôm nhau, đứa thì phì phà điếu thuốc, quần áo thì theo kiểu bụi đời, hở đùi, rách đít... trông thấy phát ớn. Tui qua một trường khác cũng hơi xa, thấy học sinh khá nề nếp nên vào văn phòng xin cho 2 thằng cu và may mắn được nhận. Vợ chồng tui, bà Nội 2 thằng cu thường xuyên đi đón và tham dự các buổi họp phụ huynh, theo dõi các thông báo của cô thầy giáo và theo dõi hành động học tập cũng như thay đổi thái độ, tư cách của hai thằng cu. Bà Nội nhờ biết tiếng Anh nên giúp đỡ tụi nhỏ rất nhiều. Lúc đầu phòng ốc nhà thuê chật chội, dơ bẩn (khu xấu), vợ chồng tui không ngại tốn kém ra sức tìm một apartment rộng hơn cho 2 cháu có chỗ học, chỗ ngủ thoải mái hơn. Đây là một kinh nghiệm xương máu nha. Nhiều gia đình chỉ thích để dành nhiều tiền ở nhà thuê chật chội hay nhà chính phủ, (tiền thì gởi người này người khác, giấu giếm thu nhập, hình như không biết tai hại), con cái nheo nhóc, cho nên khi tụi nó có điều kiện là dọn ra ngoài, con gái thì cùng ở bạn trai, con trai thì cha mẹ không theo dõi, theo bạn bè bỏ học...

Như vậy tạo nơi ăn ở cho con cái là 1 điều quan trọng lắm mà ít người để ý, con cái nhiều đứa có khó khăn mà không dám nói ra.

Sau vài năm sống ở đây tui có dịp tìm hiểu trường học được chấm điểm và có 1 hồ sơ do Cảnh Sát họ ghi chép (học sinh phạm pháp), các nhà thuộc khu trường học tốt rất là mắc, có khi mắc gấp đôi các nhà có trường học không tốt. Đây cũng là một điều tôi biết có người thích nhà to, đẹp khu trường học không tốt mà giá rẻ và chấp nhận đóng tiền cho con cái theo học trường tư.

Tui còn nhớ có gia đình bạn ở Sài Gòn gởi tui lo cho đứa con trai lớn đang học 1 trường trung học thuộc loại không tốt (do 1 người quen lo giúp trước đây.) Tui đến trường họp Phụ Huynh, cậu này bản tính rất tốt song không được gieo hạt giống ý thức quyết tâm, cố gắng nên dễ sa đà vào game mà không chịu khó học. Học sinh các trường tốt được dạy dỗ, khuyến khích xây dựng cho bản thân một ý chí, một con đường để xây dựng tương lai, ngoài kiến thức, cho nên họ qua được các cám dỗ làm hư hỏng cuộc đời họ.

Lo Cho Tương Lai, Dạy Dỗ Con Cháu

Sáng nay nơi tui ở mưa vẫn còn rơi, người ngồi nhà thì buồn vì không đi bách bộ hay xách xe chạy rong mà cây cỏ xem như có vẻ khoái chí mát mẻ lắm. Ngay cả ông Trời cũng không thể làm cho mọi người, mọi thứ đều hài lòng huống chi mình chỉ là con người tầm thường, hèn mọn.

Nói về việc chọn trường cho con cái đi học cũng là điều rất quan trọng. hôm tui về Sài Gòn chơi và sẵn dịp đưa con một người bạn sang Toronto học. Tui đã giúp chọn cho cháu học lớp 10 một trường rất tốt vì Tui đã xem hồ sơ cảnh sát do văn phòng nhà trường cho xem lúc xin cho cháu này vào học. Tui biết trường này vì gia đình có con là 2 bác sĩ trước học ở đây giới thiệu. Người bạn này vốn là 1 kiến trúc sư (học ở Sài Gòn) và rất quan tâm về học hành, dạy dỗ con cái. Trường tọa lạc ở một khu khang trang rất sạch sẽ, mỗi khi tan trường cha mẹ đón con bằng những xe đắt tiền, ôm và hôn các con, con cái ăn mặt tề chỉnh, biết nhường bước cho người lớn, cười nói với bạn bè lịch sự, giữ trật tự, không chạy giỡn trên đường xe chạy... Cháu này sau tốt nghiệp Đại Học rất có tư cách và có việc làm rất tốt.

Khu nhà ở cũng quan trọng lắm. Lúc tui mới qua xin nhà của chính phủ khá dễ, có mấy gia đình qua cùng 1 lượt với gia đình tui khuyên nên xin nhà chính phủ. Tui không muốn vì tui thích sống tự lập. Khu nhà Housing (nhà chính phủ cấp) thì có nhiều sắc dân, rất phức tạp, trường học cũng không tốt và rất là lộn xộn, không sạch sẽ, và với nhiều điều kiện về tài chánh, tiền trong bank... Sau thời gian mấy năm nhìn lại tui thấy gia đình tui tốt hơn, vợ chồng tui có việc làm vững chắc, việc học các con rất tốt và bạn bè cũng hầu hết là người Việt mình, là những học sinh giỏi.

Trên đây là 2 yếu tố: trường học và khu nhà ở. Một yếu tố nữa là gia đình. Mấy ngày sắp lên đường định cư, Cha Tuyên là Cha Sở Nhà Thờ gia đình tui xem lễ mỗi Chúa Nhựt giúp đỡ cho 2 thằng cu nhiều lời nhắn nhủ (thằng lớn giúp lễ và 2 thằng cu học giáo lý ở đây từ 1980-1990), khuyên bảo vì Cha đã từng sống ở nước ngoài nhiều năm. Hai thằng cu đã được dạy từ nhỏ dù học ở trường xã hội chủ nghĩa luôn được vợ chồng tui dạy dỗ theo truyền thống La San nên rất có căn bản về đạo, biết vâng lời, chịu khó học hành. Tui có người Cậu, em của Má tui tập kết ra Bắc, năm 75 vô Nam, tui có hỏi Cậu sự thù hận Việt Nam Cộng Hòa sẽ dài bao lâu, Cậu nói có thể 40-50 năm hay cả trăm năm. Tụi con nên hiểu và suy nghĩ. Tui rất nhớ ơn Cậu đã giúp ý kiến.

Ngay từ bây giờ tui cũng cố giúp 4 đứa cháu nội các thói quen tốt, tinh thần trách nhiệm, anh em biết nhường nhịn, thương yêu nhau, biết công ơn cha mẹ, kính trọng ông bà, lễ phép thầy cô, chơi tử tế với bè bạn, biết thương người... Có lần trong bữa ăn chiều, bà Nội hỏi cháu gái 6 tuổi, ai cũng thương con nhứt nhà, Ba con, Má con, bà Nội, ông Nội, mà bà Nội hỏi còn con, con thương ai nhứt nhà. Ai cũng nghĩ câu trả lời là bà Nội. Mấy đứa cháu mê bà Nội lắm. Song cháu nói con thương ông Nội. Cả nhà ồ lên ngạc nhiên và hỏi tại sao? Cháu nói tại ông Nội già hơn, tóc bạc trắng. Cháu nói nhiều khi nhớ ông Nội già (sợ ông Nội ngủm) nên con khóc. Làm ông Nội cảm động quá. Đó là kết quả nhỏ của sự giáo dục trong gia đình.

Thằng cháu nội 7 tuổi viết thư cho Ba Má nó nói muốn có căn nhà lớn để có chỗ chạy chơi, có phòng riêng... Má nó hỏi muốn như vậy thì phải làm sao? Đứa em 5 tuổi nói: money. Má nó hỏi tiếp làm sao có money? Nó nói trả lời phải work. Má nó hỏi làm sao work? Nó nói phải study. 2 đứa này là con của thằng con lớn.

Giáo dục trong gia đình cũng vô cùng cần thiết. Một ngày 24 giờ, thời giờ ở với cha mẹ ít ra cũng 6-7 giờ. Dạy dỗ con cái theo tui biết KHÓ NHỨT LÀ LÀM GƯƠNG cho con cháu. Điều này không phải dễ dàng nha. Bảo anh em phải thương yêu nhau mà chính cha mẹ thì anh em ganh ghét nhau, nói xấu nhau, bất hòa nhau thì anh em của con mình có thương nhau không? Không, 100 lần không. Cha mẹ luôn bất hòa, gây gổ nhau trước mặt các con là 1 cái gương XẤU vô cùng.

Chọn Bạn Cho Con Cháu

Ngoài chọn khu nhà ở, trường học và dạy con trong gia đình, tui thấy còn cần để ý cách dạy con cháu về các vấn đề xã hội, bạn bè...

Có người vô tình làm gương xấu cho con cháu mà không để ý. Chuyện kể có 1 thằng bé bị phạt vì lấy cắp cây viết của bạn, người cha nói: "Nếu con muốn, mai Ba vô sở làm lấy về cho con cả chục cây viết." Có khách đến nhà, Bố bảo thằng con nói là Bố đi vắng... Những cái nhỏ như vậy không qua được sự chú ý của mấy đứa bé mà cũng không phải là chuyện nhỏ không đáng để ý. Từ lúc định cư ở Canada và Mỹ vợ chồng tui có giờ rảnh đi dự các buổi nói chuyện về cách nuôi dạy trẻ, có chương trình học mỗi thứ Bảy và hoàn tất thì được cấp certificate. Có cái giấy này là mấy thằng con không dám xía vô việc dạy cháu của ông bà Nội. Chương trình này do nhóm I-CAN tổ chức ở Thư Viện, có chuyên viên, y tá, bác sĩ nhi khoa dạy về sự phát triển của con nít, cách chữa khi bị sốt, bị mắc nghẹn, dị ứng, rất hay cũng như sự phát triển về não bộ của trẻ, sự dậy thì, sự cân bằng chiều cao và trọng lượng của trẻ, và một đứa trẻ có khả năng học được 5 thứ tiếng (có nhiều người chỉ cho cháu học tiếng Anh). Tui còn nhớ hồi nhỏ học Taberd được dạy tiếng Pháp, Anh, Việt. Chị dâu tui nói lưu loát 4 thứ tiếng. Lợi hại lắm vì khi đi làm ở công ty Mỹ, nhờ biết tiếng Pháp nên những bản vẽ dùng metric, chữ Pháp, văn phòng nhờ tui dịch sang tiếng Anh, Ban giám đốc nói với tui là tui yên chí và sẽ bị cho nghỉ làm chỉ khi nào công ty đóng cửa hay dời sang Mexico! Mấy cháu nội đều nói tiếng Việt rành rồi, 5, 6, 7, 8 tuổi biết hát các bản Trường Làng Tôi, Lục Quân Việt Nam, các ca dao, ngụ ngôn,... bây giờ đang học online về Giáo Lý, học tiếng Việt để biết đọc và viết. Một hôm đang học online, cô giáo hỏi có phải các em cần uống sữa không? Cháu gái vọt miệng bằng tiếng Việt: "Cô nói đúng chăm phần chăm! (100%)". Cô giáo trợn mắt không hiểu cháu nói gì.

Tui có quen 1 gia đình kia, không hiểu ông Bố bị cú sốc gì mà luôn nói người Việt mình xấu lắm với con cái, kết quả là thằng con trai lấy một cô da trắng, ông Bố không chịu, thằng con tự đứng tên thiệp cưới (bỏ tên cha mẹ ra) và không mời ông bà dự tiệc cưới luôn!

Cha mẹ cũng không nên lớn tiếng nổi nóng đập bàn, xô ghế khi dạy dỗ con cái. Ôn tồn bình tĩnh nuốt cục tức vô bụng, khôn ngoan khuyên nhủ dễ sửa đổi con cái hơn. Trong gia đình còn nhiều chuyện song xin tiếp qua ảnh hưởng của bạn bè và xã hội.

Con nít lúc nhỏ dưới 14-15 tuổi thì ít bị ảnh hưởng của bạn bè vì cha mẹ kiểm soát được. Song càng lớn thì bạn bè rất quan trọng. Vì vậy khi ở những khu xấu, ít khi gặp bạn tốt lắm. Hồi còn ở Sài Gòn, mỗi lần tan học 2 thằng cu nhà tui dẫn cả chục bạn học về nhà, nội lo nước lạnh cho tụi nó uống cũng mệt. Sang Canada cũng vậy, thường có cả chục bạn học đến chơi, xem TV, hay rủ nhau chơi banh. Tui rất để ý và khuyên các con chọn bạn tốt mà chơi. Mình chịu khó để kiểm soát các cháu. Trong đám bạn ấy bây giờ có đứa là kỹ sư, bác sĩ tốt nghiệp Đại Học Stanford, có đứa là Ph.D. về Pharmacy, nha sĩ, hay chuyên viên,... tụi bạn hay bắt chước nhau, cố gắng, giúp đỡ, ganh đua học. Hồi mới qua Canada, tui cố gắng thuê một apartment khá rộng để các con thoải mái và có chỗ tiếp bạn bè. Tui biết vạn sự khởi đầu là khó khăn lắm, phải cố vượt qua. Tiền kiếm thì ít mà nhu cầu thì nhiều.

Còn một yếu tố nữa là xã hội. Khi con cái còn nhỏ tui thường kiểm soát các chương trình trên TV, iPad các cháu thích xem. Có nhiều chương trình rất bổ ích, giải trí, nhảy múa với nhiều bản nhạc vui tươi song cũng không thiếu các chương trình đánh nhau, bạo lực, phá phách vô ý tứ hay phù phép theo kiểu kiếm hiệp Ba Tàu hoặc nhằm quảng cáo bán đồ chơi cho con nít. Vì vậy tui giải thích tại sao chương trình này hay, tốt xấu chỗ nào, sau khi xem mình học được gì, rất khó vì phải theo dõi hoài. Phải mất nhiều thì giờ, nhiều lần giải thích chớ không thể cấm đoán được nha. Ngoài ra khi các cháu lớn thì sa đà vào bia, rượu, thuốc lá, cờ bạc casino, cà phê ôm, game, ăn mặc quần áo hở rún, lòi đít... Bạn bè là yếu tố phải theo dõi nhứt. Có nhiều đứa rủ nhau mê game, cờ bạc rồi bỏ học, hay khi lớn bị vợ bỏ. Cần phải ngăn ngay từ đầu mà đã mê rồi thì sửa lại khó vô cùng. Nhớ đừng để chuyện xảy ra cho con cái và nói câu chỉ muốn tự vận. Mọi thứ đều có cái Nhân rồi mới tới cái Quả.

Rất mong mấy dòng viết theo chủ quan của Tui có thể giúp chút nào cho các con cháu của mình. AMEN.

Chợt Nhớ

Chuyện Trên Trời Dưới Đất

Nói chuyện về trái đất tui xin lạc đề sang chuyện trên trời. Viết đến đây thì có thằng bạn cũ không biết buồn gì chuyện vợ con nên email gởi cho tui mấy câu thơ nó làm hay lượm được của ai (đọc cho vui 1 chút thôi):

Không có em đời buồn như chó cắn,
Có em rồi thà chó cắn còn hơn.

Thấy mấy thằng con lo chơi game, không lo học, nó chép thêm 2 câu nữa:

Cứ chơi đi cho hết thời trai trẻ,
Rồi âm thầm lặng lẽ đạp xích lô.

Trên bàn ăn tối hôm qua, vợ tui và mấy đứa cháu chê tui đánh máy như gà mổ thóc, tui cười nói anh Điển tui cũng vậy mà ảnh gõ biết bao bài vở có giá trị, vừa gõ giúp chị dâu tui học ở Đại Học Toronto lấy bằng cao học, rồi Ph.D., ảnh cũng học ở Đại Học Western Ontario từ cao học rồi đến Ph.D., cái quan trọng là ở cái đầu chớ không phải ở ngón tay đâu. Ai cũng cho tui chống chế, không biết nhận cái dở của mình. Tui còn nói thêm ông Phật ở chùa dơ ngón tay thì người ta khuyên nên nhìn con đường tu đạo mà ông Phật chỉ chớ đừng ngắm ngón tay ông Phật. Ý tui nói nên nhìn cái chính, cái quan trọng. Tui nghĩ là tui lại lạc đề nữa rồi.

Chuyện trên trời thì Lão Tử bên Tàu là những người đầu tiên nói đến. Ông cho rằng vũ trụ là vô thỉ vô chung (không bắt đầu mà cũng không chấm dứt, khác với Khổng Tử chủ trương qua sự giáo dục tạo một xã hội ổn định và trật tự - chuyện dưới đất). Ngày trước, mỗi đêm đi làm về tui hay nhìn lên trời, hình như trời ở Canada này gần hơn trời ở Sài Gòn. Thấy các ngôi sao tui lại nhớ đến anh tui. Hồi còn ở nhà đường Nguyễn Huệ, Phú Nhuận, anh tui thường dạy cho tui tìm phương hướng bằng cách nhận ra đâu là sao Bắc Đẩu, từ đó dù trên biển mênh mông, chung quanh là nước với nước, mình không cần la bàn mà vẫn đi được đúng hướng. Hồi học Sĩ Quan ở trường Bộ Binh Thủ Đức tui cũng được học cách tìm phương hướng, rồi khi học ở Đại Học tui cũng được thầy dạy cách định tọa độ về các nơi có quặng mỏ, cách xem không ảnh, nhưng xem... ở dưới đất... Thấy các chòm sao tui lại nhớ đến anh Điển tui, người anh rất hiền từ, giúp đỡ anh em tui rất nhiều, mà vắn số.

Ngồi Quán Uống Ly Café

Hôm nay là sáng Chủ Nhựt 6 tháng 4, 2014 khoảng 11:49 AM, thông thường thì mỗi sáng tui hay kiếm thì giờ đi uống cà phê với 1, 2 người bạn, gọi bằng phone rồi hẹn nhau ra tiệm cà phê gần nhà, 3 phút lái xe, tên là tiệm Country Style, cà phê tiệm này tuy không ngon lắm song ở đây có bánh muffin khá ngon, giá cũng không mắc lắm. Ngồi uống từng hớp cà phê nóng, chấm bánh muffin loại ít ngọt và có nhiều nho, và nói chuyện trên trời dưới biển như chuyện máy bay MH 370, mất tích, chuyện tụi Nga chiếm Crimea, chuyện Tây đen Jean-Paul bất ngờ gặp lại tên giết gia đình anh ta là tên Desire Munyaneza ở Rwanda năm 1994... Toàn là chuyện lớn, ngồi đấu láo chỉ 30 phút thôi cũng thấy vui rồi. Ở tiệm có báo đủ loại, ghế salon, Wi-Fi, không khí thoải mái... Tuy nhiên uống cà phê như vậy cũng nhờ đó quen biết nhiều bạn bè, cho nên khi hữu sự thì có quới nhơn giúp đỡ, chỉ vẽ... Hồi trước đi làm cũng nhờ đi uống cà phê học được nhiều cái hay trong nghề nghiệp, biết thêm các cái cần học hỏi để thăng tiến nghề nghiệp, cũng giúp biết cách tìm việc làm, phải nói nếu mình biết dùng lúc đó, hỏi thăm, tìm hiểu thì vô cùng ích lợi, nếu không thì... mất thì giờ vô ích.

Hôm qua San Jose, khi định sang định cư tại đó thì có mấy người bạn học cũ (trên 50 năm cũ à nha) vừa uống cà phê thơm ngon tại tiệm Moi et Toi (đáng lý ra là Toi et Moi) có nói: qua đây tụi tao lo, tụi tao sẽ giúp lúc đầu... mày đừng lo - có như vậy cũng yên tâm. Uống cà phê ngon hay không còn tùy khung cảnh tiệm, tùy loại khách của tiệm, tùy các bạn thân, nghĩa là chất lượng cà phê chỉ chiếm 30-40% mà thôi.

Nói về cà phê thì tiệm cà phê ngon là Starbucks, Second Cup (uống 2 tách mới đã), còn các tiệm Country Style, Mc Café, Tim Horton thì giá rẻ song ít ngon hơn. Có nhiều nơi bán cà phê lắm như cà phê Mondial của Ý, các tiệm cà phê khác chủ yếu là cờ bạc, đánh đề... Tui không dám vô đó. Có nhiều loại cà phê lắm, theo tui ngon nhất là cà phê Hawaii. Có người về Việt Nam mua cho cà phê cứt chồn mà tui không dám uống vì sợ họ rửa không sạch uống vô xịt máu. Nghe họ nói có cả cà phê cứt voi, cứt trâu, phải công nhận nhiều sáng kiến ghê thật. Vì vậy mỗi sáng là phone cứ reo, bạn cứ gọi, nhờ đó quên đi cái lạnh mùa đông, cái buồn tuổi về hưu, và nhiều cái khác nữa.

Thích Nghe Nhạc Buồn

Hôm qua tình cờ nghe bài hát Đoạn Tái Bút của Tú Nhi do hai ca sĩ trẻ Ngọc Diệu và Mai Lan hát hay hết biết thì bà xã tui nói mấy bài hát này nghe thê thảm quá. Tú Nhi tức là Ca sĩ Chế Linh đó.

Ta xa rồi Em nhé, đường Em, Em cứ đi,
Đừng về bên gác trọ, để mặc tôi với đời,
Tôi đi thật xa, quên hết chuyện ngày qua,
Ở đây dù mưa gió, một mình tôi sẽ đi qua...

Hổng biết tại sao nha, trong cuộc đời tui chưa lần nào bị bồ đá mà trái lại tui thích nghe những bản nhạc than thở thất tình như vậy đó. Tui xem views thì thấy có khi lên đến mấy triệu người nghe những bản nhạc này cũng an ủi cho tui nhiều lắm. Ngoài ra tui cũng thích và thuộc lòng nhiều bài thơ Thất Tình như TTKh viết:

Nếu biết rằng Em đã có chồng,
Trời ơi người ấy có buồn không?

Theo tui thì chắc là không vì người mình yêu mà đi lấy chồng mà không biết thì hết nước nói.

Có Một Bài Không Tên

Sáng nay mở computer ra bỗng gặp bài hát *Một Lần Nào Cho Tôi Gặp Lại Em* của Vũ Thành An làm tui bỗng nhớ đến một chuyện tình có thật, rất thật mà tui biết được.

Số là tui có quen một gia đình có 2 cô con gái, cô chị có gương mặt bầu bĩnh, vóc người cao ráo. Gương mặt có vẻ rất tự tin, tự lập, nói đẹp thì cũng được song ăn nói hòa nhã rất duyên dáng. Cô em có khuôn mặt chim, tức là khuôn mặt như trái xoan, gương mặt này thì rất dễ trang điểm thành rất đẹp. Người tầm thước không cao như người chị. Đại khái là hai chị em song có hai gương mặt khác nhau, có thể suy đoán như là hai chị em cùng mẹ khác cha vậy.

Câu chuyện bắt đầu từ hồi năm 75, một cô gái ở đường Bùi Hữu Nghĩa, Bà Chiểu (quê tui) đi thăm người bạn trai là một chuẩn úy trấn đóng ở tiền đồn vùng I thuộc lãnh thổ Việt Nam Cộng Hòa. Vào đầu năm đó trận chiến ở đây rất khốc liệt. Sau khi thăm người yêu là viên chuẩn úy đó trở về nhà một thời gian sau cô gái đó có thai. Rồi chiến cuộc tiếp diễn... Gia đình cô gái đó quá xấu hổ với bà con chòm xóm và cô gái đó đành rời xa gia đình và về miền Tây, sau đó sanh ra một bé gái xinh xắn. Vùng cô ở rất gần biển và đa phần là dân đi biển sống với nghề câu tôm lưới cá. Mẹ con nhờ gia đình bà con cưu mang nên sống tạm qua ngày.

Vào một hôm có nhiều người đổ xuống vùng cô gái ấy để vượt biên và có một thanh niên trẻ bỗng gặp cô gái ấy và hứa sẽ cho cô ấy cùng vượt biên không tốn tiền. Thế là sau chuyến vượt biên thành công , cô gái và đứa con được định cư tại Toronto, Canada. Thanh niên đưa cô gái đi vượt biên tuy nhỏ tuổi hơn cô gái ấy xin cùng cô lập tổ ấm gia đình và chấp nhận lo cho cô bé ấy ăn học. Thời gian trôi đi những tưởng êm đềm hạnh phúc. Cô sinh ra thêm một cháu gái với thanh niên này và cả hai chị em đều học giỏi và lớn lên trong một gia đình đầm ấm.

Chàng sĩ quan chuẩn úy đó trong lúc Đại Đội bị đánh tan tác rút về Cam Ranh và được tàu đưa đi vượt biển, sau đó định cư ở San Jose (Mỹ). Cậu sĩ quan đó được một gia đình Mỹ ở đây bảo trợ cho ăn học. Cậu này ngày đêm dùi mài kinh sử và đi làm ở các tiệm fast food hoặc các tiệm cà phê (cũng cà phê à nhen) để sinh sống. Cậu học rất xuất sắc ở Trung Học và sau đó vào học ở Đại Học và trở thành bác sĩ. Lúc học thêm về chuyên khoa, cậu bác sĩ này gặp cũng một cô bác sĩ người Việt và lập gia đình với nhau. Tuy nhiên sau một thời gian sống, cậu bác sĩ mớt biết vợ mình bị tật ở tử cung nên không thể sinh sản được. Trước đây nhiều lần khi chưa có vợ, cậu này vẫn nhờ người liên lạc về Sài Gòn để tìm người bạn gái ngày xưa. Tuy nhiên người ta chỉ biết là cô ấy đã bỏ đi và sau đó gia đình cô cũng dời chỗ ở, không biết là đi đâu.

Rồi bỗng một hôm vợ chồng người bác sĩ này về Sài Gòn, trở lại nhà cô gái ấy thì tình cờ gặp một người biết được gia đình cô bạn gái này. Phanh lần ra manh mối và biết được rằng mình có một đứa con gái, cậu ta bàng hoàng xúc động mãnh liệt. Vợ chồng bác sĩ này đến Toronto, Canada và gặp lại nhau, buồn buồn tủi tủi, duyên nợ trái ngang... Sau khi thử nghiệm DNA và biết chắc chắn là con của mình, cậu bác sĩ này nhận cô gái là con và hứa sẽ lo cho cô ấy sang Mỹ.

Tuy nhiên câu chuyện không phải đã hết. Cô con gái này hiện là một dược sĩ, cô từ chối cha cô vì cô cho là cha cô không có trách nhiệm, để mẹ con cô bơ vơ khổ sở... Cậu bác sĩ này hết lời năn nỉ, mong rằng từ nay cho ba cô được trách nhiệm lo cho cô và giúp đỡ gia đình của ba mẹ cô.

Sau khi theo cha sang Mỹ, cô ấy tiếp tục học và làm việc và trở thành tiến sĩ dược (như cô mong ước) lập gia đình cùng một bác sĩ Việt và cô em cùng mẹ khác cha cũng sang Mỹ sau khi học xong cũng lập gia đình với một bác sĩ Việt và cuộc sống của mọi người vô cùng hạnh phúc.

Có người hỏi tui tại sao tui biết câu chuyện tui vừa kể mà không cho biết tên các nhân vật trong câu chuyện. Thật ra đó là một gia đình tui quen rất thân, cô con gái của cậu chuẩn úy ấy có đến nhà tui chơi, tức nhiên tụi nó học cùng Trung Học với các con tui và là bạn học cùng lớp với nhau. Thật ra biết tên thì cũng không làm tăng thêm ý nghĩa của câu chuyện mà thật ra khi nghe bài hát *Một Lần Nào Cho Tôi Gặp Lại Em*, trong bài hát này Vũ Thành An chỉ nói là mơ ước gặp lại người bạn gái cũ mà thôi, khi cô bạn gái ấy chưa về qua một lần nơi chốn cũ... Bài hát thật hay, êm đềm song câu chuyện tui kể thì có phần kết thúc tốt đẹp hơn.

Khi Người Bạn Đời Không Còn Nữa

Hôm chị dâu tui qua đời, tui có gởi cho anh tui một bài thơ của Nguyễn Vạn Thắng viết cho vợ ông là Lại Ngọc Thu, tựa là Phải Chi Mình Còn Sống. Anh tui khóc nức nở. Tính Anh tui hay giấu giếm những xúc động tình cảm song khi đọc bài thơ này phải bật khóc. Bài thơ dài, có đoạn

> *Trời ơi!*
> *Sao mình chết?*
> *Kỷ niệm về vây quanh.*
> *Nhốt chìm trong thương nhớ...*
> *Tấm áo*
> *Ngày xưa mình vá,*
> *Còn đây*
> *Hương xưa còn đọng*
> *Nhưng mình*
> *còn đâu?*

Tui cũng có dịp nghe tâm sự của vài người thân có vợ qua đời xin kể lại.

Trước hết là bà Ngoại tui đi mổ ở bịnh viện Cộng Hòa rồi mất, ông Ngoại tui tâm sự với tui: "Đúng ra ông Ngoại chết mới phải vì ông Ngoại không biết làm gì hết, bà Ngoại con giỏi quá, lo cho con cháu đủ thứ hết... Tội nghiệp bà Ngoại con quá, cực khổ với chồng con, ông Ngoại hay tiệc tùng với bè bạn, làm khổ bà Ngoại."

Ông Ngoại tui có làm 2 cặp câu đối khắc bên mộ bà ngoại tui:

56 năm, vợ hiền mẹ quý
74 tuổi, nước nhược non bồng

Thương nhiều, con khóc mẹ
Buồn lắm, vợ lìa chồng

Từ đó các ngôi mộ chôn sau này trên mộ bia đều có khắc những lời thương tiếc... Kế đến bác Hai Mẹo của tui cũng buồn khổ lắm khi bác Gái qua đời. Bác tui nói bây giờ đi ra đi vô không có ai nói chuyện thiệt buồn ghê gớm... Tui còn nhớ lúc Mẹ vợ tui qua đời sau một thời gian bịnh nằm hôn mê, Ba vợ tui khóc với tui: Má con còn nằm đó, nhìn cũng còn đó buồn cũng nhiều, song khi mất đi thì thảm quá! Còn khi chị Phụng vợ anh Điền qua đời, anh tui mỗi lần nhắc đến chị ấy thì đều không cầm được giọt lệ, ảnh nói đi chỗ nào cũng nhớ đến chị, thấy trái bôm (táo) đỏ mà chị thường ăn, anh cũng khóc. Khi đến nhà tui chơi, nhìn chỗ chị ấy hay ngồi mỗi khi anh chị đến nhà tui chơi anh tui cũng khóc...

Chuyện Văn Học

Về Văn Chương

Hai Nhà Văn Nam Kỳ Xưa

Cả tháng nay lu bu đủ thứ chuyện nên không viết được chữ nào. Thằng cháu nội "mắc dịch" cứ mỗi lần ngồi vào computer là nó nhảy vô ăn có, nó bấm lia lịa đến nỗi sau đó cái computer nó bực mình nên tui không mở được email, mở được email thì lại đánh chữ Việt không bỏ dấu được, loay hoay cả tuần mới sửa được, dĩ nhiên là nhờ 2 thằng cu kỹ sư chỉnh dùm.

Cái nhà định sửa lại rồi bán thì gặp Ông thợ (phải gọi là Ông thợ vì cha nội này làm nhiều chỗ, mỗi ngày ông làm mỗi chỗ 1-2 giờ, nói riết rồi cũng chán nên chịu thua luôn. Hôm cùng thằng con đi xin (phải nói là xin) người thuê nhà trả lại nhà thì Bà (phải gọi là Bà) mướn nhà 4 tháng sau mới trả lại nhà, mừng muốn xịt máu (nói theo kiểu bình dân.) Cho nên giờ vẫn còn lông bông, chắc 2-3 tháng nữa mới... an cư được.

Lúc này đài TV đang chiếu phim Ngọn Cỏ Gió Đùa, mỗi ngày một tập, tui bỗng nhớ lại hồi nhỏ khi đọc truyện do ông Hồ Biểu Chánh viết, giờ tui mới hiểu tại sao lại gọi là Ngọn Cỏ Gió Đùa. Ông ví mọi người như ngọn cỏ, gió đùa thì nghiêng ngả theo chiều gió, thì mới hạnh phúc, ấm êm, đằng này cuộc đời người này muốn hơn người khác, chà đạp, đấu đá nhau, âm mưu hại nhau, không êm xuôi theo ngọn gió nên khổ lụy triền miên, tui nói ra ý nghĩ này nhiều người thích lắm biểu tui sao không nghiên cứu về nhà văn này, cũng là một ý kiến hay.

Ông Hồ Biểu Chánh là sui gia với bác Hai Mẹo của tui, con đường mang tên ông chạy qua trước nhà bác Hai tui và tui biết một người cháu nội của ông tên là Hồ Văn Di Hấn hiện ở Mỹ, theo vai vế thì gọi tui bằng Cậu (oai chưa?) vì người con dâu của ông Hồ Biểu Chánh tui gọi là chị Tư, con của bác Hai tui (là anh ruột của Ba tui đó.)

Trước tui cũng muốn nghiên cứu về nhà văn Nguyễn Chánh Sắt, tức là ông Cố Ngoại của tui vì hồi ở ngoài Bắc có phong trào Đông Du (đưa thanh niên ra nước ngoài du học để về giúp nước) thì trong Nam, ông Cố Nguyễn Chánh Sắt lại chủ trương cổ súy người Việt nên tập trung vào buôn bán, chiếm lĩnh lại nền kinh tế trước đây người Tàu họ nắm gần hết. Người Việt thì cứ là nhứt sĩ, nhì nông, còn buôn bán là hạng chót, không coi việc buôn bán ra gì hết, để người Tàu nắm hết.

Sang bên San Jose tui mới thấy người Việt mình rất giỏi, biến vùng Cali từ một tiểu bang tầm thường thành một tiểu bang sung túc, bá chủ nghề làm neo, nghề làm điện tử, xe lunch,... Bác sĩ, nha sĩ, dược sĩ, kỹ sư, chủ tiệm ăn, tiệm phở... phải nói là rất lẫy lừng, dữ dội.

Như vậy trước đây gần một thế kỷ ông Cố Nguyễn Chánh Sắt tui đã có một chủ trương, một cái nhìn rất chính xác so với phong trào Đông Du thì cũng không thua sút mà còn có thể thực hiện dễ hơn để canh tân, phát triển đất nước ta. Nguyễn Chánh Sắt là một nhà văn cổ súy cho mọi người học tiếng Việt, dùng tiếng Việt (gọi là Quốc Ngữ) lúc tiếng Việt còn sơ khai... Tui thì thích nhứt là bộ Tam Quốc Chí do ông Nguyễn Chánh Sắt dịch, cho đó là quyển dịch hay nhất - văn của ông giản dị, trong sáng, ngắn gọn, pha chút khôi hài.

Tiếc rằng ông Hồ Biểu Chánh cũng như ông Cố tui ít có ai biết và hiểu được cái hay cái tài của các ông ấy.

Công Của Học Giả Phạm Quỳnh

Món quà quý nhất cho nhân dân Việt Nam, là chữ quốc ngữ mà sau này Phạm Quỳnh tranh đấu tại Paris cho vào chương trình tiểu học cùng với Pháp văn. Nhờ Quốc Ngữ mà ta bảo toàn được văn hóa cổ truyền ngàn năm và ra khỏi quỹ đạo Trung Quốc và ra khỏi quỹ đạo Pháp sau này. Từ quốc ngữ, thiết lập được một nền văn chương văn hóa âm nhạc thuần túy Việt Nam. Phạm Quỳnh cũng là một nhân tài có chân trong hội Tam Điểm (Franc-Maçonnerie), ông từng nói "Truyện Kiều còn, tiếng ta còn; tiếng ta còn, nước ta còn."

Về Lịch Sử

Khai Thác Khoáng Sản Ngày Xưa

Có mấy người bạn phone hỏi là người Tàu khai thác khoáng sản nước mình hồi nào và họ lấy các khoáng sản nào? Thực ra thì đọc trong cuốn Việt Nam Sử Lược của ông Trần Trọng Kim viết năm 1919 thì thấy trong chương V nói về công việc của Chúa Trịnh làm ở đất Bắc, phần khai mỏ (tui chỉ chép lại) thì Tuyên Quang có mỏ đồng (Tụ Long), mỏ bạc ở Nam Xương và Long Sinh. Hưng Hóa thì có mỏ đồng ở vùng Trịnh Lan và Ngọc Uyển. Thái Nguyên thì có mỏ đồng ở vùng Sáng Mộc, Yên Hậu, Liêm Tuyền, Tống Sinh, Vũ Nông, mỏ vàng ở Kim Mã, Tam Lộng, mỏ kẽm ở Côn Minh, và Lạng Sơn có mỏ đồng ở Hoài Viễn. Hầu hết là do người Tàu sang khai thác, theo định lệ năm 1717 của Chúa Trịnh Cương, số người Tàu sang khai thác mỗi nơi không được quá 100, song có nơi họ đến nhập lậu trên hàng vạn người, đa phần lợi họ đem về Tàu, chia cho vua quan lúc đó chưa được 1 phần 10.

Tinh Thần Nô Lệ

Đọc lại lịch sử suốt từ hồi dựng nước đến bây giờ thì mới biết hầu hết Vua Chúa nước mình luôn thần phục Vua Chúa Tàu, dù rằng đất nước được độc lập song vẫn xem Tàu là Thượng Quốc, phải triều cống, xin tấn phong... Khi gặp khó khăn thì cứ chạy sang Tàu để lạy lục nhờ giúp đỡ (như Lê Chiêu Thống, Hồ Chí Minh...), vì vậy cũng không lấy làm lạ việc các xếp cộng sản lúc nào cũng có đầu óc lệ thuộc Tàu, sau này lại lệ thuộc thêm người da trắng nữa.

Có 1 lần tui đi khám mắt (ở Toronto, Canada) đã làm hẹn rồi mà chờ mãi (hơn 2 giờ) trong khi đó cô bác sĩ Việt Nam lo tiếp các ông bà da trắng nên tui bỏ ra về. Chiều tối, cô bác sĩ (bạn học với con tui ở Đại Học Waterloo) phone đến và xin lỗi với lý do là những người khách da trắng này cần đo khám mắt emergency nên ưu tiên cho họ. Tui nghĩ lý do không xác thực, chẳng qua là cái tinh thần của một dân tộc bị nô lệ (Tàu, Tây...) nó ăn sâu vào huyết mạch mọi tầng lớp người Việt mình, chắc không bao giờ gột rửa sạch được. *Gia Tài của Mẹ để lại một nước Việt buồn.*

Hai Chữ Tự Do

Xin chép lại một câu nói của Bà Thủ Tướng nước Đức: Nền tự do ở Berlin cũng như tiếng chuông tự do ở Philadelphia là những biểu tượng nhắc nhở chúng ta rằng tự do không tự dưng mà có. Tự do chỉ có thể giành được bằng đấu tranh và tự do phải được bảo vệ từng ngày trong đời sống của chúng ta.

Thăm Mả Cũ Bên Đường

Ngày Lễ Cựu Chiến Binh, tui bỗng nhớ bài thơ của thi sĩ Tản Đà mà tui đã học hồi nhỏ, có đoạn

Ngoài xe trơ một đống đất đỏ,
Hang hốc đùn trên đám cỏ gà.
Người nằm dưới mả ai ai đó,
Biết có quê đây hay vùng xa?

Hay là thuở trước kẻ cung đao,
Hám đạn, liều tên, quyết mũi dao?
Cửa nhà xa cách, vợ con khuất
Da ngựa gói bỏ lâu ngày cao...

Mỗi lần đọc đến đoạn này tui lại nhớ lại ngày xưa, tui thấy thương tiếc những người lính vì nhiệm vụ mà phải hy sinh mạng sống của mình rồi được chôn một nơi xa xôi, vợ con không hề biết đến để thắp một nén hương, làm tui nhớ một câu nói: người chiến sĩ KHÔNG có tội, họ cũng như bao người khác, công việc của họ làm thì nguy hiểm gấp nhiều lần hơn những người khác, như thợ hồ thì xây nhà, người làm ruộng thì trồng lúa, người thợ mộc thì đóng bàn ghế...

Người lính thì họ phải bảo vệ đất nước, làm theo lịnh chỉ huy, nguy hiểm vô cùng vậy mà sau năm 75, cả triệu người bị bắt đi tù, họ bị đày ải bỏ đói khát ở rừng sâu nước độc... Nhìn lại lịch sử Việt Nam tui thấy người mình quá ác độc... Ngày xưa chiến tranh Nam Bắc ở Mỹ sau đó thì không ai bị trả thù, người chiến sĩ không có tội, một câu nói rất là nhân hậu và đầy nhơn tính biết bao, chả trách sau đó nước Mỹ trở nên hùng mạnh như thế nào.

Về Xả Hơi

Cười Chút Chơi

Trên 1 chuyến xe lửa chật ních người thì có một cậu đứng mỏi chân quá bèn ngồi đại lên một bao bố gần đó thì bà cụ chủ cái bao bố la lên: "Cậu ui, coi chừng bể trứng." Cậu này hoảng hồn đứng lên quay sang bà cụ hỏi: "Bộ bà đựng trứng gà, trứng vịt trong bao này phải không?" Bà cụ chậm rãi trả lời: "Không phải là trứng mà là tui đựng Sầu Riêng cậu ơi!"

Có 2 người bạn già đại gia gặp nhau và hỏi thăm chuyện tình cảm. Cụ 69 tuổi hỏi cụ 70 tuổi "Làm sao mà anh cưới được cô vợ trẻ và đẹp quá vậy? Chắc anh nói sụt tuổi là anh mới 49 tuổi thôi phải không?" Ông cụ 70 tuổi cười nói: "Xưa rồi bạn ơi! Tui nói là tui đã 89 tuổi rồi và cô trẻ đẹp này ưng tui ngay đó.

Một nhóm đông du khách đến bờ hồ Ontario để xem cảnh hồ mùa đông lạnh buốt ra sao. Đang xem mặt nước sắp đóng băng thì có tiếng một cô gái la cầu cứu vì con chó cưng của cô này bị rơi xuống hồ. Mọi người nhìn nhau ái ngại thì bỗng nghe cái ùm, một thanh niên đã lao xuống hồ lạnh buốt và bơi đến vớt con chó bé nhỏ lên bờ. Mọi người đều vỗ tay hoan hô dữ dội. Trong nhóm du khách có một phóng viên đang săn tin và không bỏ cơ hội nhào đến cậu thanh niên này để phỏng vấn: "Xin anh cho tôi hỏi động cơ nào anh có quyết định gan dạ và cao đẹp như vậy." Cậu thanh niên nói: "Anh khoan hỏi để tui hỏi đã." Anh đưa mắt nhìn nhóm du khách và nói: "Đứa nào trong đám tụi bây đã xô tao xuống hồ vậy hả?"

Có một đôi trai gái kia rất đạo đức và thương nhau và rất muốn lễ cưới của họ được tổ chức trong Nhà Thờ. Song cả hai bị chết trong một tai nạn xe hơi và linh hồn của họ được lên Thiên Đàng, ở đó họ gặp ông thánh Phê Rô và được thánh Phê Rô hứa sẽ cho họ làm lễ cưới ở Nhà Thờ vài ngày sau đó. Tuy nhiên vài ngày trôi qua, vài tháng và nhiều năm chờ đợi mà không thấy Ông Phê Rô trả lời. Rồi bỗng một hôm, sau hơn 20 năm chờ đợi, ông Phê Rô chạy đến báo tin là họ sẽ được làm lễ cưới trong nhà thờ vào ngày hôm sau. Họ thắc mắc hỏi tại sao họ phải chờ lâu quá như vậy thì ông Phê Rô trả lời là... từ hồi đó cho tới bây giờ mới có một ông cha (linh mục) lên Thiên Đàng...

Một hôm có anh chàng đến một tiệm rượu hỏi: "Ở đây bán rượu nho mà có bán trái nho không?" Chủ tiệm trả lời: "Không có bán trái nho." Hôm sau và mấy ngày liên tiếp anh chàng đó lại tiếp tục đến tiệm rượu và cũng hỏi mua trái nho. Chủ tiệm cuối cùng phát khùng nói là lần sau hỏi như vậy thì sẽ lấy đinh đóng vào chân anh ta. Bẵng đi mấy ngày anh chàng này lại đến tiệm rượu, lần này anh ta hỏi: "Ở đây có đinh không?" Chủ tiệm trả lời "Bán rượu chớ không phải bán đinh, thì làm gì có đinh." Thế là anh ta bèn hỏi: "Ở đây bán rượu nho mà có bán trái nho không?" Chủ tiệm chỉ biết kêu trời...

Làm Sao Để Sống Hạnh Phúc

Có bà con hỏi tui làm sao mà sống hạnh phúc để kỷ niệm lần thứ 43 ngày thành hôn, thì tui thấy câu hỏi này hơi khó trả lời à nha, nhưng may mắn tui được nghe một câu hỏi tương tự và câu trả lời rất là chính xác vô cùng.

Số là có một cặp vợ chồng đi chơi và mỗi người cỡi một con ngựa. Con ngựa của người vợ bỗng nhiên vấp ngã, người vợ nói "MỘT LẦN." Đi một chặng đường nữa thì con ngựa của người vợ lại vấp ngã. Người vợ bèn nói "HAI LẦN." Sau đó lại tiếp tục đi một đoạn nữa thì con ngựa của người vợ lại vấp ngã. Người vợ nói "BA LẦN" và sau đó bèn rút một khẩu súng kề vô đầu con ngựa và bắn một phát.

Người chồng thấy vậy bèn lên tiếng phản đối TRỜI ƠI SAO EM LẠI LÀM NHƯ VẬY? Người vợ nhìn người chồng và nói "MỘT LẦN."

Chuyện Con Gà

Hôm có đứa em là Ba Thuận từ Việt Nam sang thăm có kể cho tui nghe 2 câu chuyện vui về con gà.

Trong một trại gà có 18 ngàn con gà mái tuổi đang xuân và chủ trại có nuôi và tuyển 2 ngàn con gà trống rất khỏe. Sau đó cho 2 ngàn con gà trống này nhập vào 18 ngàn con gà mái. Sau vài tháng thì 2 ngàn con gà trống cú rũ, đi đứng xụi lơ, mồng tím ngắt vì lao lực quá sức. Người ta còn chết huống chi là gà...

Chuyện thứ 2 là để thay thế chú gà trống già cho chuồng gà mái giống, chủ mua một con gà trống trai trẻ, khỏe mạnh và thả vào chuồng. Chú gà trống trai trẻ bèn đến thăm chú gà trống già và luôn tiện nói cho gà trống già là sẽ thay ông ta phục vụ các chị gà mái. Gà trống già hiểu là nếu bị thay thế thì mình sẽ hui nhị tì là cái chắc bèn nghĩ ra một cách là rủ gà trống trai trẻ chạy đua thử sức, nếu gà già thua thì gà trống trẻ sẽ thay thế mình. Song gà trống già nói vì mình lớn tuổi nên xin gà trống trẻ chấp cho mình một khoảng 10 mét. Gà trống trẻ chấp nhận vì nghĩ là mình dư sức chạy đến mức trước ông gà già. Khi chạy đua, gà trống trẻ sắp đuổi kịp gà trống già thì nghe một tiếng... đùng... chú gà trống trẻ ngã ra chết queo. Chủ trại gà lầm bầm... tưởng có được gà trống trẻ thật sự... ai dè là con gà GAY, nó không rượt gà mái mà lại rượt gà trống nên ông cho nó một phát đạn cho rồi.

Luân Hồi

Có những chuyện mà ít ai để ý đến song tui hay tò mò nên biết được chút đỉnh, những nỗi niềm đó muốn nói ra đây. Gia đình ông Ngoại tui thì theo thứ tự có cậu Út là cậu thứ 14, kể ra thì bà ngoại tui có 13 người con, song còn sống thì chỉ có 8 người thôi. May mắn là không có ai bị tật gì hết. Mợ Năm tui thì có 10 người con tính theo thứ tự mà chỉ còn 8 người thôi. Ba tui kể là trước khi sanh bác Hai tui, thì hễ sanh ra là tử ẻo nên bà Nội tui dùng mực tàu mới sơn một cái dấu sau lưng, vậy mà sanh tiếp đứa bé cũng có còn giữ cái dấu đó, cuối cùng 2, 3 lần sanh mới đến Bác Hai tui cũng còn cái dấu đó, dần dần nó mới phai mất đi. Đầu thai có hay không thì trong Phật Giáo, nhứt là Phật Giáo Tây Tạng, thì cho là có luân hồi.

Tui Làm Thơ

Thơ Viết Cho Vợ

Kỷ Niệm 40 Năm Đám Cưới

Sống với nhau 40 năm ngắn quá,
Dù thêm vài chục năm cũng chẳng dài,
Khi gian khổ khó khăn cùng cam chịu,
Có ngọt bùi chia sẻ cũng thấy vui,
Nói về nhau thì niềm vui vô tận,
Không giấu đi những tật xấu của nhau,
Biết bao nhiêu khác biệt buổi ban đầu,
Nhờ yêu nhau mà bỏ qua tất cả.
Rồi nhờ đó từ lâu 2 cuộc sống,
Đã nhập vào nhau thành 1 mà thôi,
Và chắc chắn không thể nào chia cắt,
Vì bây giờ chỉ là 1 mà thôi.
Tất cả những gì ngày nay có được,
Từ 2 bàn tay trắng buổi ban đầu
Ai cũng hiểu lý do gì mang đến,
Là cũng vì nhờ mình sống có nhau.
Sống với nhau 40 năm chưa đủ,
Vì xa nhau một phút đã nhớ rồi,
Khắng khít bên nhau như chẳng muốn rời,
Nên chẳng muốn một lúc nào chia cách.

Bài Thơ Gởi Vợ

Viết năm 2005
Sửa lại vài chữ năm 2019

Bao nhiêu năm chung bước,
Đất Trời nối duyên tơ
Khóc cười theo Vận Nước,
Thực mà tưởng như mơ.

47 năm đăng đẳng,
Vui buồn không thiếu chi,
Ngọt Bùi cùng Cay Đắng,
Cùng nắm tay mà đi.

Cuộc đời luôn thay đổi
Khi gió táp mưa sa
Nếu có ai muốn hỏi
Nhờ thương nhau mà qua.

47 năm chung sống,   *Mấy câu thơ viết vội,*
Lòng vẫn tin yêu nhau,   *Cho người vợ thân yêu,*
Biết Thuận vợ Thuận Chồng,   *Không từ nào tả nỗi,*
Tát bể Đông cũng cạn.   *Lòng biết Ơn thực nhiều.*

Thơ Viết Cho Con Cháu

Mừng Con Thi Đậu

Bài thơ này làm ngày 02-03-2006, lúc Khoa đang làm ở Cisco, Milpitas, California. Ba tôi dạy tôi gặp khó khăn đừng bao giờ bỏ cuộc. Chữ không đủ điều Ba muốn nói, để Ba mừng cho một đứa con...

Ba được tin con vừa thi đậu,
Sau mấy lần vấp ngã rất đau
Và can đảm con cười, ngồi dậy,
Thua keo này bày tiếp keo sau.
Ba được tin con vừa thi đậu,
Tin thật vui mà đi rất mau,
Song Ba biết đêm ngày cặm cụi
Chiến thắng mình để thắng gian lao.
Trong cuộc đời được thua là vậy
Chẳng ai khôn ai dại hơn ai,
Kiên nhẫn quyết tâm cố gắng mãi
Thì thành công thắng lợi có ngày.
Ba mừng con là người có chí
Biết vạch cho mình một hướng đi
Để sống một cuộc đời có ích
Dù khó khăn gian khổ ngại gì.
Ba khen con tấm lòng hiếu học
Rèn luyện mình thành thép, thành gang,
Trời cho ta mỗi người khối óc,
Biến nó thành vàng ngọc đời con.

Khi thằng con lớn tui làm việc ở San Jose, nó học thêm và đậu CCIE của công ty CISCO Systems Corp., tui có làm bài thơ gởi cho nó để mừng và khuyến khích nó. Khi đậu xong thì được giấy khen của Mgr. Software Development Group, ATG Engineering, gởi về gia đình tui. Cái CCIE này có nhiều Levels, Level chót là khó nhất, họ cho thi 3 lần, Khoa thi lần thứ 3 mới đậu. Nuôi con khôn lớn thì dễ mà dạy con nên người phải nói là vô cùng khó khăn.

Đề Ảnh Cháu Nội

Ghi lên hình con của Minh Đức và Oanh - cháu nội của Sách Dung - 11-05-2012

Chào con vừa mới chào đời,
Cho ông Nội gởi một lời chào con.

Bài Thứ 2 Viết Cho Con

Giờ đây còn chẳng bao lâu nữa,
Chim sẽ tung trời cất cánh bay,
Ba muốn cùng con ngồi ôn lại,
Ân tình thương mến ở nơi đây.
Con ạ chỉ còn dăm ba tháng,
Trường xưa bè bạn cũ thân yêu,
Với bao kỷ niệm 5 năm học,
Con sẽ ra đi để vào đời.
Chắc con còn nhớ 5 năm trước
Ba Má đưa con đến với trường
Từ một thanh niên còn non nớt
Đã luyện con thành một kỹ sư
Con hãy vui đi dăm tháng nữa,
Bạn bè trường lớp với Thầy Cô,
Với bàn với ghế con hay tới,
Cặm cụi học hành suốt canh thâu.
Rồi con đi lại con đường cũ,
Hãy ngồi trên thềm đá trong sân,
Con sẽ thấy một trời sung sướng,
Tràn ngập hồn con Đời Sinh Viên
Con hãy đi vào trong lớp học,
Hãy ngồi vào chỗ con thường ngồi,
Mai sau tung cánh trong trời đất,
Cái bước Đầu Tiên ở chỗ này.
Ngày xưa Trường đã thay Ba Má,
Đã dạy khi con còn dại khờ,
Đã luyện con thành người tri thức,
Ơn này cũng sánh như Mẹ Cha.

Hãy siết tay bạn con thật chặt,
Hãy nhìn âu yếm ngôi trường con,
Hãy nghe từ đáy lòng thổn thức
Mừng thay vì con đã nên Người.

Dạy Con

Khi mới sang định cư ở Toronto, tôi có đến trường học của 2 thằng cu hỏi bà Hiệu Trưởng nên rèn luyện cho tụi nhỏ cái gì để thích hợp với cuộc sống ở đây, bà nói Tinh Thần Trách Nhiệm. Tui thấy phải rèn luyện tinh thần trách nhiệm của vợ chồng tui trước rồi mới dạy 2 con tui. [Viết ngày 18-04-1991 tại Toronto, sau 1 năm định cư ở Canada. Ngày 10-06-2017, chép lại với phiên bản 10-06-1992.]

Có người đã hỏi Ba mong ước
Khi các con khôn lớn điều gì,
Hạnh Phúc là điều cần hơn hết
Cho các con cả một đời Vui.
Có người hỏi thêm vài câu nữa,
Làm sao có Hạnh Phúc trong đời
Mà có thì làm sao giữ được,
Khi cuộc đời Thay Đổi luôn luôn.
Hạnh Phúc 2 chữ tuy đơn giản,
Mà gian nan rèn luyện mới thành
Phải tập tành ngay khi còn nhỏ
Cho tương lai là những ngày VUI.
Trái với Hạnh Phúc là Đau Khổ,
Mà Khổ Đau do bịnh, tật, đói, nghèo
Không Bình An trong suy nghĩ riêng tư
Không ổn định khi cuộc đời thay đổi
TU THÂN là việc nên làm trước,
HỌC chuyên cần để xóa bỏ cái NGU,
RÈN Tâm Tính cho mọi người đều mến,
Khi Gian Nan không than thở ưu phiền
Mọi việc nên bắt đầu từ nhỏ,
Lúc còn thơ nên cố gắng học hành,
Học Hy Sinh, Can Đảm, Bền Tâm,
Gặp KHÓ KHĂN KHÔNG BAO GIỜ BỎ CUỘC

Đời là một Đấu Trường liên tục
Như bơi thuyền ngược dòng nước chảy nhanh,
Không chuẩn bị kỹ khi còn đi học
Thì làm sao VỮNG được Tay Chèo ?
Tiết Kiệm phải kiên tâm Rèn Luyện,
Dù MỘT XU Phung Phí Không Xài
Gặp việc Đúng nên mở rộng bàn tay,
Tập tính Khoan Dung Rộng Lượng với người.
NHẪN là Tính đầu tiên phải Tập,
Cố gắng bền tâm từng phút từng giây,
Nghĩ việc gì PHẢI cố làm cho được
Tập tánh SIÊNG NĂNG, nhanh nhẹn khôn ngoan
KHÔNG ÍCH KỶ nghĩ tới mình TRƯỚC nhứt
SỐNG CHẾT mặc AI thây kệ mọi người
KHÔNG nhỏ nhen bới vết tìm sâu
KHÔNG MÊ ĐẮM trong tình, tiền, đen đỏ
Siêng thể dục người lúc nào cũng khỏe,
Rộng KHOAN DUNG THA THỨ cho NGƯỜi,
THẮNG người là chuyện DỄ như chơi,
Song TỰ THẮNG là chuyện KHÔNG phải DỄ!
Mọi việc PHẢI làm cho TƯƠM TẤT,
Dù quét nhà, rửa chén giặt đồ,
Dở việc nhỏ thì cũng ĐỪNG hy vọng,
Chuyện lớn lao chắc chắn KHÔNG thành.
Lúc nào cũng chân thành học hỏi,
Học người xưa, học khắp mọi nơi
So hiểu biết mình như Hạt Cát,
Kiến Thức thì như biển cả mênh mông
Dù con đã ra công rèn luyện,
Cũng đừng quên CẦU NGUYỆN nha con,
Trong thinh lặng con xét mình thật kỹ,
Biết có còn thiếu sót gì không ?
Khi tất cả Hành Trang chuẩn bị,
Vững lòng TIN con bước lên đàng,
Đi bên con là Thần MAY MẮN,
Cho đời con là những NGÀY VUI.

Mừng Sinh Nhựt Con

Khi soạn sách vở tui tình cờ gặp lại một số bài thơ, post lên để bà con đọc chơi, hay, dở cũng vui thôi nha. Viết tại Toronto, ngày 12-02-2006 để mừng sinh nhựt con trai út (25 tháng 02) lúc thằng cu đi làm xa gia đình ở San Jose.

Bây giờ là tháng 2,
Tuyết vẫn rơi dài dài
Nhắc Ba Má nhớ đến,
Sinh nhật con tháng này.
Mới đây mà mau quá,
Ngỡ như mới hôm qua,
Con vẫn còn bé xíu.
Lẽo đẽo theo Mẹ Cha.
Bây giờ con đã lớn,
Ba Má xin chúc con,
Trên con đường trước mắt,
Toàn lù những ngày vui.
Chúc con luôn thành công,
Trong việc học việc làm,
Chúc con luôn hạnh phúc,
Và luôn được bình an.
Kèm theo là gói quà,
Mấy chiếc gối Má may,
Thương con từng nét chỉ,
Nhớ con từng mũi kim.
Gởi con hai cái áo,
Má mới mua chiều qua,
Shopping hơn 4 tiếng,
Cho Út yêu của Ba.

Sinh Nhựt Con Dâu

Năm 2016, San Jose, California, USA, tui có làm 1 bài thơ ngắn viết cho con dâu nhơn ngày Sinh Nhựt của cô dâu này

Chúc mừng Happy Birthday... con gái.
Trước khi con trở thành dâu, Ba Mẹ
Thường hỏi nhau... là con sẽ ra sao?
Con có chăng một trái tim nhân ái,
Để hòa mình sống Hạnh Phúc với nhau?
Con có phải là một cô con gái,
Đẹp bề ngoài và đẹp cả tâm hồn?
Có học, có nết na thùy mị,
Cùng con trai Ba Mẹ sống hài hòa?
Hy vọng nhiều... Trời cho nhiều hơn nữa,
Là con dâu mơ ước nhiều gia đình,
Ba Mẹ gởi cho con Ngày Sinh Nhật,
Chúc mừng con Hạnh Phúc mãi... nha con.

Thật ra theo tui thì mẹ chồng không khó tìm mà đúng ra dâu con mới khó tìm vì con trai mình nó chọn, mình chỉ cố gắng giúp sao cho gia đình được hài hòa, thương yêu dâu cũng như con mình thì đời vẫn đẹp. Tui nghĩ ai có dâu rể nếu mình biết trải lòng mình với nhau thì gia đình hòa thuận, vui vẻ lắm đó.

Thơ Viết Cho Con

Bài thơ viết cho con nhân ngày lễ Valentine's Day 2000.

Chỉ mong con sống gần Ba.
Mỗi đêm Ba đi làm về,
Trờ Đông tuyết lạnh con đường dài ghê !
Thấy đôi giày đen bên kẹt cửa
Thì Ba biết con còn gần Ba.
Có đêm Ba vô phòng khách,
Thấy vứt bừa chiếc áo của con,
Và chiếc nón nằm trên nền gạch,
Thì Ba biết trong nhà có con.

Có đêm Ba vô nhà bếp,
Thấy cái ly con uống nửa chừng
Và trên bàn còn đầy chén bát,
Thì Ba biết con vừa ăn xong.
Có đêm khi Ba về muộn,
Nghe phòng con tiếng nhạc xập xình,
Thì Ba biết con trong chăn ấm,
Yên trong lòng con ở gần Ba.
Bây giờ Ba đi làm về,
Không thấy đôi giày đen bên kẹt cửa,
Không có áo vứt bừa trên thành ghế,
Thì Ba biết con đi làm xa.
Hôm nay ngày Valentine đến,
Viết mấy dòng thơ cho con,
Ba chỉ mong mỗi đêm khi Ba về,
Thấy đôi giày đen bên kẹt cửa.

Thơ Viết Cho Đời

Niềm Vui Không Nói Được

Viết năm 1998. Thân tặng các thanh niên Việt Nam.

Có những niềm vui không nói được,
Khi con tim xúc động nghẹn ngào,
Buổi chiều hôm nay trời nắng ráo,
Tại trường đại học Waterloo.
Như cũng reo vui cùng cây cỏ,
Những dòng người lũ lượt về đây,
Hôm nay ngày Hội Mừng Khoa Cử,
Kết quả bao năm học miệt mài.
Cứ mỗi lần xướng danh tốt nghiệp,
Nào Lê, nào Nguyễn, nào Phạm, nào Trần
Là những tên, họ rất thân quen,
Con cái của giống nòi dân Việt.

Thì nghe con tim mình bị nghẹn,
Nỗi mừng vui như thác tuôn trào,
Thằng bé con tự mới hôm nào,
Vượt biển ra khơi tìm đất sống.
Họ là con những tù cải tạo,
Những người tù vì chữ Tự Do,
Mang bản án 3 đời, 3 họ,
Liều chết đến đây để học hành.
Những mái đầu đen còn rất trẻ,
Quê Cà Mau, Đà Nẵng, Qui Nhơn,
Sài Gòn, Biên Hòa, hay Gò Công,
Những địa danh quê hương yêu dấu,
Họ cố gắng, cần cù chăm chỉ,
Dù khó khăn quyết chẳng sờn lòng,
Rèn con người thành Thép thành Gang,
Cho xứng đáng người con tổ quốc.
Hôm nay được Trường ban Áo Gấm.
Để rồi đây đi 4 phương trời,
Đem sở học trau dồi kinh nghiệm,
Mai sau này Xây Lại Quê Hương.
Mừng các em - người con dân Việt,
Những người con ưu tú giống nòi,
Các em là rường cột ngày mai,
Nước Việt Nam Tự Do Dân Chủ.
Anh - người lính đã thua trận chiến,
Tặng các em một bó hoa tươi,
Mừng các Em như vừa thắng trận,
Trận đầu tiên khi mới vào đời,
Chúc các Em vạn điều May Mắn,
Không kẻ nào cản được bước đi,
Không có gì ngăn người chiến sĩ,
Trên bước đường Xây Dựng Quê Hương.

Tui làm bài thơ này nhân đi dự Lễ Tốt Nghiệp của con trai tôi năm 1998, cảm xúc vì những thanh niên Việt Nam tốt nghiệp Ph.D., Master, B.Sc. tại đại học lừng danh Waterloo của Canada. "I cannot change the direction of the wind but I can adjust my sails to always reach my destination." (Jimmy Dean)

Cây Mận Ngày Xưa

Có một lần đi qua nơi nào đó[1],
Thấy cây mận già lòng bỗng xốn xao,
Cành lá thân quen như gặp ở nơi nào,
Lòng bỗng nhớ miên man năm tháng cũ.
Cũng cây mận đó những ngày thơ nhỏ,
Cùng anh em leo hái những trái tươi,
Mùi lá mận như mùi quê hương cũ
Làm ngất ngây lòng một kẻ xa nhà.

Cuối thu, ngày 05 tháng 11 năm 2013

Đi Thi Quốc Tịch

Ở San Jose vừa được 5 năm, một hôm mình đi thi quốc tịch.

Hôm nao mình đi thi Quốc Tịch,
Một trăm câu hỏi đã thuộc làu
Mà lòng bỗng cảm thấy nao nao
Một giọt buồn không tên chợt đến.
Cúi đầu Tạ Lỗi Quê Hương
Tha phương con đã làm dân xứ người.

---

[1] Hawaii.

Sinh Nhựt thứ 77

Mười Tây tháng Sáu năm 43,
Có một thằng Cu mới sanh ra
Tại nhà Bảo sanh Bác Sĩ Khải
Nặng thì vừa đúng 3 Ký 7.
Thằng Cu lớn lên rất ham chơi,
Tạt hình, đá cá khắp mọi nơi,
Thằng Cu rất thích chơi đá dế,
Thích cả gà tre lẫn gà nòi.
Thằng Cu càng lớn càng ham chơi,
Học chỉ vừa vừa đủ đậu thôi,
Ngày nào chẳng bị Cha hay Mẹ
La mắng tại sao lại quá lười.
Hôm nay lại đến Sinh Nhựt đây,
Trời thương, Chúa tưởng đến như vầy,
Cúi đầu lạy tạ ơn mưa móc,
Không hiểu mà sao được thế này ?

Những Lời Bình...

Bài viết nào của thầy cũng gây ấn tượng cho độc giả. Thầy dạy về môn khoa học mà sao thầy cũng giỏi về văn chương quá. Giờ mới phát hiện thầy đa tài!! Bái phục thầy.

Trần Ngọc Mỹ

Em rất thích đọc những gì anh viết, vừa dí dỏm, vừa dễ thương. Đọc để mà cười và relax. [Có đoạn] đọc mà cười chảy nước mắt luôn.

Lương Turkalj

Đọc những dòng hồi ký của chú Sách con rất thích vì nó giúp cho những thế hệ sau như tụi con hiểu về thời quá khứ...

Hội Huỳnh

Anh Sách viết làm em nhớ tới nhà văn Bình Nguyên Lộc ngày xưa, văn mộc mạc, bình dị, một chút khôi hài, ý nhị,... Không ngờ giáo sư Địa Chất lại có tài viết văn trào phúng, hấp dẫn đến thế.

Lữ Nguyễn

... Nhiều nhận xét của anh từ trước đến nay đều đúng. Dưới mắt tôi anh biết được nhiều việc, nói nhiều điều tốt, làm được nhiều điều hay...

Tý Văn Trần

Em cũng rất thích cách viết văn của anh Sách - bình dị, dễ đọc... Có bài thơ cảm động, sâu sắc... ngẫm nghĩ rất... thật trong đời tạm trần thế này.

Theresa Trần

Cách hành văn vẫn êm đềm đơn giản như xưa, tự nhiên mà thấm vào lòng người đọc... Anh Sách làm em nhớ đến Hồ Biểu Chánh...

Phó TDNB

Anh Sách viết rất hay và cảm động. Tôi đọc trong nỗi xúc động bùi ngùi... Chuyện anh Sách kể lại như hiện rõ trước mắt... Tôi không còn lời nào để khen nữa. Vậy mà lúc ở Toronto có biết gì đâu, phải chi mà biết thì rủ anh vô hội rồi...

Võ Kỳ Điền

Trí nhớ của Sách quá tốt, lại thêm lối kể chuyện rất có duyên, đúng là con nhà nòi...

Sơn Nguyễn

Thật có phước cho các con, các cháu được có Ông Bà chỉ dạy cho đạo làm người. Cái hy sinh của hai Bác sẽ giúp các cháu trở thành những người có trách nhiệm trong gia đình và xã hội.

Ana Anh Thư Nguyễn

Cám ơn bác Sách đã ghi những dòng tâm sự này, con học rất nhiều điều từ bài này...

Vũ Duy Nguyễn

www.ingramcontent.com/pod-product-compliance
Lightning Source LLC
Chambersburg PA
CBHW031626160426
43196CB00006B/291